பொருள் மதிப்பு வாழ்வு

பாலசுப்ரமணியன் பொன்ராஜ்

யாவரும்
பப்ளிஷர்ஸ்

The views and opinions expressed in this book are the author's own. The facts contained herein were reported to be true as on the date of publication by the author to the publishers of the book, and the publishers are not in any way liable for their accuracy or veracity.

- பொருள்-மதிப்பு-வாழ்வு ● கட்டுரைகள்
- பாலசுப்ரமணியன் பொன்ராஜ்
- முதல் பதிப்பு : டிசம்பர் 2024
- PORUL-MATHIPPU-VAAZHVU ● NON-FICTIONS
- BALASUBRAMANIAN PONRAJ
- First Edition : December 2024
- Pages : 270 ● Price : Rs. 350/-
- ISBN: 978-81-982298-2-3

Released by :

M/s. Yaavarum Publishers
24, Shop no - B, S.G.P Naidu Complex,
Dhandeeswaram Bus Stop
Opp: Bharathiar Park
Velachery Main Road
Velachery, Chennai - 600 042
9042461472 / 9940021472
yaavarum.desk@gmail.com
Url : www.yaavarum.com; www.be4books.com

Designed by : G. Murugan

All rights, including professional, amateur, motion pictures, recitation, public reading, broadcasting and the rights of translation into foreign languages are strictly reserved. No part of this book may be reproduced in whole or in part or utilized in any form or by any means electronic or mechanical, including photocopying, recording or by any information storage and retrieval system now known or hereafter invented, without the prior written permission of the author/ publisher.

This book contains no AI-generated texts or illustrations. All written content and artwork have been created by human authors and artists.

ஆசிரியர் குறிப்பு

கோவை மாவட்டம் ஒத்தக்கால்மண்டபம் மில் கேட்டைச் சேர்ந்தவர். சிறுபத்திரிகைகள், இணைய இதழ்கள், நாளிதழ்களில் சிறுகதைகளும் கட்டுரை களையும் எழுதி வருகிறார். இதுவரை 'கனவு மிருகம்' 'துரதிருஷ்டம் பிடித்த கப்பலின் கதை' 'சீமுர்க்' என்று மூன்று சிறுகதை தொகுதிகளும் கவிதைத் தொகுப்பாக 'நள்ளிரவின் சொற்கள்' நூலும் வெளிவந்திருக்கின்றன. இந்நூல் இவரது முதல் கட்டுரைத் தொகுதி.

மின்னஞ்சல்: tweet2bala@gmail.com

தற்காப்புக் கலையும் பேன்சில் சீவுதலும்

கட்டுரைகள், அவற்றை எழுதுபவர்களுக்கு சிந்தனையாளர் தோற்றத்தை தந்துவிடுகின்ற தன்மையைக் கொண்டிருப்பதால் பெரும்பாலும் கட்டுரைகள் எழுதுவதைத் தவிர்த்து விடுவேன். நல்ல புனைவை எழுத விரும்புகிறவர்கள் 'சிந்தனையாளர்' தோற்றத்திற்கு ஆசைப்படக் கூடாது என்ற எண்ணம் எழுத வந்த ஆரம்ப ஆண்டுகளில் இருந்தது. ஆனால் அது ஒரு தவறான எண்ணம். நல்ல புனைகதையாளர்கள் குளிக்கத் தேவை இல்லை என்று சொல்வது எவ்வளவு அபத்தமோ அதைப்போல. ஆனாலும் ஓர் அரை-முதிர்ச்சி அறிவுஜீவித்தன்மை எழாமல் கட்டுரைகள் எழுதுவது சவாலான ஒன்று.

நான் வாசித்த வரையில் ஏறக்குறைய மெய்யியல் பிரதிகளைத் தொட்டுவிடும் அளவிற்கு கட்டுரைகளை எழுதுபவர்களும், புனைவுக்கு நிகராக எழுதுபவர்களும் உள்ளனர். உடனடியாக நினைவுக்கு வருபவர்கள், *மான்டெய்ன் (Miguel De Montaigne), ரெபெக்கா சால்னிட் (Rebecca Solnit).* நாளிதழ் செய்தி ஒன்றை புனைவைப் போல எழுதும் மார்க்வேஸ் நம் கண்முன்னே வருகிறார்.

இங்கே தொகுக்கப்பட்டுள்ள கட்டுரைகள் கடந்த பத்தாண்டுகளில் அந்தந்த நேரத்து நிகழ்வுகளால் தூண்டப்பட்டும், இலக்கியக்

கூட்டங்களில் வாசிப்பதற்கு எனவும், நாளிதழ், சிற்றிதழ்களிலும் எழுதப்பட்டவை.

நாவலைக் குறித்து பொதுவான கட்டுரை ஒன்றை எழுதும்போது செய்திகளின் கூட்டுக்கலவியில் (*Orgy of Messages*) நாம் எவ்வாறு திளைக்கிறோம், அதனின்று சற்றே விலகி, அமைதியைத் தோற்றுவிக்கும், ஓரிடத்தில் உளங்குவிய வைக்கும் புத்தக வாசிப்பு எனும் அச்சு யுகத்தின் இராட்சதக் குழந்தை எத்தனை தடுப்புக் கட்டைகளைக் கடந்து இன்றும் ஓடுகிறது என்கின்ற எண்ணம் எழுந்தது. உண்மையில் ஒவ்வொரு நாளும் தன்னைப் புதுப்பித்துக்கொள்ள ஓயாது முயலும் தொழில்நுட்பத்திற்கு நேர் எதிராக தன்னைப் புதுப்பித்துக்கொள்வதற்கு வாய்ப்பே இல்லாத ஒன்றாக இருக்கிறது புத்தக வாசிப்பு. இரண்டாயிரம் ஆண்டுகளுக்கு முன்பு எண்ணெய் விளக்கின் ஒளியில் சுருள் விரித்துப் படித்தவர்கள் முதலாக இன்றுவரை மாற்றமடையாத ஒரு வழக்கத்தை எவ்வாறு புதிய ஒன்றாகத் தோன்றச் செய்வது என்பதே எழுத வருபவர்களுக்கான நிரந்தர சோதனை.

இதுவே ஒவ்வொரு கட்டுரை எழுதும்போதும் கவனத்தில் கொள்ளும் முதல் நிபந்தனையாகவும் இருக்கிறது. தங்கச்சுரங்கப் பணி செய்தவரான குட்டென்பெர்க் (*Johannes Gutenberg*), அச்சுத் தொழில்நுட்பத்தை நவீனமாக்கிய போது அதற்கான யோசனையை அவருக்கு அளித்தது திராட்சையை அழுத்தி ஒயினை எடுக்கும் முறை என்பார்கள். புத்தகப் பக்கங்களின் ஒயினை அருந்தி தலை கிறங்குபவர்களை மேலும் கிறங்கச் செய்வது எப்படி என்பதை அறிவதற்குமுன் சற்று நேரம், தன்மீது நம்பிக்கையுள்ள புனைகதையாளர் கூட, கட்டுரை எழுதுகையில் ஒன்றும் தோன்றாமல் தாளின் அல்லது கணினித் திரையின் வெண்பரப்பை உற்றுப் பார்த்து அமர்ந்திருப்பார். இத்தொகுப்பில் உள்ள சமீபத்திய கட்டுரைகள் சிலவற்றை எழுதும்போது நம்பிக்கைக் குறைவு எனும் தற்காலிக நோயால் தாக்குண்டேன். ஆரம்ப ஆண்டுகளின் கட்டுரைகள் என்று ஒரு சிலவற்றை மட்டுமே குறிப்பிட இயலும். குறிப்பாக ரேடியோஹெட் கட்டுரையைத் தவிர்த்த இதர இசை சார்ந்த கட்டுரைகள். அவை, தொடர்ந்து இசையைக் கூர்ந்து கேட்டதால் எழுந்த அதிநம்பிக்கையின் விளைவுகள் என்பதைத் தவிர பயிற்சி மற்றும்

திறனால் விளைந்தவை அல்ல. ரேடியோஹெட் கட்டுரையும், நாவல் குறித்த கட்டுரையும் ஏறக்குறைய காதல் கடிதங்களே என்பேன். ஒட்டுமொத்தமாக ஒரு காதல் கடிதத்தின் அத்தனை வரிகளையும் ஒருவரால் மோசமாக எழுதிவிட முடியாது. அல்லது மிக மோசமாக எழுதப்பட்ட கடிதங்களை காதல் காப்பாற்றிவிடும்.

நூலின் பெரும்பகுதியை இலக்கியக் கட்டுரைகள் ஆக்கிரமித்துள்ளன. கோணங்கி மற்றும் மா. அரங்கநாதனின் சிறுகதைகளைப் பற்றி எழுதிய பிறகு இந்து தமிழ் நாளிதழில் கேட்டுக்கொண்டார்கள் என்பதற்காக சிறு கட்டுரைகளை மீண்டும் எழுதினேன். அவற்றை இங்கே அளித்திருக்கிறேன். எனக்குத் தெரிந்து மூன்று நான்கு கட்டுரைகள் விடுபட்டிருக்கும். அவற்றை வேறொரு தொகுப்பில் சேர்ப்பதற்காகக் கைவிட்டிருக்கிறேன்.

காந்தி, காந்திய சிந்தனையை இரண்டு கட்டுரைகளில் விவாதித்துள்ளேன். இவை இரண்டிற்குமான கால இடைவெளி பத்தாண்டுகள். தனிப்பட்ட முறையில் காந்தியின் மீது முளைத்த ஈடுபாட்டின் அடிப்படையில் எழுதிய கட்டுரைகள் அல்ல. முந்தையது தற்காலச் சூழலின் தொடக்கங்களுக்கு ஆற்றிய எதிர்வினை. பிந்தைய கட்டுரை காந்தி சிறப்பிதழுக்காக எழுத்தாளர் சுனீல் கிருஷ்ணன் கேட்டுக்கொண்டதற்காக எழுதியது. இருப்பினும் நேரமின்மையின் காரணமாகவே காந்தியை தொடர்ந்து வாசிப்பதை ஒத்தி வைத்துள்ளேன்.

நீள்வடிவக் கட்டுரைகள் எழுதுவது ஒருவரது சிந்திக்கும் திறனைப் பரிசோதித்துப் பார்க்கும் ஒரு முறை என்றே கருதுகிறேன். மிகச் சுதந்திரமாக சொற்களின் எண்ணிக்கை, பக்க அளவுகளுக்குக் கட்டுப்படாத வகையில் எழுதப்படும் கட்டுரைகளை வாசிப்பதும் ஒரு பரிசோதனைதான். ஐம்பது வயதில் தற்காப்புக்கலை கற்கச் செல்வதைப் போல. வயது, வன்முறைக்கான சாத்தியத்திலிருந்து பரிதாபத்தின் காரணமாகவாவது நம்மை விலக்கி விடுகிறது. அப்படிப்பட்ட கட்டுரைகள் எழுதுவதும், வாசிப்பதும் முழுநிறைவைத் தருகின்றன. அனைத்தையும் கொட்டித் தீர்த்தோம் என்பதைப் போல இல்லாமல் ஒன்றைப் பற்றி இவ்வளவு ஆழமாகச் சிந்தித்தோம், வாசித்தோம் என்கிற நிறைவு. அதே ஐம்பது வயதில் யோகா கற்கச் செல்வதைப் போல. செய்யச் சாத்தியமானது, தேவையானது. நாளிதழில் எழுதும்போது ஐநூறு

சொற்கள் எனும் கட்டுப்பாட்டிற்குள் நின்று எழுதியிருக்கிறேன். அவசரமாக ஆனால் நல்லவிதமாகச் செய்ய வேண்டியவற்றை செய்வதற்கான பயிற்சியாக அவ்வாறு எழுதுவதை பாவித்தேன். தேர்வுநேரப் பென்சிலை வேகமாகவும், அதே சமயம் கூர் உடையாமலும் சீவுவதைப் போல.

இக்கட்டுரைகளை எழுதத் தூண்டிய ஜீவ கரிகாலன், லட்சுமி சரவணக்குமார், பா. வெங்கடேசன், சிபிச்செல்வன், கனலி விக்னேஷ்வரன், கோகுல் பிரசாத், சமஸ், ஆசை, அருண் பிரசாத், சுனீல் கிருஷ்ணன், வெய்யில், எஸ்.சண்முகம் ஆகியோருக்கும் ஆர்வமுடன் சீராக்கம் செய்த யாவரும் பதிப்பகம் வேதா, வடிவமைப்பாளர்கள் கோபு, ஜீ. முருகன் ஆகியோருக்கும் எனது உளமார்ந்த நன்றிகள்.

பாலசுப்ரமணியன் பொன்ராஜ்

ஒத்தக்கால் மண்டபம்

நவம்பர் 27, 2024

உள்ளடக்கம்

இலக்கியம்

1. நாவல் எனும் தீவு 13
2. அசோகமித்திரனுக்கு துப்பறிவாளர்களைப் பிடிக்காது 23
3. கோணங்கியின் புனைவுக் கலை – சலூன் நாற்காலியில் சுழன்றபடி 34
4. நுணுகி அறிந்த மனம் – மா. அரங்கநாதன் சிறுகதைகள் 59
5. வரலாறும் இலக்கியமும் – தாண்டவராயன் கதை நாவல் அனுபவம் முன்வைத்து 69
6. தொழில்நுட்ப மறைஞானி – இடலோ கால்வினோ 86
7. முன்றிலில் நின்றவர் – மா. அரங்கநாதன் 91
8. இலக்கியத்தில் சாதாரணத்துவமும் அசாதாரணத்துவமும் 95
9. கோணங்கி – மறைந்திருப்பவற்றின் கதைசொல்லி 102
10. தன் வெடிப்பின் நாயகன் – யுகியோ மிஷிமா: கடலின் வனப்பிலிருந்து வீழ்ந்த நாயகன் 106

11. பனிசூழ் உலகு — 112
12. அலங்காரத்தம்மாள் வந்தாள் — 116
13. விளாதிமிர் நபக்கோவ்
    - நல்ல வாசகரும் நல்ல எழுத்தாளரும் — 123

இசை

1. ரேடியோஹெட் - மிகைப்பதட்டத்தின் கலை — 132
2. சோக வனங்களும் இறந்த பெருங்கடல்களும் — 155
3. இசை : தத்துவம், அழகியல், அதிகாரம் — 158
4. நெளிக்கோடுகளும் அசையாப் புள்ளிகளும் — 164
5. மெட்டீரியலிஸ்ட்களின் ஆன்மா — 168
6. ஏ.ஆர். ரஹ்மான் புதிய சினிமா
   இசையின் மெசையா — 172

பொது

1. கோகோ கோலா — 181
2. வெறுப்பு - நரகத்தில் செய்யும் முதலீடு — 190
3. மகிழ்ச்சி முதலாளித்துவத்தின் வாக்குறுதியா? — 200
4. எதிர்மறைக் காலத்தில் வாழ்வது எப்படி? — 205
5. கண் எனும் நுகர்வுறுப்பு — 209
6. பழைய விளக்குகளும் புதிய வெளிச்சங்களும் — 214
7. வடிவேலு - பேச்சு மொழியை
   மாற்றியமைத்த கலைஞன் — 225
8. பொருள் - மதிப்பு - வாழ்வு — 230
9. மூன்றே மூன்று சொற்கள் — 236
10. ஓப்பன்ஹெய்மர் - குவாண்டம்
    முரண்பாடுகளின் திரைப்படம் — 240

காந்தி

1. நேற்றைய காந்தி — 249
2. நுகர்வுக்கால காந்தி — 259

இலக்கியம்

நாவல் எனும் தீவு

அழகியல் புலத்தில் இயங்கும் நாவல் எனும் உரைநடை வடிவம் அடிப்படையில் ஐரோப்பியாவின் பங்களிப்பு. இதிகாசம், மெய்யியல், துன்பியல் நாடகம், கட்டடக் கலை என ஒருங்கே இணைந்து எழுந்த கிரேக்க நாகரிகத்தின் தொடர்ச்சியில், கிறித்தவ மத அனுபவத்தைத் தனது வரலாற்றிற்கு முன்பு கண்ட ஒன்று. இதிகாசங்களை, கவிதைகளை உடைய மற்ற சமூகங்கள் ஏன் நாவல் எனும் வடிவத்தை உருவாக்க முடியவில்லை என்பது ஒரு தனிக்கேள்வி. ஒருவகையில் நீண்ட விழிப்புணர்வின் புதிய நிலைமைகளை வெளிப்படுத்துவதற்கான நெருக்கடியில் உருவான ஒரு வடிவமே நாவல். விழிப்புணர்வின் நெருக்கடியே புதிய வடிவத்தை நாடச்செய்கிறது. இசை பொருளின்மையோடு தொடர்புடையது என்றால் உரைநடை பொருளை உருவாக்க முனையும் ஆழ்ந்த பயிற்சியின் விளைவு. அதனால்தான் ஹெகல் சொல்கிறார், *'சமூக மற்றும் அரசாட்சியின் வழக்கங்கள், சிந்தனை இவை இரண்டிலும் உரைநடை உலகின் வழியாகவே மெய்ப்பொருள் தன்னை அடைகின்றது'*. ஹெகலின் அழகியல் கருதுகோள்களை விவாதிப்பதற்காக இங்கே இதனைச் சொல்லவில்லை. மாறாக உரைநடையை எவ்வாறெல்லாம் பார்த்திருக்கிறார்கள் என்பதற்கான எடுத்துக்காட்டாகவே சொல்கிறேன். ஐரோப்பா தன்னை உரைநடையின் வழியாக வெளிப்படுத்திக்கொண்டதைப் போல நாம் செய்திருக்கவில்லை.

ஆகவே அன்றாட எதார்த்தங்களை, குறிப்பாக மக்களின் நிலை, பேச்சுவழக்கு, நாயகர்களோடு தொடர்பில்லாதவர்களைப் பிரதியில் ஏற்றுதல் இவற்றை நாம் நம்முடைய பழம்பிரதிகளில் வாசித்தறிய முடியாத நிலைமையும் உள்ளது. இந்தியாவின் எந்தப் பேரரசருக்கும் நாட்குறிப்புகள் எழுதும் வழக்கம் இருந்திருக்கவில்லை என்பதை நினைவில் கொள்க. சட்டப் பரிபாலனம், சொத்து ஆவணங்கள், பட்டயங்கள், கல்வெட்டுகள், கடிதங்கள் இவை அனைத்திலும் நாம் உரைநடை வடிவததைப் பயன்படுத்தியிருந்தாலும் கலையில் நாம் செய்யுளை நீண்ட காலம் பயின்று வந்திருக்கிறோம். தெய்வங்கள், அரசர்கள், தளபதிகள் கூட்டிணைவை இதிகாசங்கள் பேசுகின்றன. மெய்யியல் மீபொருண்மையின் மூலமாக உலகை அணுகுகிறது. கவிதை அல்லது செய்யுள் தனிச்சிறப்பானக் கட்டமைப்பிற்குள், ஏறக்குறைய பாடலுக்கு அண்டை வீட்டாரைப் போல எழுதப்பட்டது. நாவல் இவை அனைத்தின் போதாமையில் இருந்து, தனது வடிவ எழுச்சியின் மூலமாக உலகை தனது எண்ணற்ற பக்கங்களில் விவரிக்கிறது, அணுகுகிறது, வெளிப்படுத்துகிறது. நாவலின் வழியாக வெளிப்படும் உலகு அது எவ்வளவுதான் மற்ற வடிவங்களைப் போலவே முழுமையாக ஒன்றை விவரிக்க முடியாத போதிலும், நம்முடைய விருப்பத்திற்கு உரியதாக இருப்பதன் காரணம் அது நமது வாழ்வனுபவங்களை நமக்கு நெருக்கமான வடிவில் வெளிப்படுத்துவதே. நாம் பல்வேறு கூறுகள் கொண்ட மொழியின் வழியாக நமது அன்றாட வாழ்வைக் கடக்கிறோம். நாவலின் பெரும் எழுச்சிக்குக் காரணமாக நான் கருதுவது மனித வாழ்வின் முழுமையைப் பிரிதிநிதித்துவப்படுத்துவதற்கான அதன் ஓயாத முயற்சியே. ஒட்டுமொத்த மனித வாழ்வா அல்லது குறிப்பிட்ட சமூக, கலாச்சார, அரசியல் நிலைமைகளா என்பது தனிப்பட்ட விவாதம்.

நாவலைப் பற்றிப் பேசத்துணியும் ஒருவர் தனக்கு முன்பே அம்மாபெரும் உரைநடைக் கலை வடிவத்தின் நீள, அகல, ஆழங்களை விவாதித்தவர்களின் குரல் தன்னைச் சூழ்ந்திருக்கும் காற்றில் கலந்திருப்பதைக் கேட்பார். இரட்டை முகம் கொண்ட ஜானுஸைப் போல ஒரு முகத்தை நாவலின் வரலாற்றை நோக்கியும், மற்றொன்றை அதன் எதிர்காலம் நோக்கியும் வைத்து உரையாடலாம். அல்லது பிரம்மாவின் கண்ணுக்குத் தெரிகின்ற

மூன்று முகங்களைப் போல சமகாலத்தையும் கருத்தில் கொண்டு, சில குறிப்பிடத்தக்க நாவல்களின் முக்கியத்துவம், அவற்றை வாசிப்பதின் அவசியம், போக்குகள் இவற்றை விவாதிக்கலாம். வரலாற்று நோக்கில் விவாதிப்பதற்கு தொடர்ந்த வாசிப்பு தேவைப்படும். எதிர்காலத்தை மிக எளிதாக நம்மால் பேசிவிட முடியும். நம்முடைய தனிப்பட்ட நிலைமையின் முன்னேற்றமும், ஒட்டுமொத்த வாழ்வின் சரிவுமாகவே நாம் எதிர்காலத்தை உணர்கிறோம். நாவலின் எதிர்காலத்தைப் பற்றி எனக்கு எந்த அக்கறையும் இல்லை. ஒருவேளை கலையின் நாவல் வடிவம் அதன் பயனை இழந்துவிட்டால், அது (தன்னைப்போல) உதிர்ந்துவிடுவதை நூறு நாவலாசிரியர்கள் மறுபிறப்பெடுத்து ஒரே மனிதராகப் பிறந்து பெரும் படைப்புகளைப் படைத்தாலும் தவிர்க்க முடியாது. எனினும் நாம் நம்மைச் சுற்றியிருக்கும் உலகமே நித்தியமாக நிலவ வேண்டுமென்ற ஆசை உடையவர்கள். இந்த ஆசை இல்லை என்றால் நம்மால் வாழ்வது கடினமாகிவிடும். ஆகவே எனது நித்தியத்துவத்தில் இயங்கும் நாவலை அதன் எதிர்காலத்தைப் பற்றிய கவலை இல்லாமல் பேசுவதையே விரும்புகிறேன்.

ஒரு கலை வடிவத்தை நான் ஏன் விழிப்புணர்வின் வெளிப்பாடு என அழைக்கிறேனென்றால், எல்லா வாழ்வனுபவமும் தனது காலடித்தடத்தை, எடையை, நிறங்களை மனித மனத்தில் விட்டுச்செல்கிறது. இதை எல்லோரும் உணர முடிந்தாலும் ஒருவகை மொழியற்ற தன்மையால் கடந்துசெல்பவர்களாக அல்லாமல் தமது நெருக்கடியை நன்றாக அறிந்து வெளிப்படுத்துவதையே விழிப்புணர்வு என்கிறேன். எதிர்மறை, நேர்மறை பொருள்களில் அல்லாமல் நமக்கு இருக்கும் வெளிப்படுத்தும் நெருக்கடியைச் சொல்கிறேன். அதை ஒரு வடிவில் வெளிப்படுத்த கைவரப்பெற்றவர்களை கலைஞர்கள் என்று அழைக்கிறோம். மெய்யியலாளர்கள், அறிவியலாளர்கள் வேறு வகை. உலகம் எவ்வளவு ஆழமானதோ விழிப்புணர்வு அவ்வளவு ஆழமானது. அரசியல், சமூக அமைப்பு, நிறுவனங்கள் இவை யாவற்றைக் காட்டிலும் கலை வடிவங்களில் ஒரு குறிபிட்ட காலகட்ட வாழ்வின் உள்ளோட்டம் வேகமாக வெளிப்படுகிறது. வரலாற்றிற்கு முந்தைய மனித வாழ்வை அகழ்வாய்வு, அறிவியல் கோட்பாடுகளின் வழியாக அறிய

முயல்வதைப் போல வரலாற்றிற்கு உட்பட்ட காலகட்டத்தை அறிவதற்கு நாவலும் முக்கியப் பங்காற்றுகிறது.

இலக்கியத்தின் உருவாக்கக் காலத்தில் (Formative years) வடிவ நேர்த்தியைப் பற்றிய கருத்துகள் தோன்றியிருக்கவில்லை. நாவலுக்கும் அப்படியொரு காலம் உண்டு எனினும் நாவல் வடிவத்தைப் பற்றி அதன் வகைமைகளைப் பற்றி ஏராளமாக விவாதிக்கப்பட்டுவிட்டது. பத்தொன்பதாம் நூற்றாண்டு ஆங்கில நாவலை நாற்பத்தி நான்கு வகைமைகளில் பிரிக்கிறார்கள். நாவல் வாசிப்பில் ஆழ ஊறிய நூற்றாண்டாக அதனையே சொல்வேன். உச்சபட்சமாக ஐரோப்பாவையே நாவல்களால் ஆன கண்டம் எனச் சொல்வார்கள். கம்பனுக்குப் பிறகு ஏன் ஒரு கம்பன் உருவாகவில்லை என்றால் கம்பன் வாழ்ந்த ஒரு சூழலைப் போன்ற ஒன்று பின்னர் எழவில்லை என்று பதில் சொல்வதே சாத்தியம். அதுவே இதிகாசங்களுக்கும் பொருந்தும்.

இதிகாசங்கள் இலக்கிய உருவாக்கக் காலத்தோடு பிரிக்க முடியாத ஒன்றாகப் பிணைந்து எழுந்தன. ஆனால் நாவல்களின் காலத்தில் உருவாக்கக் காலம் பின்சென்று இலக்கியத்திற்கு என்று ஒரு வரலாறு உருவாகிவிட்டது. எனினும் நாவல்களுக்கு, குறிப்பாக பெரும்படைப்புகளுக்கு இதிகாசங்களாக மாறும் உள்ளார்ந்த ஏக்கம் இருக்கிறது. ஒரு கவிதை மேற்கோளாக விரும்புவதைப் போல நாவல் தன் காலத்தின் இதிகாசமாக மாற விரும்புகிறது. நாவலின் கட்டமைப்பை எவ்வாறு புரிந்துகொள்ளலாம் என்பதற்கு *பக்தின்* எனும் இரஷ்யக் கோட்பாட்டாளரின் பகுப்புகளை அளிக்கிறேன்.

1. ஆசிரியரின் நேரடியான கலாப்பூர்வ-இலக்கியக் கதையாடல்.

2. அன்றாட வாய்மொழிக் கதையாடலின் பல்வேறு வடிவங்களை (பேச்சு வழக்குகள்) நயப்படுத்துதல் (Stylization).

3. இலக்கியத்தை ஒத்திருக்கும் (எழுதப்படும்) பல்வேறு வடிவங்களின் அன்றாடக் கதையாடலை (கடிதங்கள், நாட்குறிப்புகள்...) நயப்படுத்துதல்.

4. இலக்கிய வடிவமேயானாலும் ஆசிரியத்துவப் பேச்சை மீறிய கலை வடிவங்களைப் (அறம், மெய்யியல் அல்லது அறிவியல்

அறிவிக்கைகள், பேச்சுக்கலை, இனவரைவியல் விவரிப்புகள், நினைவுக்குறிப்பு போன்றவை) பயன்படுத்துதல்

5. கதாபாத்திரங்களின் நயப்படுத்தப்பட்ட தனித்துவமான பேச்சு.

இவை அனைத்தின் பல்வேறு ஒருங்கிணைவுகளை கலாப்பூர்வமாக அளிப்பதே நாவல் என்கிறார் பக்தின். பல்வேறு கதையாடல்களின், நயங்களின், கருத்துகளின் உள்ளார்ந்த ஒருங்கிணைவில் இருந்தே மாபெரும் நாவல் எழுகிறது. அது எதனைப் பேச வேண்டும் என்பது எழுதுபவரின் தனிப்பட்ட தேர்வும், விருப்பமும். அவ்வகையில் நாவலுக்கு பல்வேறு நோக்கங்கள் உண்டு. இதிகாசமாக ஆக விரும்பும் நாவலைப் போன்றே ஆவணமாக விரும்பும் எண்ணமும் நாவலுக்கு உண்டு. அதனைத் தனி வகையாக ஆவண-நாவல் என்று பிரிக்கிறார்கள். ஒரு நாவல் இலக்கியமாக அறியப்படுவதற்கு இலக்கியத்தன்மை என்பது என்னவென்ற அறிமுகம் தேவைப்படுகிறது. நாம் எதன் வழியாக நாவலைப் பார்க்கிறோம் என்பதைப் பொறுத்து நாவல் பல்வேறு விதமான வாசிப்பின் சாத்தியங்களை அதனுள்ளே இயங்கும் பல்வேறு தனித்த கூறுகள் அளிக்கின்றன. இலக்கியத்தன்மை என்னவென்று அறிவதற்காக நாவலின் வரலாற்றைப் போலவே கோட்பாடுகளின் வரலாற்றையும் அறிவது அவசியமானது. மெய்யியல் கோட்பாடுகளின் அடிப்படையிலும் நாவலை அணுகலாம்.

மேற்கத்திய மரபில் நாவலை ஏனைய அறிவுப் புலங்களோடு இணைத்துப் பார்க்கும் வழக்கம் இன்றளவும் தொடர்கிறது. நாவலின் பேரணி வெகுதூரம் கடந்துசென்ற பின்பும், அதன் எதிரொலிப்பைப் போல நம்மிடையே புதிய நாவல்கள் எழுதப்படுகின்றன. தற்கால நாவல் அதன் காலத்தின் மீது செல்வாக்கு செலுத்த முடியாத தோற்றமுடையதாகவே அறியப்படுகிறது. சினிமாவிற்கும் நாவலுக்குமான தொடர்பைப் பேசும் அமெரிக்க நாவலாசிரியர் டான் டெலிலோ இறந்து போவதென்றால் நாவலும் சினிமாவும் ஒன்றாகவே இறந்துபோகும் என்கிறார். எனினும் காம அனுபவம் அனைத்துக் கலை அனுபவங்களையும் பதிலீடு செய்ய முனைவதாகவே நான் கருதுகிறேன். ஓயாத தொடர்பாடல் (Communication), செய்திகள், காட்சிகளின் எல்லையற்ற பெருக்கத்தில் உடலாக இணைந்து

பெறும் அனுபவத்திற்கு ஈடாக நாம் தொடர்பாடலில் ஒன்று கலந்திருக்கிறோம். செய்திகளின் கூட்டுக்கலவியில் (Orgy of Messages) நம்மைக் கரைத்துக்கொள்ளும் காலகட்டத்தில் தனிப்பட்ட தொடர்பாடலில் நாம் நம்மை இணைக்கும் நாவல் தரும் அனுபவம் ஒருவகையில் அன்றாடத்தினின்று விலகிச்செய்யும் ஒரு தேர்வாக இருக்கிறது. பாத யாத்திரை செல்லுதல், நோன்பிருத்தல் போன்ற ஒரு செயலே தற்காலத்தில் நாவலை வாசிப்பதும். வாசிப்பு ஒடுக்கப்படும் சமூகங்கள் அல்லாதவற்றில் நாவலின் புரட்சிகர ஆற்றல் தீர்ந்துபோய் விட்டதாகவே கருதுகிறேன். பத்தொன்பதாம் நூற்றாண்டில் பாலியலை சற்றேனும் விவரிக்க முனைந்தால் அதன் அதிர்ச்சியைத் தாங்க முடியாத அளவிற்கே சமூகம் நிலவியது. ஆனால் நாவல் தன்னை வெளிப்படுத்தும் சுதந்திரத்தை மற்ற சமூக சுதந்திரங்களோடு சேர்ந்தே பெற்றது. ஒருவகையில் நாவல் அடைந்த சுதந்திரம் நாம் பெற்றிருக்கும் சுதந்திரங்களின் தொகுப்பாகவும் தெரிகிறது. சுதந்திர வாசிப்பை ஒடுக்கும் சமூகங்களில் நாவல் இன்றளவும் தனக்குள்ளாக எதிர்ப்புத்தன்மையை கைவிடாது இருக்கிறது. இசை, ஓவியம் உட்பட எதுவொன்றும் உருவாக்க முடியாத எதிர்ப்புணர்வை நாவல் எழுப்பிவிட முடியும். அதனாலேயே தொடர் கண்காணிப்பிற்கும் தணிக்கைக்கும் நாவல் உட்படுவது தொடர்கிறது. நாவலைக் கண்ணாடி என்பார் சார்த்தர். வாசிப்பதை கண்ணாடியில் குதிப்பது எனவும், ஒரு புதிய எதார்த்தத்தில் தன்னை நுழைத்துக்கொள்வது என்றும் சொல்கிறார். ஒரு படைப்பு நம்முடைய எதார்த்தத்தை வெளிப்படுத்துகிறதா என்பதைக் காண்பது ஒரு முறை. அதே சமயம் ஒரு படைப்பு உருவாக்க முனையும் எதார்த்தத்தில் நம்மை இருத்தி அதைப் புரிந்துகொள்வது மற்றொரு முறை. கலைப்படைப்பு பல்வேறு புறக்காரணிகளோடு தொடர்புடையதாக இருந்தாலும் தன்னளவில் தனித்த இருப்பையும் கொண்டிருக்கிறது. அதன் இருப்பு உருவாக்கும் பொருளை அறிய முனைவதையே நான் வாசிப்பு என்று அழைக்க விரும்புகிறேன். முன்பே சொன்னதைப் போல நாம் வெளிப்படுத்த முடியாமல் அமைதியாகக் கடந்துவிடுகின்றவற்றின் பொருளை அறிதல் எனவும் சொல்கிறேன். அந்த விதத்தில் தனித்த இருப்பைக் கொண்ட நாவல் ஒட்டுமொத்த இருப்போடு ஒன்றுகலந்து பிரிக்க முடியாததாக மாறிவிடுகிறது. மாபெரும்

நாவல்கள் என நாம் அழைக்கும் அனைத்துப் படைப்புகளும் அவை வெளிவந்த காலத்திலும் அல்லது பிறகேனும் ஒரு பொருளை உற்பத்தி செய்யும் ஆற்றலைப் பெற்றிருக்கின்றன.

இந்தியக் கம்பெனிகள் சட்டம், கம்பெனிகளை சட்டப்பூர்வமாக உருவாக்கப்பட்ட செயற்கை மனிதன் என்று வரையறுக்கிறது. நாவலை நாம் அவ்வாறு அழைக்கலாம். உரைநடையின் வழியாக உருவாக்கப்படும் ஒரு செயற்கை மனிதர் நாவல் பிரதிபலிக்கும் ஒரு பொருளாக இல்லாமல் தன்னுள் அனைத்தும் நிகழ்கிற மனிதராகவும் உள்ளார். நாவல் பிறந்து, வளர்ந்து, முதிர்ந்து நிற்கிறது. யாரெல்லாம் அதனைப் பொருட்படுத்தி வாசிக்கிறார்கள்? சந்தேகமே இல்லாமல் அப்படி ஒன்று இருப்பதை அறிந்த வாசகர்களே. அவருடைய நோக்கம் என்ன? வாசிப்பு வெறும் பழக்கத்தின் தொடர்ச்சி மட்டும்தானா? நாவல் நம்முடைய Cache Memoryயா?. நாவல் வாசிப்பவர்கள் கெட்டுப்போவார்கள் எனச் சொல்பவர்கள் நம்மிடையே இருந்தனர், இருக்கின்றனர். முக்கியமாக நாவல் படிக்கும் பெண்கள். சினிமாவையும் இன்றளவும் இவ்வாறு விமர்சிக்கிறோம். இதிகாசங்களைப் படித்தால் கெட்டுப்போவார்கள் என்று யாரும் சொல்வதில்லை. ஒருவகையில் கலை நுகர்வு என்பதே உற்பத்திக்கு எதிராகப் பார்க்கப்படுகிறது. வாசிப்பை நான் செயலூக்கமிக்க தொடர் உற்பத்தியில் (Relentless Production) இருந்து நாம் எடுத்துக்கொள்ளும் ஓய்வு என்கிறேன். உற்பத்தி என்பது பொருட்கள், காணொளி, சிந்தனை, மதிப்பு, பொருள் இவை அனைத்தையும் உள்ளடக்கியதே. செயலூக்கமிக்க வாழ்வின் முழுமையை (an active totality of life) நம்மால் எளிதில் புரிந்துகொள்ள முடியாது. மேற்சொன்ன அனைத்துக் கூறுகளின் உள்வடிவங்களை, புலப்படாத இணைப்பை ஒரு கதையாடலின் வழியாக அறிய முனைகின்ற முயற்சியே நாவல் வாசிப்பு. வெறும் பிரதிபலிப்பைக் காண்பதல்ல, அகப்பரப்பின் துடிப்பை அறிதல்.

நல்ல வாசகரை நான் உடல்நல அறிக்கையைப் புரிந்துகொள்ளும் அறிவு உடையவரைப் போன்றவர் எனக் கருதுகிறேன். வாசிப்பவர் மற்றவர்களைக் காட்டிலும் சிறப்பான அறிவைப் பெற்றிருக்கிறார் என்பதும், பின்னவர்களைக் காட்டிலும் மேம்பட்டவர் என்று

பொருள்கொள்ளக் கூடாது. ஒரு தனிச்சிறப்பான மொழியைப் புரிந்துகொள்வதற்குத் தேவையான அறிவைப் பெற்றவர் என்றே சொல்கிறேன். ஒரு நல்ல வாசகர் நாவலின் தனிச்சிறப்பான கூறுகளை அறியமுடிகிற ஒருவராக தேர்ச்சி அடைவது அதனைப் புரிந்துகொள்வதற்கும் தேவையானது. ஒருவகையில் ஆழத்திற்கான ஏக்கமே நம்மை வாசிப்போடு இன்னும் தொடர்புடையவர்களாக வைத்திருக்கிறது. இந்த ஏக்கத்தைத் தணிக்க விரும்புகிறவர்கள் பெரும் நாவல்களை நாடுகிறார்கள். பிரதிபலிக்கும் தன்மையைத் தாண்டி காதலைப் போல நாவலும் தொந்தரவூட்டும் தன்மையும் அதனை மட்டுப்படுத்தும் தன்மையும் பெற்றிருக்கிறது. காதலைத் தவிர்க்க முடியாததைப் போல நாவலையும் தவிர்க்க முடியாமல் இருந்த பொற்காலத்தை நினைத்துக்கொள்கிறேன். அப்படியொரு இழந்த பொற்காலத்திற்கு சென்று திரும்புகிறவனாகவே நான் நாவலை வாசிக்கும்போது உணர்கிறேன். நீரடிப் பயணத்தைப் போல.

வாய்மொழி வடிவம் இயங்காற்றலும் நிகழ்த்துதலுக்குமான வாய்ப்பும் கொண்டது. எழுத்து வடிவம் நிலைத்த தன்மையை உடையது. உரையாசிரியர்களைப் போல நிலைத்த தன்மை உடைய நாவலுக்கு பல்வேறு கோட்பாட்டாளர்கள் உரை எழுதி இருக்கிறார்கள். அனைத்துக் கலைப்படைப்புகளும் கனவைப் போலவும், கோட்பாட்டாளர்கள் கனவுகளை விளக்குபவர்களாகவும் இருக்கின்றனர். ஒரு கனவை நம்மால் விளங்கிக்கொள்ள முடியாது போனாலும் கனவைக் காண்பதற்கு அது ஒரு தடையல்ல. கோட்பாடு படைப்பை அணுகுவதற்குத் துணையாக இருக்கும் முறைமை. அதனைத் துணையாகக் கொள்வதும் ஒதுக்குவதும் தனிப்பட்ட ஒருவருடைய தேர்வு. எனினும் இலக்கியத்தின் மாணவர்களாகத் தங்களைக் கருதிக்கொள்கிறவர்கள் விளக்கவுரை ஆசிரியர்கள் வசிக்கும் தெருக்களில் நடப்பது நன்மை தரக்கூடியதே.

நாவலின் வகைமைகளை நாம் அதன் இயக்கமாகக் கருதக்கூடாது. எல்லா மனிதர்களின் எலும்புகள் ஒன்றுபோலவே அமைக்கப்பட்டுள்ளன எனினும் உருவங்கள் வேறானவை என்பதைப் போலவே நாவலின் வகைமைகள் அடிப்படைக் கட்டமைப்பில் அமைக்கப்பெற்ற உருவங்கள். நாற்பத்தி

நான்கு வகைமைகளின் பட்டியல் ஒன்றை ஒரு புத்தகத்தில் பார்த்தேன். அன்னெலெஸ் பள்ளியைச் சேர்ந்த வரலாற்றாளர் ஃபெர்னான்ட் புரவுடெல் (Fernand Braudel) வழமையான வரலாற்று எழுத்து முறைக்கும், சமூக, பொருளாதாரக் கூறுகளை உள்ளடக்கிய வரலாற்று எழுத்து முறைக்குமான வேறுபாட்டை விவாதிக்கையில், மூன்று பிரிவுகளை முன்வைக்கிறார். நிகழ்வு, சுழற்சி மற்றும் நெடுங்காலம். நாவலின் வரலாற்றை நம்மால் இம்மூன்று பிரிவுகளின் வழியாகவும் அறியலாம். தமிழ் நாவலை மட்டும் கருத்தில் கொண்டால் முதல் நாவலான பிரதாப முதலியார் சரித்திரம் ஒரு நிகழ்வு. முதல்கட்ட நாவல்களின் வகைமையைக் கொண்டு அவற்றை சீர்திருத்த நாவல்கள் என்று அழைத்தால் அவ்வகை நாவல்களுக்கு என்று ஒரு சுழற்சி இருந்தது. நம்மிடையே ஐரோப்பியர்களைப் போல நீண்ட நாவல் வரலாறு இல்லை என்றாலும் அவ்வப்போது மேலெழுந்து, பின்னகர்கிற நாவல் வகைமைகளும் நம்மிடையே உண்டு. எடுத்துக்காட்டாக துப்பறியும் நாவல்கள். அவை இன்றளவும் எழுதப்படுகிற போதும் அதன் சுழற்சியை இழந்துவிட்டதாகவே கருதுகிறேன். இலக்கியப் படைப்பு ஒன்றும்கூட துப்பறியும் நாவல்களின் கட்டமைப்பை எடுத்தாளலாம். தமிழ் நாவலின் நெடுங்காலத்தை நம்மால் சரிவர விவாதிக்க முடியுமா என்று எனக்குத் தெரியவில்லை. எனினும் ஒருசேர வரலாற்றையும் நாவலையும் அணுகும் விதம் பற்றிய அறிமுகமாகவே இங்கே இப்பிரிவுகளைச் சொல்கிறேன்.

நாவல் இறந்துவிட்டதா? பலரும் நாவல் இறந்துவிட்டது எனச் சொல்கிறார்கள். இதன் பொருளாக நான் புரிந்துகொள்வது முன்காலத்தைப் போல உயிர்ப்புமிக்க ஓர் இடையீட்டை நாவல் சமூகத்தில் உருவாக்க முடியாது என்பதுவே. ஆயினும் இன்றளவும் ஏராளமான நாவல்கள் எழுதப்படுகின்றன, வாசிக்கப்படுகின்றன. நாவல் இறந்துவிட்டது என நாம் ஒப்புக்கொண்டால் தற்போது எழுதப்படும் நாவல்களை மாந்திரீகத்தால் எழுப்பப்படும் உயிரற்றவர்கள் என்றே பார்க்க முடியும். வூடு சடங்கைப் போல ஆகிவிடுகிறது நாவல். எனினும் என்னுடைய நித்தியத்துவத்தில் உயிர்ப்பு மிக்கதாக இருக்கும் நாவலை தற்காலப் போக்கிற்கு உடன்பட்டு இறந்துவிட்டதாகச் சொல்வதற்கு அவசரப்பட மாட்டேன். என்னுடைய நித்தியத்துவத்தின் ஓர் அங்கத்தை

இழப்பதென்பது நித்தியத்துவத்தையே இழப்பதற்கு தயாராவதைப் போன்றதே என்பதால் இன்றளவும் பழங்காலத்தைச் சேர்ந்தவனாகக் கருதப்பட்டாலும் என்னுடைய கப்பலில் நிறைத்திருக்கும் பெட்டிகளில் நாவலை வைத்திருக்கும் பெட்டியின்மீது தனி அக்கறையும் கவனமும் கொள்கிறேன். எனது காலத்தைச் சேர்ந்தவர்கள் கரையொதுங்க விரும்பாத கடற்கரையில், அவர்களின் தூரநோக்கியின் சிறுவளையத்தில் நான் நிற்பதைப் பார்த்தும் கையசைக்காமல் கடந்துசெல்பவர்களைப் பற்றிய கவலை இல்லாமல், ஒரு தீவில் திரிகிறேன்.

நாவல் ஒரு தீவு. என்னைப் போலவே தங்களது தனித்தனி தீவுகளில் வசிக்கும் மனிதர்கள் ஒவ்வொரு வரியாக மற்றொருவரை வாசிக்கிறார்கள்.

(எழுத்தாளர் பா. வெங்கடேசன் அவர்களது புரவி இலக்கிய வட்டம் ஏற்காட்டில் ஒழுங்கமைத்திருந்த கூட்டத்தில் வாசிக்கப்பட்ட கட்டுரை)

அசோகமித்திரனுக்கு துப்பறிவாளர்களைப் பிடிக்காது

Though the objects themselves may be painful, we delight to view the most realistic representations of them in art, the forms, for example, of the lowest animlas and dead bodies

Aristotle, *Poetics*

1

நாம் எல்லோரும் ஒரு தேர்ந்த துப்பறிவாளரை நம்மிடம் குறைவாகவே உள்ள அல்லது முற்றிலும் இல்லாத, ஆனால் நம்மால் சிறந்தவை என்று கருதப்படக்கூடிய பண்புகளான புத்திக்கூர்மை, நினைவாற்றல், அறிவுக்கூறு, தர்க்கத்திறன், அறிந்துகொள்ளும் ஆர்வம், விந்தையான பழக்க வழக்கங்கள், தனிச்சிறப்பான முறைமைகள் ஆகிய இவற்றை ஒருசேரக் கொண்டிருக்கும் துப்பறிவாளரின் மீது, அன்றாட வாழ்வின் சராசரித்தனத்தினால் இயல்பாகவே ஒளிமங்கிப் போயிருக்கும் நாம், பங்குச்சந்தை முதலீட்டாளர்கள், கிரிக்கெட் சூதாட்டக்காரர்களைப் போல அல்லாமல், மோசமாக எழுதப்பட்ட அல்லது மோசமாக படமாக்கப்பட்ட துப்பறியும் கதைகளிலும் கூட தோல்வியைச் சந்தித்திராத ஒரு தேர்ந்த துப்பறிவாளரின் மீது நம்மையும் அறியாமல் மையலுற்று, அவ்வாறு மையலுறுவதற்கான எல்லாத்

தகுதிகளும் அவருக்கு உண்டென்று ஒருமனதாகக் கருதியே இன்றளவிலும் ஒரு துப்பறிவாளரைக் கண்டால் நம்மில் நம்பிக்கையும் ஆவலும் ஒருசேர எழுவதை உணர்கிறோம்.

பெரும்பாலும் குடும்பமற்ற தனியர்களான துப்பறிவாளர்கள் சிறிய தோல்விகளால் துவண்டுவிடக் கூடிய நம்மைப்போல் அல்லாமல் பெரும் சவால்களின் முன்னும் நம்பிக்கையுடனும், நடுங்காத நிதானத்துடனும், தனது அலுவலக அறையின் அல்லது வீட்டின் அழைப்பு மணி ஒலிப்பதற்கோ அல்லது தொலைபேசி (என்னிடம் செல்பேசியைப் பயன்படுத்தும் துப்பறிவாளர்களைப் பற்றி தகவல்கள் ஏதுமில்லை) ஒலிப்பதற்கோ காத்திருக்கிறார்கள். ஒருநாளில் மருத்துவர்களை விடவும் பிரித்தானிய துப்பறிவாளர்களைச் சந்திக்க வரும் பிரச்சனையுள்ளவர்கள் அதிகமாக இருந்த காலத்தில் துப்பறிவாளர்கள் அவர்களது பொற்காலத்தில் வாழ்ந்தார்கள். இன்றும் உலகின் நான்கு திசைக் குற்றங்களையும் துப்பறிகிறவர்களாக அவர்கள் இருப்பினும் ஒரு பழைய தொடர்பின் காரணமாகவே பார்த்த திரைப்படங்களை மீண்டும் பார்க்கிறவர்களைப் போல சமகால துப்பறியும் கதைகளை வாசிக்கிறோம். அரக்கர்களில், குள்ளர்களில், கல்லாகவும், [illegible]களாகவும் போகக்கடவதென்று சபிக்கப்பட்ட மனிதர்களின் மீது நாம் வசீகரம் இழந்திருந்தாலும் துப்பறிவாளர்களுக்கு சிறிதளவேனும் நமது கருணையின் பங்கை வழங்கியிருக்கிறோம்.

ஓய்வு நேரத்தை வாழ்வின் பயங்கரங்களைச் சிந்தித்து உள்ளம் தளர்வடையாமல் நமது கவனத்தை வேறுபக்கம் திசை திருப்பவே புதிர்கள், விடுகதைகள், எண் விளையாட்டுகள், குறுக்கெழுத்துப் போட்டிகளில் நேரத்தைக் கரைக்கிறோம் என்கிறார் துப்பறியும் புனைவின் புகழ் பெற்ற எழுத்தாளர்களில் ஒருவரான *டோரதி எல் செயெர்ஸ்* [1]. ஆயினும் தமது ஓய்வுநேரத்தை துப்பறியும் கதைகளை வாசிப்பதில் செலவழிக்கும் ஒரு வாசகரை நாம் வளர்ச்சி குன்றிய ஒருவர் என்றே மதிப்பிடுகிறோம். மலினமான இரசனை உள்ள இரண்டாம் நிலை வாசகர் என்றும் வாழ்வின் உண்மைகளின் மீது கவனமற்ற, குற்றங்களின் மீது அசட்டுக் கிளுகிளுப்பூட்டும், புறப்பரப்பில் மிதக்கும் (*Supernatant*) படைப்புகளே துப்பறியும் கதைகள் என்றும் நாம் கருதப் பழகியிருக்கிறோம். துப்பறியும் கதைகளை தற்காக்கும் பொருட்டு

ஜி.கெ.செஸ்டர்டன் எழுதிய கட்டுரை ஒன்றில், நவீன வாழ்வின் கவித்துவ உணர்வுகள் சிலவற்றை வெளிப்படுத்தக்கூடிய ஒரே வெகுமக்கள் இலக்கியம் துப்பறியும் கதைகள் என்கிறார் [2]. உலகின் மாபெரும் இதிகாசங்கள், காவியங்கள், இலக்கியங்கள் 'குற்றத்திலிருந்து' நீங்கியவையா?. நாவல்களின் வரலாறே அவை எழுதப்பட்ட காலகட்டங்களின் 'பரபரப்பில்' நிலைத்திருக்கிறது.

புதிர்க்கதைகள் (Puzzles), புதிர்நிலைக் கதைகள் (Mystery), குற்றக் கதைகள், பகுப்பாய்வுக் கதைகள் (Analysis) ஆகியவற்றிற்கு நெருக்கமாகச் செல்பவை துப்பறியும் கதைகள் என்கிறார் ஹோவர்ட் ஹேகிராஃப்ட் [3]. உங்கள் முன்னே இரு தேர்வுகள் உள்ளன. ஒன்று செஸ்டர்டன் சொன்னதை ஏற்பது அல்லது முந்தைய கருத்திலே உறுதியாக நிற்பது. எவ்வாறாயினும் துப்பறியும் புனைவுகள் தோன்றி இன்றும் லிபி உடைய ஒவ்வொரு மொழியிலும் எழுதப்படுவதற்கும், வாசிப்பிற்கும் உள்ளாகின்றன.

சமகால வாழ்வின் கவித்துவ உணர்வுகளை நம்மால் எளிதாக அடையாளம் காணவும், வாழ்வனுபவம், சிந்தித்துப் பெறுவதைப் போல முற்றுப்பெற்றதாக இல்லாதபோது நம்மால் அந்த அனுபவத்தை முழுமையாக விவரிக்கவும் முடியுமா? ஒரு மீனால் தண்ணீரை விவரிக்க முடியுமா? அவ்வாறு முயன்றாலும் அதன் முழுமையை நம்மால் அறிய முடியாதென்று நினைக்கிறேன்.

2

உலகின் முதல் துப்பறிவாளர் யாரென்று பல பெயர்கள் முன்வைக்கப்படுகின்றன எனினும் *எட்கர் ஆலன் போவின்* கற்பனையில் உதித்த பிரெஞ்சுக்காரனான *ஒகுஸ்த் டியுபே* என்பவனையே இலக்கிய வரலாற்றாளர்கள் முழுமையான ஒரு துப்பறிவாளன் என ஏற்கின்றனர். வாழ்வின் புதிர்களைத் தேடுவதும் விடை காண்பதும் எல்லா செவ்வியல் இலக்கியங்களிலும் உண்டு என்றாலும் துப்பறியும் கதைகளின் கூறுகளை நாம் நாட்டார் கதைகளில், *ஆயிரத்தோரு இரவுகளிலும்* காணலாம். 1841ஆம் ஆண்டு தான் ஆசிரியராக இருந்த இதழின் விற்பனையை அதிகரிக்கும் பொருட்டு *'பிணவறை வீதியில் நடந்த கொலைகள்'* எனும் விநோதமான கதையை எழுதினார். அக்கதையின்

விநோதத்திற்கும் புதுமைக்கும் காரணம் கொலைகள் அல்ல, அக்கதையில் தோன்றிய துப்பறிவாளன் மட்டுமே.

போ, தான் பைத்தியம் ஆவதைத் தவிர்க்கவே துப்பறியும் கதைகள் எழுதினார் என்கிறார் *ஜோசப் வுட் கிரட்ச்* (இது எல்லாக் கலைஞர்களுக்கும், எழுத்தாளர்களுக்கும் பொருந்தக்கூடிய கூற்று). ***ஆப்ரகாம் லிங்கன்*** எட்கர் ஆலன் போவின் வாசகர் என்பதோடு மட்டுமல்ல தர்க்கரீதியாகவும் முழுமையானதாகவும் உள்ள அவரது கதைகளின் மீதான தனது வியப்பையும் வெளிப்படுத்தியிருக்கிறார்[4].

கொலை, கொள்ளை, வன்புணர்வு, திருட்டு, பிள்ளைக்கடத்தல், விபச்சாரம், நிதி மோசடிகள், பெற்றோரை, சகோதரர்களைக் கொல்லுதல் (கெய்ன் & ஏபெல்) போன்ற குற்றங்களின் வேர் பரவியிருக்காத ஒரு பேரிலக்கியத்தையும் நம்மால் சொல்லிவிட முடிவதில்லை. பதினெட்டாம் நூற்றாண்டின் நாவல்கள், அதற்கு முந்தைய நூற்றாண்டுகளின் நாடகங்கள், நாட்டுப்பாடல்கள் (Ballad) பாலியல் குற்றங்களோடு, இயற்கைக்கு மீறிய ஆற்றல்கள் ஒன்றிணையும் கோதிக் படைப்புகளால் நெடுங்காலமாக வாசகர்கள் 'குற்றத்திற்குப்' பழகியிருந்தனர். நம் ஊரின் பதிப்பு வரலாற்றில் 'பெரிய எழுத்துப் புத்தகங்களின்' வருகையையும் அதனோடு சேர்க்கலாம். உண்மைக் குற்றங்கள், குற்றவாளிகள் குறித்து படைப்புகள் வெளிவந்தன. குற்றங்கள் சமகாலத்தவர்களை நடுங்கச் செய்தால், குற்றப் படைப்புகள் எதிர்காலச் சந்ததியினரை நடுங்கச் செய்வதற்காகப் படைக்கப்பட்டன. முழுமையான குற்றம் எதுவென்றும், யார் கச்சிதமான குற்றவாளி என விவாதிக்கும் பென் ரே ரெட்மேனின் *'முழுமையான குற்றம்'* கதையை வாசிக்கவும்.

ஒகுஸ்த் டியுபேவிற்கு நெருக்கமாகக் காட்டப்படும் மற்றொரு துப்பறிவாளர் – அவர் அப்பெயரைத் தாங்கியிருக்காவிட்டாலும் – வால்டேரின் ஜெடிக் (Zedig). இக்கட்டுரையின் பொருட்டு வாசிக்கப்பட்ட படைப்புகளில் அதுவும் ஒன்று. அரசி, அரசனுடைய காணாமல் போகும் பெட்டை நாய் மற்றும் குதிரையின் காலடித்தடத்தைக் கொண்டே அவற்றின் பண்புக்கூறுகளைச் சொல்லிவிடக் கூடிய ஜெடிக், ஒரு துப்பறிவாளனுக்கு அருகில் வந்தாலும், கதையின் பிந்தைய பகுதிகளில் சாலமன் அரசனுக்கும்,

தெனாலிராமனுக்கும் நெருக்கமாகச் சென்று விடுகிறான். உம்பர்த்தோ ஈகோவின் '*ரோஜாவின் பெயர்*' நாவலில் குதிரையின் குளம்படித்தடத்தை விவரிக்கும் பாஸ்கர்வில்லைச் சேர்ந்த வில்லியமாக இருபதாம் நூற்றாண்டின் ஒரு குறியியல் நாவலில் மறுபிறப்பெடுத்தான் ஜெடிக். எனினும் துப்பறியும் கதைகளின் பொற்காலம் பிரிட்டனில் *சர் ஆர்தர் கனான் டாய்லால்* பரந்த கவனம், வாசிப்பு, விற்பனையைப் பெற்றது.

அதற்கு முன்பே வில்கி காலின்சின் '*மூன்ஸ்டோன்*', சார்லஸ் டிக்கன்ஸின் '*பிளீக் ஹவுஸ்*' நாவல்கள் வெளிவந்து கவனத்தைப் பெற்றிருந்தாலும், ஷெர்லாக் ஹோம்ஸின் வருகை துப்பறியும் கதைகளை விண்ணுக்கு உயர்த்தியது (விற்பனையிலும் கூட).

பதினெட்டாம் நூற்றாண்டின் குற்ற நாவல்களில் குற்றவாளிகள் ஒன்று தாமாகவே குற்றத்தை ஒப்புக்கொள்வார்கள் அல்லது உளவாளிகளால் காட்டிக் கொடுக்கப்படுவர். இலண்டனின் 'நியுகேட்' சிறைச்சாலைக்கு குற்ற நாவல்களின் பெருக்கத்தில் ஒரு சிறிய பங்குண்டு. எழுநூறு ஆண்டுகள் இயங்கிய அச்சிறைச்சாலையில் *டேனியல் டெஃபோ, ஆஸ்கர் ஓயில்ட்* ஆகியோரும் அடைபட்டிருக்கின்றனர். டெஃபோவின் நாவல்களான '*மால்பிளாண்டர்ஸ்*', '*ரொக்ஸானா*' ஆகியவை குற்றத்தில் ஈடுபடும் பெண்களை மையமாகக் கொண்டவை. ஒருவகையில் அக்காலகட்டத்தின் சமூக நிலைமைகளை எழுதுவதற்கு குற்றக்கதைகள் உதவியிருக்கின்றன. அதே சமயம் அவை குற்றமிழைப்பவர்களின் உளவியல் கூறுகளை விவாதிப்பவையும் கூட. தஸ்தயேவ்ஸ்கியின் '*குற்றமும் தண்டனையும்*' இத்தன்மை உடையதே. சட்டத்திற்கு வெளியே ஒரு குற்றவாளியின் உளவியல் மாற்றத்தையும், குற்றம் அவனது ஆளுமையில் உருவாக்கும் இருளையும் விவாதிக்கின்ற படைப்பு. ஆனால் துப்பறியும் கதைகள் குற்றமிழைப்பவரின் ஆளுமைப் பண்புகளில் கவனம் செலுத்தினாலும் உளமாற்றத்தில் அக்கறையில்லாதவை. ஒரு துப்பறிவாளர் குற்றவாளியைக் கண்டுபிடித்து சட்டத்தின்முன் நிறுத்துவாரே ஒழிய, தேவாலயத்தில் சிலுவையின்முன் அல்ல. இவ்வகையில் துப்பறியும் கதைகள் நடைமுறை வாழ்க்கைக்கு நெருக்கமானவை.

சட்டத்தின் ஆட்சி, சாகசங்கள் மீதான பிரித்தானியர்களின் விநோதமான நுகர்ச்சி வேட்கையே அங்கே துப்பறியும் கதைகள் பெருகக் காரணம் என்கிறார் *போர்ஹேஸ்* [5] . அப்போதைய இலண்டன் காலனிய மக்களால், ஐரோப்பியாவிலிருந்து நாடு கடத்தப்பட்டவர்களால், புரட்சியாளர்களால், அராஜகவாதிகளால், பொருள்தேடி இடம்பெயர்ந்தவர்கள் என 'அந்நியர்களால்' நிரம்பியது. நகரமயமாக்கல், வறுமையும் நோயும் மிகுந்த தொழிலாளர்கள், புதிதாக உருவான வருவாய்ப் பாகுபாடு, வர்க்கப் பார்வை, கையெறிக் குண்டு வீச்சுகள் என இலண்டன் ஒரு புதிய சமூக அமைப்பிற்குள் நுழைய உயிருக்கும் உடைமைகளுக்கும் பாதுகாப்பு முக்கியத்துவம் பெற்றது. குறிப்பாக பிரித்தானியர்களுக்கு அந்நியர்களிடமிருந்து. உருவாகியிருந்த சிக்கலான இச்சமூக நிலையை துப்பறியும் கதைகள் மிகப் பொருத்தமாக வெளிப்படுத்தின. ஒரு பாதிரியாரும், துப்பறியும் கதைகள் எழுதியவருமான *ரொனால்ட் (க்)னாக்ஸி*ன் புகழ்பெற்ற பத்துக்கட்டளைகளில் ஐந்தாவது, *'ஒரு சீனரும் கதையில் தோன்றக்கூடாது*'[6].

அதே சமயம் சட்டம், நீதித்துறை நவீனமடைய, சித்ரவதை, ஒப்புதல் வாக்குமூலம் இவற்றின் மூலம் ஒரு குற்றத்தை ஒப்புக்கொள்ளச் செய்தல் போன்றவை பழமைவாத முறைமைகளாகின. 'சாட்சியம்', 'தர்க்கபூர்வ விளக்கம்' ஆகியவை முன்னெழுந்தன. நீதி பரிபாலனத்தில் அறிவியலும், குறிப்பாக உளவியல் மருத்துவமும் கூட்டிணைவாக்கப்பட்டன (Incorporate). துப்பறியும் கதைகள் நவீனக் காவல் மற்றும் நீதித்துறையின் தோற்றம் மற்றும் அறிவியல் உளப்பாங்கின் (temperament) வழித்தோன்றல்.

துப்பறியும் கதைகள் ஒருவகையில் அறிவியல் மீதான ரொமாண்டிஸத்திற்கு மறைமுகப் பங்காற்றியிருக்கின்றன. அறிவியல் இதழ்களும், துப்பறியும் கதைகளைத் தாங்கிய இதழ்களும் ஒரே சமயத்தில் பல்கிப்பெருகி வெகுமக்களிடம் அறிவியல் உளப்பான்மையை வளர்த்ததும் ஒரே காலகட்டத்தில்தான்.

சர் இராபர்ட் பீல் அவர்களால் உருவாக்கப்பட்ட *'இலண்டன் மெட்ரோபாலிட்டன் போலீஸ் ஃபோர்ஸ்'* அமைப்பில் துப்பறிவாளர் எனும் பதவிப்பெயர் உருவாக்கப்பட்டது. எனினும் புனைவில் ஒரு பெண் துப்பறிவாளர் தோன்றி (திருமதி பாஸ்சல்

– 1861) ஐம்பத்தைந்து ஆண்டுகள் கழித்தே அவ்வமைப்பில் பெண் துப்பறிவாளர் பதவி உருவாக்கப்பட்டது. *பாதிரியார் பிரௌவ்ன்* (ஜி.கெ. செஸ்டர்டன்), *பெயரில்லாத கிழவர்* (பரோனெஸ் ஓர்க்ஸி), பேராசிரியர் *'சிந்திக்கும் இயந்திரம்'* (ஜாக் ஃபுட்ரெல்), திருடனும் துப்பறிவாளனுமான *அர்சென் லுபின்* (மௌரிஸ் லெப்லாங்க்) என விதவிதமான பின்புலமுள்ள துப்பறிவாளர்கள் தோன்றினர். ஆயினும் *221 B* பேக்கர் வீதியில் வசித்த ஷெர்லாக் ஹோம்ஸின் உலகமயமாகிய புகழுக்கு நிகராக வேறு ஒரு துப்பறிவாளரைக் காட்ட முடியாது. அகதா கிறிஸ்டி சித்தரித்த ஐந்து துப்பறிவாளர்களில் *ஹெர்கியுல் பொய்ரோட்டை* அடுத்ததாகச் சொல்லாம் என்றாலும் துப்பறிவாளர் கடவுட்தொகுப்பில் (Pantheon) ஹோம்ஸ், கிரேக்க ஜியஸிற்கு நிகரானவராகத் திகழ்கிறார்.

காவல்துறையின் போதாமையிலிருந்தும் ஒரு துப்பறிவாளர் உருவாகிறார். பெரும்பாலும் காவல்துறை மையக்குவிமுக ஆட்சிமுறையாலும் (Bureacracy), ஊழலாலும், வன்முறையாலும், விதிமுறைகளாலும் கட்டுப்படுத்தப்பட்டிருப்பதால் இவை எதுவுமே இல்லாத ஒரு துப்பறிவாளர் காவல்துறை விசாரணை அதிகாரியைக் காட்டிலும் நம்பகத்தன்மை மிக்கவராகிறார். தன்னுடைய வாடிக்கையாளரிடம் அல்லாமல் வேறு ஒருவரிடமும் தனது வேலைக்கான கூலியை துப்பறிவாளர் பெறுவதில்லை. இருப்பினும் *ரேமண்ட் சாண்ட்லரின் 'பெருந்தூக்கம்'* நாவலின் இறுதியில் உறுதியாகச் சொல்ல முடியாத வகையில் பிலிப் மார்லோ பணம் பெறுவதாக எழுதப்பட்டிருக்கும். *சுஜாதாவை* ரேமண்ட் சாண்ட்லரின் தமிழ் வாரிசு என்றே சொல்லலாம். சாண்ட்லரின் உரைநடையை அடியொற்றி நடந்த சுஜாதாவை நம்மால் இந்நாவலில் அடையாளம் காண முடியும்.

3

ஒரு சிறந்த துப்பறியும் கதை இருவருக்கிடையேயான போட்டியால் உருவாகிறது. குற்றமிழைத்தவரும் துப்பறிவாளரும் என்பதைக் கடந்து, துப்பறிவாளருக்கும் வாசகருக்குமான போட்டியினால் ஒரு கதை சிறந்ததாகவும் மோசமானதாகவும் மாறுகிறது. ஒரு துப்பறிவாளரைத் தொடர்ந்து வாசிக்கும் வாசகர் ஏறக்குறைய

அவருடைய சிந்திக்கும் முறைமையை அறிகிறார். அவரைப் போலவே குற்றம், அது நடந்த இடம், அங்கே விளக்கப்படும் பொருட்கள், அவற்றின் தன்மை, தடயங்கள், அறிமுகப்படுத்தப்படும் பாத்திரங்களுக்கும் குற்றமிழைக்கப்பட்டவருக்குமான தொடர்பு இவைகளை ஆராய்கிறார். எனினும் கவனச் சிதறலாலும், அறிவுக்கூறிலும் (*Cognition*), சற்றே பின்தங்கி விடுகிற வாசகர் குற்றவாளியைத் தவறவிட்டு, கதையின் இறுதிக்கட்டத்தில் (*Denouement*) துப்பறிவாளரை முந்திவிட அனுமதித்து விடுகிறார். மாறிக்கொண்டேயிருக்கும் பார்வைக் கோணத்தின் நொண்டி விளையாட்டில் கதையை எழுதியவரும் வாசகரோடு ஒரு போட்டி நடத்தி, பெரும்பாலும் துப்பறிவாளருக்குச் சாதகமான முடிவையே அளிக்கிறார். ரொனால்ட் (க்)னாக்ஸின் பத்துக் கட்டளைகளில் முதல் கட்டளை கடைபிடிப்பது ஒரு வாசகருக்கு துப்பறிவாளரை முந்திச் செல்ல உதவலாம்.

கட்டளை 1 - கதையின் ஆரம்பப் பகுதியிலேயே குற்றவாளி குறிப்பிடப்படுவதோடு, வாசகர் யாருடைய சிந்தனையைப் பின்தொடர அனுமதிக்கப்படாதவராக இருக்கிறாரோ அவரே குற்றவாளியாகவும் இருக்க வேண்டும்.

4

துப்பறியும் கதைகளின் பொற்காலத்தை இரண்டாகப் பிரிக்கிறார்கள் இலக்கிய வரலாற்றாசிரியர்கள். ஒன்று 1841-1914 காலகட்டத்தில் பெரும்பாலும் ஆண்களால் எழுதப்பட்டவை. சிறுகதைகளே இக்காலகட்டத்தின் பெரும்படைப்புகளாகக் கருதப்பட்டன. அதைத் தொடர்ந்து பொற்காலத்தின் இரண்டாவது காலகட்டம் 1920-1939களில் எழுதப்பட்ட நாவல்களால் நிறைந்தது. இந்த இரண்டாம் காலகட்டத்தில் துப்பறியும் புனைவெழுத்தில் மூன்று முக்கியமான பெண் எழுத்தாளர்கள் தோன்றி, ‘குற்ற (புனைவுகளின்) அரசிகள்’ என்றும் அழைக்கப்பட்டனர். *அகதா கிறிஸ்டி, டோரதி எல் சேயர்ஸ், மார்கெரி அல்லிங்ஹாம்.* மேலும் அமெரிக்கா தலைசிறந்த படைப்புகளை அளிக்கத் துவங்கியதும் இந்தக் காலகட்டத்தில்தான். குறிப்பாக *ரேமண்ட் சாண்ட்லர், ஜான் எம் கெய்ன்* (குறிப்பாக தி போஸ்ட்மேன் ஆல்வேஸ் ரிங்க்ஸ் டுவைஸ்) ஆகியோர்.

சமகாலத்தில் ஜப்பானிய குற்றப் புனைவுகள் ஈர்ப்பு மிக்கவையாக இருக்கின்றன. இக்கட்டுரைக்காக ஒரு கிளாசிக் ஜப்பானிய குற்ற நாவல் ஒன்றையும், சமகால நாவல் ஒன்றையும் வாசித்தேன். செய்சோ மட்சுமோடோ எழுதிய *'டோக்கியோ எக்ஸ்பிரஸ்'* மற்றும் கொரு டகமுரா எழுதிய *'லேடி ஜோக்கர்'*. முன்னது துப்பறியும் நாவல்களின் செவ்வியல் விதிமுறைகளின்படி எழுதப்பட்டது. இரயில்வே அட்டவணையைப் பின்னணியாகக் கொண்டது. ஓர் ஊனமுற்ற பெண்ணின் வீட்டில் இரயில்வே அட்டவணையைப் பார்த்ததுமே நம்மால் எளிதாக குற்றவாளியைக் கண்டுபிடிக்க முடியும். அதற்கு மேலும் நாவல் நீள்வது நமக்கு நோக்கத்தைத் தெரிந்துகொள்ள மட்டுமே.

ஜப்பானிய இலக்கியம், துப்பறியும் கதைகள் இன்றளவும் ஈர்ப்புமிக்கவையாகவும், சொல்முறையில் புதியதாகவும் இருக்கின்றன. ஹிஸ்பானியாக் நாவல்களான *'தி கிளப் டுமாஸ்'* (ஆர்துரோ பெரெஸ் ரெவெர்தே), குவெல்லெர்மோ மார்டினெஸின் கணிதத்தை அடிப்படையாகக் கொண்ட *'ஆக்ஸ்போர்ட் மர்டர்ஸ்'* வாசிக்கப்படக் காத்திருக்கின்றன. குற்றம் உலகளாவியது. கெடுவாய்ப்பாக தமிழில் கடந்த முப்பதாண்டுகளில் ஒரு துப்பறிவாளரும் தோன்றியிருக்கவில்லை. தேவனுடையதைத் தவிர சிறுகதைகளையும் பார்க்க முடியவில்லை. பா. வெங்கடேசனின் *'தாண்டவராயன் கதை'*யின் நாவலில் துப்பறியும் புனைவின் சாயலையும் காண முடியும். எனினும் அந்நாவல் *'மூன் ஸ்டோன்'* போன்றதல்ல.

என்னைப் பொறுத்தவரையில் *அன்னா கரினினா, அம்மா வந்தாள்* போன்ற நாவல்களை எழுதுவதற்குத்தான் ஓர் எழுத்தாளருக்கு துணிச்சல் தேவைப்படுமே அல்லாமல், கொலைக்காட்சிகள் விவரிக்கப்படும் கதைகளை எழுதுவதற்கல்ல.

5

இல்லாத ஊருக்கு இரயில் விடுவதைப் போல, ஏற்கனவே எழுதப்பட்டு விட்ட விதிகளோடு நம்மால் மேலும் சிலவற்றைச் சேர்த்துவிட முடியும் என்று தோன்றுகிறது.

1. திட்டமிடப்படாமல் நிகழ்த்தப்பட்ட குற்றத்தை விசாரணையில் துப்பறிவாளர் ஈடுபடுவதில்லை.

2. ஒன்றுக்கும் மேற்பட்ட குற்றங்களை அவர் துப்பறிந்தாலும் குற்றவாளி அல்லது குற்றவாளிகள் ஒருவருக்கொருவர் தொடர்பில்லாதவர்களாக இருக்க மாட்டார்கள்.

3. மையக்கதை விவரிக்கப்பட்டு முடிந்ததும் தோன்றும் கதாபாத்திரங்கள் பெரும்பாலும் குற்றமிழைத்தவராக இருப்பதில்லை.

4. ஒன்றுக்கும் மேற்பட்ட குற்றமிழைப்பவர்கள் ஒரு கதையின் குழப்பத்திற்கும், சிக்கலுக்கும் அடிப்படையாக அமையலாமே ஒழிய, கதையில் ஒரு துப்பறிவாளரால் ஒன்றுக்கும் மேற்பட்ட குற்றமிழைப்பவர்களைப் பின்தொடர முடியாது.

5. சந்தேகத்திற்குரியவர்கள் குறைந்தது ஐந்து அல்லது ஏழு பேராக இருக்கலாம்.

6. ஹாலிவுட் சாயல் உள்ள திரைப்படங்களின் அந்நிய நாட்டுச் சதி, நாட்டின் நலன் போன்ற கருப்பொருட்களில் துப்பறிவாளர் ஈடுபாடு காட்ட மாட்டார்.

7. குற்றமிழைப்பவர் சிறுவராக இருக்க மாட்டார். அவ்வாறு எழுதப்பட்டிருப்பின் ஓர் இளம் மேதையை தவறான திசையில் நடத்திச் செல்வதாகவே பொருள். ஆகவே கதையில் தோன்றும் சிறுவர்கள் சந்தேகத்திற்கு அப்பாற்பட்டவர்கள்.

8. கால யந்திரத்தில் முன்பின் வந்துபோகின்றவர்களைத் தேடும் கதைகளும் வந்துள்ளன என்றாலும் வேற்றுக்கிரக வாசிகளை துப்பறிவாளர் தேடமாட்டார்.

9. ஒருபோதும் அவருக்கு நம்பிக்கை இருப்பினும், கடவுளிடம் தனக்கு உதவி செய்யும்படி ஒரு துப்பறிவாளர் வேண்ட மாட்டார்

6

இக்கட்டுரைக்கு இவ்வாறு ஒரு தலைப்பை வைத்ததற்கு தாமஸ் டிகுவென்ஸியின் பகடியான 'நுண்கலைகளில் ஒன்றாகக் கருதப்படும் கொலையைக் குறித்து' எனும் கட்டுரையும், மு. கருணாநிதியின் 'மந்திரி குமாரி'யில் வில்லன் குற்றங்களைக்

கலையென்று விவரிப்பதும், அத்திரைப்படத்தைக் குறித்து அசோகமித்திரன் எழுதியிருப்பதுமே காரணம்.

உசாத்துணை

1. The Omnibus of Crime – Dorothy L Sayers
2. A defence of Detective Stories – G K Chesterton
3. Murder for Pleasure – The life and Times of the Detective Story – Howard Haycraft
4. Ibid
5. Labyrinths of Detective Story and Chesterton – Jorge Luis Borges
6. A detective story Decalogue – Ronald A. Knox

கனலி.இன்

கோணங்கியின் புனைவுக் கலை – சலூன் நாற்காலியில் சுழன்றபடி நூலை முன்வைத்து

பகுதி I

தமிழில் சிறுகதை வடிவில் புனைவெழுதும் கலை ஐரோப்பிய சாயல்களோடு காலனியக் கல்வி நிறுவனங்களில் படித்து வெளியேறியவர்களின் மேஜைகளில் அதன் முதல் வாக்கியங்களை துவக்கியது. இயல்பில் ஐரோப்பிய இலக்கணங்களை தாங்கி நின்ற தமிழ் சிறுகதைகளில் புதுமைப்பித்தன் அவருக்கென ஓர் அழியாப் பாதையை உருவாக்கினார். மரபில் இருந்திராத உரைநடை வடிவில் அச்சு இதழ்களில் கம்போசிடர்களின் கரங்களால் பதிவேற்றம் பெறும் கதைகள் பலவற்றில், இலக்கியத் தகுதியை தனியே நிறுவிக்கொண்டு அடிமைக்கால தமிழகத்தில் வெடித்த சிறுகதை புனைவெழுத்து இன்று வரை தமிழ் நவீன இலக்கிய வரலாற்றில், அலையடிப்பில் கரையாத மரத்துண்டுகளாக சிலநூறு கதைகளை மிதக்க விட்டிருக்கிறது. மிதக்கும் அந்தச் சிறுகதைகளில், பல கரங்களால் வண்ணம் தீட்டப்பட்டு மெருகேற்றப்பட்டு வாக்கியங்களின் கூடாரத்துள், ஒளிரும் இலக்கியச் சுடரை வயிற்றில் தாங்கிய விளக்கின் வெளிச்சத்தில் வாசிக்கக் கிடைக்கும் கோணங்கியின் கதைகள் சிறுகதை என்றழைக்கப்பட்டு வந்த ஒரு வடிவத்திற்கு அடுத்தகட்டமாக அல்லது அதன் எதிராக என்று உறுதியாகச் சொல்ல முடியாத ஒரு பெயர்ச்சொல்லால் அதன் கதையாடல், வடிவ எல்லைக்குள் சொல்லப்பட்டும்,

சொல்லாமல் விடுபட்டும் நிற்கும் விஷயங்களால் 'புனைவு' என்றழைக்கப்பட்ட காலகட்டத்தில் உருவானவை.

கோணங்கியின் கதைகளை ஐந்து அடிப்படைகளாக பிரிக்கலாம்.

1. நிலம், கிராமம் அதனோடு பிணைந்த மனிதர்கள்.
2. நகர, கிராம எதிர்மை.
3. இரண்டோடும் தொடர்பில்லாத அல்லது தொடர்பை ஏற்படுத்திக்கொள்ளாத தன்னிலையின் மனப் பிரதிபலிப்புகள்.
4. கதைகளாகும் குழந்தைகளின் உலகு.
5. தொன்மங்கள், சொல்கதைகள், வரலாற்றை பிரதியாக்கும் ஃபேண்டஸி கலந்த கதைகள்.

கோணங்கியின் எக்ஸோடஸ் மனிதர்கள்

யாத்திராகமத்தில் துவங்கிய வெளியேறும் மனிதர்களின் கால்கள் இன்றுவரையில் ஏதேனும் காரணங்களுக்காக நில்லாமல் பயணிக்கின்றன. நிலத்தின் மீதான மனித வினைகள் நெடுங்காலப் பிணைப்பை உற்பத்தியின் வாயிலாகவும், கலாச்சாரத்தின் வழியாகவும் உருவாக்கி அவற்றிற்கான எல்லைகளையும் வரைகின்றன. முதல் 70 கதைகளின் தொகுப்பான *"சலூன் நாற்காலியில் சுழன்றபடி"*யின் பல மனிதர்கள் அவர்களது வாழ்வு பிணைந்து கிடக்கும் நிலத்திலிருந்து வெளியேறுகிறவர்களாக இருக்கிறார்கள். மூலதனத்தின் கரங்களாலும் பொய்த்துப்போகும் இயற்கையின் பேராற்றினாலும் நிலத்திலிருந்து பெயர்க்கப்படும் மனிதர்களின் வாழ்வை *"மதினிமார்களின் கதை"*யிலிருந்தே துவங்கும் கோணங்கியின் கதைகள் *"கிணற்றடி ஸ்திரீகளின்"* முதல் வாக்கியம் வரை பதிவு செய்கின்றன. நகரச் சுவர்களுக்குள்ளிருந்து வரும் செம்பகம் திரும்பவந்து பார்க்கும் ஊரில் பல மதினிகள் அவனுடைய நினைவில் விட்டுச்சென்ற அவர்களது உறவின் கதைகளை நினைவூட்டி எப்போதோ வெளியேறிப் போயிருக்கிறார்கள். மதினிகள் இல்லாத ஊரின் வெறுமையில் விரியும் அவர்களது வாழ்க்கையின் திசைமாற்றங்களை செம்பகத்தின் வழியாக சொல்லும் கதையிலிருந்து *"வெளவால் மனிதனி"*ல் வெளவாலாக மாறும் அம்பட்டனின் அழைப்பிற்கும் செவிசாய்க்காமல் கிழக்கே செத்த நடையில் போய்விடுகிறார்கள்.

"*கருப்பன் போன பாதை*"யில் ஜென்மம் முடிந்து ஊருக்குத் திரும்பும் கருப்பனுக்கும் அதே உணர்வுதான். குத்துச்செடி நிழலும் இல்லாமல், நீரின்றி வறண்ட ஓடைகளில், கள்ளிச்செடிகள் முகம் திரும்பி கிடக்கும் நில விருவுகள் மனிதர்களை மட்டுமின்றி பொங்கும் வறண்ட வெய்யிலின் அனல் தகிப்பில் "*மலையின் சாயலில்*" மண் கரந்தைகளும் வெளியேற்றுகின்றன (எஸ். ராமகிருஷ்ணனின் "*நெடுங்குருதி*"யில் வெக்கை தாங்காமல் வெளியேறும் எறும்புகளை இதனோடு சேர்த்து வாசிக்கலாம்). "*இறந்து கொண்டிருக்கும் பெண்ணின் கல்சாவி*"யில் மறைந்துபோன பெண்களின் பெயர்களைத் தாங்கி நிற்கும் ஆலமரம் ஒருவகையில் செம்பகத்தின் நினைவு. "கிணற்றடி ஸ்தீரிகளின்" வாழ்க்கையை தன்னுடைய நீருறும் அடிப்பாறைகளில் செதுக்கி வைக்கும் ஆனைக்கிணறும் செம்பகம்தான். மொத்தக் கதைகளிலும் செம்பகத்திற்கு எதிரான அனுபவம் கிடைக்கப்பெற்றவள் "சூல்" கதையின் அழகம்மாள். சூலியாக வந்தவள் "*ஊர்முகத்தில் தேட, எல்லோரும் திரும்பவும் அவளோடு இருக்கிறார்கள்*".

இலக்கியப் பிரதிக்குள் பிரதிபலிக்கும் அல்லது பிரதிநிதித்துவப்படும் சமூக மாற்றத்தின் விளைவாக, "*தகப்பனுக்குத் தகப்பன் அவனுக்கு முந்திய ஓட்டாண்டிகள் நடத்திச் சென்ற ஏர்க்காலில் சூரியன் கட்டப்பட்டிருந்த*" நிலத்திலிருந்து அனைத்தும் முன்பதிவு செய்யப்பட்ட (நிரந்தர வேலை, படுக்கையறை, மனைவி மக்கள், ஷீட் நம்பர், அலுவலகம், சவப்பெட்டி) புதிய புதிய பல் சக்கரங்கள் மென்று துப்பும் நகரத்திற்கு சென்றுவிட்ட பிள்ளைகளால் அன்பின் ஆரஞ்சு சுளைகள் மறுக்கப்பட்ட தகப்பன்மார்களில் ஒருவரான, மகனின் பழைய சட்டைகளால் வயதடைந்துவிட்ட அய்யா "குத்துச்செடி" நிழலும் இல்லாத நிலத்திலிருந்து கல்லூரின் முதியோர் இல்லம் சேர்ந்து பாறைகளின் இடைவெளிகளில் நட்சத்திர தாடியுடன் மறைந்து தோன்கிறார். அவருக்கு அங்கே நிழலுக்கு குத்துச்செடியாவது இருக்கிறது (பக்.572). இங்கே பெயர் குறிப்பிடாமல் "அய்யா" எனும் வார்த்தையால் ஒரு தலைமுறைக்கே நேர்ந்த கதியை பொதுமையாக்குகிறார். அய்யாவிற்கும் மண் கரந்தைக்கும் ஒரே விதி. இன்னொரு அய்யாவின் கதையான "இருட்டு" கதையில் இரவோடு இரவாக தஞ்சாவூர் பக்கம் கிளம்பும் அய்யா, அதுவரையிலும் அடிக்கடி உடையும் சிம்னி விளக்கின் இருளை அப்படியே

சுவரில் விட்டுவிட்டு மனைவி, மற்றும் குழந்தைகளோடு வெளியேறுகிறார். இக்கதைக்கு நேர் எதிரான *"மலையின் சாயல்"* காலம் பயணிக்கும் பாதையில் சமூகத்தில் நிகழ்ந்த மாற்றங்களால் தந்தைகளைக் கைவிட்ட பிள்ளைகளின் யாத்திரையை பதிவு செய்வதும் கூட.

ஓர் ஒப்புமைக்காகப் பார்த்தால் கி. ராஜநாராயணனின் கதைகளில் நிலத்திலிருந்து வெளியேறிப் போகின்றவர்களின் சுவடுகளைக் காண்பதே அரிதாக இருக்க, கோணங்கியின் கதைகளில் யாத்திராகமக் கால்களின் ஊர்வலத்தை வெளிப்படையாகப் பார்க்க முடியும். நகர மேஜைகளிலிருந்து உருவாகாத தமிழ்ப் புனைகதைகளை கி.ராவுக்கு ஒரு பக்கம், கோணங்கிக்கு அடுத்த பக்கமாக இருவரும் எழுதிச் செல்கிறார்கள். தலைமுறை இடைவெளியுள்ள இருவரது கதைகளையும் சேர்த்து வாசித்தால் அவர்கள் எழுதிய நிலத்தின் தலைமுறை இடைவெளியைக் கூட காண முடியும். ஆனால் நாம் இங்கே கோணங்கியோடு மட்டும் இணைத்துக்கொள்வோம்.

நிலம் பெண்ணையும் ஆணையும் இருவேறு கயிறுகளால் பிணைத்திருக்கிறது. தூர்வானம் தெரிய மரங்கள் வெட்டப்பட்டு பூமியின் பரப்பே விரிந்து கிடக்கும் நிலத்தில் நீரைத்தேடும் கிழட்டுப் பசுவோடு, மற்ற மாடுகளையும் வாழ்வையும் பிணைத்துக்கொண்ட *"கானல் நதி"*யின் சென்னம்மா, "மறைந்த தானியங்களில் எஞ்சிய சிலவற்றோடு" (பக்.242) திரும்பி வராமல் போகும் ரயிலில் போய்விட்ட காசிக்குடும்பனும், விசம் குடித்ததாகவும், ஊர் ஊராக அலைவதாகவும் சொல்லப்படும் மகன் இறந்த பின்னும், இன்னும் எவ்வளவோ மாறிவிட்ட பின்னும் இருக்கும் கிட்ணம்மாள், *"உலர்ந்த காற்றில்"* பழங்கால வீட்டில் தொங்கும் பூதத்தோடு, கோனாரின் கடனிற்காக ஆடுகளை விற்கும், கைத்தடியைத் தவறவிடும் பாட்டி (அவளுடைய கைத்தடியான ஆடுகள் போனபின்னும் சின்னப்பாப்பாதான் கைத்தடியை மீட்டுத் தருகிறாள்), வாடக்கரடுகளை மேய்ந்து உயிர்வற்றிக் கிடக்கும் "கருத்தப்பசு"விற்காக தூரக்காடுகளுக்கு அப்பால் மினுக்கட்டாங்க் கொடிகளை அறுத்துவர கடகத்தோடு செல்லும் சண்முகத்தாய் அத்தையும் வெம்பரப்பான ஊர்களில் அவரவர்களுக்கு விதித்த வாழ்க்கையின் இருளோடு *"ஊர் வெளிச்சத்திற்கு வருவதற்காக"*

(பக்.123) சாணம் தெளித்துக்கொண்டிருக்கிறார்கள். ஆயினும் ஈஸ்வரி அக்காள் மட்டும் மதத்தைப் பின்பற்றி வெளியேறிப் போய்விட்டாள்.

மூலதன அனாதைகள்

தண்ணீருக்கும் தண்ணீருக்குமே பிணக்காக இருக்கும் நகரங்களை கிராமங்களுக்கு எதிரான குணங்கள் உடையதாக கிராமியச் சமூகங்களின் இடப்பெயர்வின் வழியாக "*மாயண்டிக் கொத்தனின் (தடுமாறும்) ரஸமட்டம், "நீலநிறக் குதிரைகள்", "பொம்மைகள் உடைபடும் நகரம்*" ஆகிய கதைகளில் பதிவு செய்யும் கோணங்கியின் இயந்திரங்களால் "கருப்பு இரயிலில்" இருந்து உறிஞ்சி வெளியேற்றப்படும், தீப்பெட்டி தொழிற்சாலைகளில் விரல்களை தீக்குச்சியாக மாற்றும் குழந்தைகள் அதே இயந்திரங்களால் உற்பத்தி செய்யப்பட்டு துப்பப்படும் பண்டங்களாக நகரங்களின் பண்டகசாலை ரேக்குகளை நிறைக்கிறார்கள். இரும்பு வாடை அடிக்கும் "நீலநிறக் குதிரைகளின்" ரூர்கேலா நகரம் அதன் உள் பொதிந்திருக்கும் இன்னொரு ரூர்கேலா நகரை "அம்புகளால் துளைக்கப்பட்ட இதயத்தின்" (பக்.200) படத்தில் காட்டுகிறது. உள் பொதிந்திருக்கும் ரூர்கேலா நகரத்தின் புனித நதி, கல் மண்டபத்தில் பொதிந்துள்ள நடன மங்கையின், ராஜகுமாரனின் பிம்பங்களை கரைத்து நகர்கிறது. ஒரு நகருக்குள் ஒளிந்திருக்கும் இயந்திர யுக மாற்றங்களுக்கு முன்பான நினைவுகளை கல்மண்டப சிலைகளாக்கும் கோணங்கி, "*நாகரிகங்கள் விஞ்ஞான சாதனைகளுக்காக மதிக்கப்பட வேண்டுமா?*" என்ற கேள்விக்கு "*உயிரின் எந்த அலகுக்கும் அழிவைப் பற்றிய பிரக்ஞை இருக்குமா?*" (பக். 201) என்ற எதிர்கேள்வியால் திடமாக வாதிடும் நகரத்தோடு நடக்கும் உரையாடலை ஒரு மனிதனின் வரலாற்று ஏக்கங்களுக்கும் நகரத்தின் நினைவுக்குமான புனைகதை வெளியில் வைக்கிறார். இயந்திர யுகத்து மனிதனின் தலையில் மூலதனம் "பெரும் பெரும் உலைக்கூடங்களை சுமந்து இரும்பின் தலைவிதி"யையும் சுமையாக ஏற்றி வைத்திருக்கிறது. அவனுக்கு அங்கே என்ன தேவையென்றே அறிய முடியாத, பெயரற்ற தன்னிலையோடு ஓர் உள்பொதிந்த நகரம் நடத்தும் உரையாடலாக விரியும் "நீலநிறக் குதிரைகள்" இயந்திரமயமாகும் மனித வாழ்வின் அந்நிய உணர்வையும், அர்த்தமின்மையையும்

"கேட்க முடியாத தூரத்தில் அழும்" நகரத்தின் ஆகிருதியையும் இணைத்துப் பேசுகிறது.

மனித வாழ்வின் ஒரு கட்டத்தில் அவனையும் மீறிய அளவில் இராட்சதக் கரங்களால் அவனை தூக்கிச்செல்லும் இயந்திரங்கள் மாயாண்டியின் இரஸமட்டத்தையும், அவனுடைய மூதாதைகளின் மனையடி சாஸ்திரத்தின் விதிகளையும் குழுப்புகிறார்கள். காலனியுக கப்பல் மனிதர்களால் அழிக்கப்பட்டுப் போன டிடோ (Dodo – இங்கே டிடோ ஆகிவிடுகிறது) வாத்துக்கள் தோன்றும் "*பொம்மைகள் உடைபடும் நகர்*"த்தில் அம்மாவிற்கு பொம்மைகள் வாங்க முடியாத ஒரு தன்னிலையின் புலம்பலாகத் துவங்கி அழிந்த உயிர் நடத்தும் கார்ட்டூன் உரையாடலோடு முடியும் இரயில் பூச்சியின் பயணம் மூலதன அனாதைகளின் வாழ்வை இரயிலடியில் பொம்மைகள் விற்கும் சிறுவனின் திசையில் சொல்லிப் போகிறது. "அற்புத உலகில் ஆலிஸ்" காணும் டோடோ வாத்து அதன் பின்னான பிரதிகளின் உலகில் அழிந்து மறைதலின் குறியீடாகப் பார்க்கப்படுவதை "நீலநிறக் குதிரைகளின்" டிடோ வாத்து நிகழ்த்தும் உரையாடலோடும் தொடர்புறுத்தலாம்.

இயந்திர யுகத்தையும் கடந்து மின்னணுப் பொருட்களின் உலகின் வருகையை இரண்டு கதைகளில் பிரதிபலித்தாலும் "மலையின் சாயலில்" மூன்று யுகங்களையும் பின்வருமாறு இணைக்கிறார்:

"நமது பாட்டிகளின் பாட்டிகளும் பாட்டனுக்கு முந்திய பூட்டன்மார்களும் சொல்லித் தந்ததை எதையும் மறக்காத தகப்பன்மார்களே, எங்கள் தடம் வேறுவழியில் பிரிந்துவிட்டது. நகரத்தின் பெருஞ்சுவர்கள் அழைக்கின்றன... தாயாரின் தொட்டிலை பிரிந்துவிட்ட உங்கள் பேரன்மார்களுக்கு மென்பொருள் கணிணி கசியும் நாற்றத்திலும் மற்ற தொழிற்சாலைகளிலும் வேலை வந்துவிட்டது". நிலவுடமை சமூகம், தொழில்மய மற்றும் மின்னணுமய சமூகம் மூன்றையும் இந்த ஒற்றை வாக்கியத்தில் கண்டுவிட முடியும்.

நகரங்களில் அழியும் கிராமத் தன்னிலைகளை மட்டுமே இக்கதைகள் சொல்ல, கோணங்கியால் சொல்லாமல் விடப்பட்ட, நகரங்களால் மட்டுமே ஆன தன்னிலைகளின் விதி இக்கதைகளுக்கு

வெளியே உலவுகிறது. ஒருவேளை "தன்னைவிட்டு எல்லா சாயைகளும் பிரிந்து தானே இல்லாது போனபின் சதுரங்கத்தின் விதி சுழன்று ஒரு குதிரையாக சதுரங்கப் பலகைக்குள் ஓடிக்கொண்டிருக்கும்" (பக். 590) கொம்பூதிக் கிழவனாக அந்த விதி உருமாறியிருக்கலாம் கதைப்பரப்பில்.

இரட்டைத் தன்னிலைகள்

சாயை எனும் இந்தியத் தத்துவ மரபின் ஒரு கருத்தாக்கத்தை ஒட்டி தமிழில் பலமுறை மேற்கோளாகக் காட்டப்பட்ட "எவற்றின் நடமாடும் நிழல்கள் நாம்?" எனும் அழியா வாக்கியத்தை எழுதிய மௌனியின் "அழியாச்சுடரி"ன் இறுதிப் பத்தி:

"இன்று காலையில் அவனைக் காணோம். அவன் எங்கே, எதற்காகச் சென்றானோ எனக்குத் தெரியாது. எல்லாம் 'அவனுக்குத்' தெரியும் என்ற எண்ணந்தான் எனக்கு – அவன் என்பது இருந்தால்!.." என்று முடிவடைகிறது

(எல்லாம் அவனுக்குத் தெரியும் என்கிற வாக்கியம் எழுதப்படாமல் இருந்திருந்தால் பின்வரும் வாசிப்பிற்கு மிகப் பொருத்தமாக இருந்திருக்கும்).

மேலே சொன்ன மௌனியின் "அவன் என்பது இருந்தால்" என்பதிலிருந்து கோணங்கியின் கதைகள் சுழலும் மற்றுமொரு வட்டப்பாதையின் அடையாளங்கள் துவங்குகின்றன.

தன்னுடைய இரட்டையை சிலமுறை சந்திக்கும் போர்ஹேசின் கதைகளுக்கு வெளியே மௌனியின் "அழியாச்சுடரும்", கோணங்கியின் "மூன்றாவது தனிமை", "கீறல்", "கோடு", "கண்ணாடியில் புகைந்து கொண்டிருந்த சிகரெட்", "மிச்சமிருக்கும் விஸ்கியோடு பாடிக்கொண்டிரு", "சபிக்கப்பட்ட அணில்" கதைகளும் நிற்கின்றன.

கோணங்கியின் மேற்சொன்ன கதைகளில் வெளிப்படும் கதைசொல்லி, ராமசாமி எனும் நண்பன், நரேந்திரன், முத்து மற்றும் சீனி ஆகிய பிரதி உயிரிகள் ஒரு மனிதனின் பிளவுண்ட தன்னிலையாக இல்லாமல் அவனுக்கு வெளியே அவன் இருப்பு சார்ந்திருக்கும் வேறொரு ஆனால் இணக்கமான தன்னிலைகள். ஒருபோதும் கதைசொல்லியிடமோ (மூ.தனிமை), நரேந்திரனிடமோ

(கீறல்) கதைப்பரப்பில் வெளிப்படாத ராமசாமி "அவன் இல்லாதபோதும் அருகில் இருக்கிறான்" என உணர்த்துகிறான். இப்படி இன்மையால் வெளிப்படும் பிரதி உயிரி கதைசொல்லி மற்றும் நரேந்திரனின் வெறும் "Mental Projections"களாக இல்லாமல் ஒரு நண்பனாகவே இருக்கிறான். ஒவ்வொரு காலமும் புஸ்தகங்களோடு வந்துபோகும், வராவிட்டால் தவறாமல் கடிதங்கள் அனுப்பும் ராமசாமி, "இப்போதும் ஒரு காட்டு ஸ்டேசனில் நைட் டூட்டியில் கூட்ஸ் வண்டிக்கான சாவி வளையுடன் கையில் லாந்தருடன் நின்றிருப்பான்." இந்த இரண்டு கதைகளிலும் தெளிவாக வெளிப்படும் ராமசாமி, அவன் இருப்பதற்கான அடையாளமற்று அவனுக்கென்றே விடப்பட்ட இடைவெளி தூரத்தில் மட்டுமே நிற்கிறான் (பக்.196).

எண்ணிக்கையற்ற பஸ்களில் வரும் ராமசாமியை பஸ்களில் காணாமல் இனிவரும் இரயில்களில் தேடும் நரேந்திரன், சேது எக்ஸ்பிரஸ், செங்கோட்டை பாசஞ்ஜர் என இரயில் இரயிலாக ஒருபோதுமே வந்துவிடாத ராமசாமி வராமல்போன இரயில் "கண்ணாடிப் பரப்பில் புளவுபட்ட இரு துண்டுகளுக்கு இடைவெளியில் ஊடுருவி நகர்ந்து கொண்டிருந்த உயிரி"யாக அந்த இரயில் மாறிவிட்டதை உணர்கிறான். சொந்தத் தன்னிலையின் பிரதிபலிப்பாகவும், வேறொரு இணக்கமான தன்னிலையாகவும் கயிற்றரவு நிலையில் தோன்றும் ராமசாமி என்றுமே வராமல் போகும் சாத்தியத்தோடு இருக்கிறான். அந்தக் கண்ணாடிப்பரப்பில் பிளவுண்ட இரு துண்டுகளாக நிற்கும் ஒரே தன்னிலையாக நரேந்திரனும், ராமசாமியும் "கீறல்" கதையில் உடைந்த கண்ணாடியின் முன்னே இரயில் நிலையத்தில் நிற்கிறார்கள்.

அந்த நண்பன் பால்ய கால நண்பனாக இருக்கிறான். "கோடு" கதையில் பாலினம் குறிப்பிடப்படாத தன்னிலை பின்வருமாறு சொல்கிறது: "எல்லாவற்றின் மீதும் கவிகிற வசீகரப் பற்றுதலில் பாலிய கால நண்பனொருவனோடு புதைவு கொண்ட மனதின் தந்திகள் தனிமையில் அலைகின்றன".

பால்ய நட்பின் மீது அதிகப்படியான சாய்வுகொள்ளும் மனம் நண்பனது உடலற்ற இருப்பை "கோடுகள் அழிந்த பாதையில் பின்னும் தொடர்ந்து பிரக்ஞையிலிருந்து நகர்ந்த உயிர் மெலிந்த

துகளாய் பெரும் சுழற்சியில் புகலிடமற்ற சூன்யத்தில்" (பக்.262) தேடுகிறது.

டைஃபாய்டு காய்ச்சல் கண்டுவிட்ட முத்து, சீனியிடம் அவன் இறந்து போய்விடுவானா எனக் கேட்கிறான். விடுதிக்கு வந்த நாளிலிருந்தே அறைக்குள் நுழைந்துவிட்ட சாம்பல்நிறப் பல்லி இருவரின் நேசத்திற்கு சாட்சியாக இருக்கிறது. இருவரும் சேர்ந்து வாங்கிய கால்பந்தை முத்து இல்லாத சீனி உதைத்து விளையாடும் போது வெளியில் சுழலும் கால்பந்து "சூரியன் இருந்த இடத்தில் கருத்து சுழலும் உருளை"யாக வெளிப்படும் நேரம் 3.44. (பக்.489). விடுதியிலிருந்து நீங்கி ஊருக்குச் சென்றுவிட்ட முத்து மரணமடையும் செய்தி தந்தியில் ஏற்றப்படும் நேரம் 3.44. கால்பந்து கருப்பு உருளையாக சுழல, மயங்கி விழும் சீனு - அவன் மயக்கமடையும் அதே நேரம் மரணிக்கும் முத்து ஆகிய இருவருக்குமான இடைவெளி பிரக்ஞையிழப்பிற்கும், மரணத்திற்கும் இடையில் ஒரு கோடாக அல்லது கீறலாக உருப்பெறுகிறது. முத்துவின் கடிதம் கதையில் அவனது மரணம் அறிவிக்கப்பட்ட பின் சீனியிடம் கிடைக்கிறது. நண்பனற்ற தனிமையை தாங்கிக்கொள்ள முடியாத புலம்பல் பாடல்களாகும் இக்கதைகள் இரண்டில் வரும் ஒரேமாதிரி வாக்கியங்கள் ஒரு தொடர்ச்சியை உண்டாக்குகின்றன.

வாக்கியம் 1

"நம் சந்திப்பு எப்போது நேர்ந்தாலும் வானம் நம் நட்சத்திரங்களுடன் இருக்கும் என்பதில் எனக்கு சந்தேகமில்லை" *(கோடு, பக்.260) (கண்ணாடியில் புகையும் சிகரெட், பக்.493)*

வாக்கியம் 2

"இந்த அகண்டாகாரத்தில் நாம் முன்பு இருந்தோம். முன்பு சந்தித்துக்கொண்டோம். பின் இல்லை. பின் சந்தித்துக்கொண்டோம். சந்தித்தோம். சந்திக்கிறோம்." *(கோடு, பக்.261) (கண்ணாடியில் புகையும் சிகரெட், பக்.493).*

இரயில் பெயர்களை கவனத்தில் கொள்ளாவிட்டால் இந்த இரட்டை தன்னிலைகளின் வாழ்வு வெளி எதுவென்ற தெளிவு கிடைக்காமல் போகும். வாழ்வு வெளி (அது நகரமோ அல்லது

கிராமமோ) குறித்த விவரணைகள் இல்லாமல் சொல்லப்படும் இந்தக் கதைகளில், உடல் இடைவெளியைக் கடக்காத தன்பால் விழைவின் கூறுகளைக் காணலாம். பிரிவால் நேரும் அண்மையிழப்பும், மரணத்தால் நேரும் பிரிவும் இருவருக்கும் இடையில் ஒரு "Interloper"ஆக இருக்கின்றன. போர்ஹேசின் "Interloper" கதையில் சகோதரர் இருவர்களுக்கு இடையே ஊடுருவிய பெண்ணைக் கொன்றுவிட்டு "இனிமேல் அவள் நம்மை காயப்படுத்த மாட்டாள்" என்று கண்ணீர் மல்க தழுவிக்கொள்ளும் சகோதரர்களோடு சேர்த்து வாசிக்கலாம். இன்னொரு பார்வையில், ராமசாமிக்கு நிகர் என்று நகுலனின் "சுசீலாவை" சொல்ல முடியாவிட்டாலும் இரண்டு பிரதி உயிரிகளும் ஏறக்குறைய ஒரே சாயல் கொண்டவைதான், பாலின வேறுபாட்டுடன்.

"சபிக்கப்பட்ட அணிலி"ல் "என்றுமே எதிர்பார்த்துக்கொண்டிருக்க வேண்டிய சினேகிதனை தேடித்தேடி..... அவனைப் போன்ற சாயைகளை" மட்டுமே காணமுடிவதில் மௌனியும், நகுலனும், கோணங்கியும் ஒரே நிழலாக நடமாடுகிறார்கள்.

கதைகளாகும் குழந்தைகள் உலகு

விளையாட்டும், பள்ளிப்பருவ உணர்வுகளுமாக *"கருப்பு இரயில்", "கோப்பம்மாள்", "கருத்தபசு", "ஈஸ்வரி அக்காளின் பாட்டு"* ஆகிய கதைகளில் தோற்றம்பெறும் குழந்தைகள், *"ஏடன் தோட்டத்து வரைபடத்தில்"* பாட்டியை விளக்குடன் பார்க்கும் சிறுவர்கள் (பக். 276), *"பட்டுப் பூச்சியின் மூன்றாம் ஜாமத்தில்"*, அனைவரையும் இணைக்கும் நூல்கண்டுடன் பாசியடைந்த இளவரசியைத் தேடும் ஜாங்கோவின் "பாட்டியின் ஜீவனில் உறங்கும் வேதாளத்தின் கதைகளின்" (பக். 549) விந்தை உலகத்திற்குள் நுழைந்து விடுகிறார்கள்.

புதுமைப்பித்தனின் "கடவுளும், கந்தசாமிப்பிள்ளையில்" கடவுளை பழிப்புக் காட்டும் குழந்தை, கதையில் மின்னல்வெட்டாகும் குணங்களின் குறியீடாவதைப் போலல்லாமல் கோணங்கியின் கதைக் குழந்தைகள் அவர்களது உலகின் பிரதிபலிப்பாகவே தோன்றுகிறார்கள். இங்கே குழந்தையின் கால்களைப் பார்க்க சூரியன் காத்திருக்கும் "காவிய அழகு" வெளிப்படுவதில்லை.

மாறாக கோரைக் கிழங்குகளைக் கண்டதும் ஆளாய்ப் பறந்துவரும் (ஈஸ்வரி அக்காளின் பாட்டு) குழந்தைகள், வேப்பமரத்தடியில் நிழல்விளையாட்டில் ஈடுபடும் (கோப்பம்மாள்) குழந்தைகளும், இறந்துகொண்டிருக்கும் "கருத்த பசு"வைப் பார்த்து நிற்கும் முகம் வாடிய குழந்தைகள் மரங்களில் பொங்கும் கதைகளை தம்பிகளுக்கு சொல்கிறார்கள்.

அப்படி ஒரு மரத்தின் இலைக்கும்பலுக்குள் கசமுசல் சத்தத்தோடு நிகழ்ந்த கூட்டத்தில்தான் ஊர் விட்டுப் போவதை நண்பர்களுக்கு கடிதமாக வாசித்துக் காண்பிக்கிறான் "அப்பாவின் குகையில் வசிக்கும்" பரமு. பிரமிக்க வைக்கும் மயிலோடையை கடக்க முடியாத பரமு லைப்ரரியில் அமராவதியின் கையை கடிக்கிறான். தூங்குமூஞ்சி மரங்களையே விழிக்க வைத்துவிடுமளவிற்கு அமராவதியை திட்டும் பரமு அவளுக்காகவே பாழடைந்த கிணற்றை கண்டுபிடித்து மீன்களைத் தேடிக்கொணர்ந்து பச்சை நிற நீரில் விடுகிறான்.

வெய்யில் நேரத்தில் கிணற்றுத் தண்ணீர் தங்கத் தகடாக, பொன் மீன்கள் மின்னுவதை அமராவதி பிரமிப்போடு பார்க்கிறாள். குழந்தைப் பருவ மனச்சாய்வுகளை "ஏடன் தோட்டத்து வரைபடத்திலும்" சொல்லும் கோணங்கி "கோப்பம்மாளின்" வாத்தியாரிடம் பிரம்புக் கொள்கை நிலவியதை தவறாமல் சொல்கிறார். குழந்தைகள் எல்லோரும் "பழக்கத்தால் ஏற்பட்ட துரதிர்ஷ்டத்தினால் பள்ளி செல்கிறவர்கள்" (பக். 552). குழந்தைகள் மையத்தில் நிற்கும் கதைகளில் தனித்துவமானவை "கருப்பு இரயிலும்", "பட்டுப் பூச்சிகள் உறங்கும் மூன்றாம் ஜாமமும்". இந்த இரண்டு கதைகளின் வழியாக வழமையான சிறுகதையும், ஒரு புனைவெழுத்தும் உருவாவதை தெளிவாகப் புரிந்துகொள்ள முடியும். நூல்களைக் கோர்த்து "கருப்பு இரயிலில்" இணையும் குழந்தைகள் போலில்லாமல் பெற்றோர்கள் அற்ற தனிமையில் வளரும் ஜாங்கோவின் பாக்கெட்டில் அதே நூல் ஒரு கண்டாக மாறிவிடுகிறது. இங்கே அந்த நூல்கண்டைக் கேட்டு "வேற்றுகிரக" பறவைகள் வருகின்றன. அடிக்கடி திறந்து பார்க்கப்படும் கருப்பு மரப்பெட்டியில் ஒளிந்துகொள்ளும் ஜாங்கோ அவனுடைய தோழனான புளூடோ நாயிடம் பெட்டியாகவே மாறிப் பேசுவான். பெட்டிக்குள்

ஒளிந்து பெட்டியாகவே மாறி நாயிடம் பேசும் ஜாங்கோ ஒரு புனைகதையாளன் தமிழுக்கு அளித்த நுட்பமான சிறுவன். ஒரு புனைகதையாளன் நுட்பமாக விவரித்த சிறுவன் என்பது ஒருவேளை இன்னும் பொருத்தமாக இருக்கும். இறந்த மீனின் பிளவுபட்ட வாய் வழியாக வேறு சில எறும்புகள் வெளிவந்து ஜாங்கோவிடம் சொல்ல வேண்டியதை சொல்கின்றன. அவன் அரக்கு மாளிகைக்குள் சென்றுவிட்ட வேற்றுகிரக பறவையைத் தேடி சூரிய ஒளிக் கண்ணாடியை விலக்க கரும்பாசி உடல் இளவரசி அந்தத் துவாரத்தின் வழியாகத் தெரிந்த ஜாங்கோவின் முகத்தைப் பார்க்கிறாள். அவளிடம் அவனுடைய நூல்கண்டில் சிறிதளவு பிய்த்துத் தரும் ஜாங்கோவிடம் அவள் "பறவைகள் எல்லாமே வேற்றுக் கிரகத்தில் வாழ்பவைதான்" என்கிறாள். மூன்றாம் ஜாமத்தில் புளூடோவுடன் உடல் புதைத்து உறங்கும் ஜாங்கோ இளவரசியைத் தீண்ட முடியாமல் சுவர் வலுவாக இருக்க அவனுடைய அம்மாவின் நினைவு வந்து அழுகிறான். மீன்களே வந்து அவனுக்கு ஆறுதல் சொல்கின்றன. "கருப்பு இரயிலை" பிணைத்திருக்கும் அடுத்த வரிசைக்காரர்களுக்கு கையளித்துப் போகும் நூல் கயிறாக இல்லாமல் ஜாங்கோவின் நூல்கண்டு, இல்லாத அம்மாவிற்கு கொடுப்பதற்காக பத்திரமாக பாதுக்காக்கப்படுகிறது புளூடோவுடன் உறங்கும் ஜாங்கோவின் டவுசர் பையில்.

தமிழ் சிறுகதைகளில் உலவும் குழந்தைகளில் தனித்துவமானவன் ஜாங்கோ. கு. அழகிரிசாமியின் "ராஜா வந்திருக்கிறார்", கி.ராஜநாராயணனின் "பிஞ்சுகள்" போலன்றி, குழந்தைகளின் தனிமையை தனிமையென்றே அறிந்துகொள்ளாத ஜாங்கோ இறந்துபோன கடல்மீன்களாலும், வேற்றுக்கிரக பறவைகளாலும், அரக்கு மாளிகை இளவரசிகளாலும், நான்கு கால் புளூடோவின் துணையும், தீக்குச்சி உரச சுவரில் படரும் அவனது நிழலும், கருப்படைந்த வீட்டின் மீது முழு ஒளியை வீசும் நிலவும் போகாதே என்று சொல்ல மூன்றாம் ஜாமத்தில் பொம்மைகளோடு இணைகிறான். "குழந்தைகளின் கண்களில் விரிந்த சாதாரணமானவற்றிலும் விநோதங்கள் கூடிவிடும் (பக்778), உலகை ஃபேண்டஸி தன்மையோடு சொன்ன மிகச்சிறந்த சிறுகதை இது. சிறுபருவமென்பதே ஒரு ஃபேண்டஸியைக் கடப்பதுதான்.

குடிகள், தொன்மங்கள், வரலாறு, திணை

“இனக்குழுக்கள்-குடிகள்”, “சாதிகள்” இரண்டும் இந்திய சமூக அமைப்பின் வரைபடத்தை இரண்டு வெவ்வேறு பாகைகளில் பார்க்கக் கிடைத்த சொற்கள். புதுமைப்பித்தனின் “நாசகார கும்பல்” சமூக அமைப்பை “சாதி”யாக பார்த்த கதை எனில் கி.ராஜநாராயணனின் கதைகள் அதே அமைப்பை “இனக்குழுக்கள்-குடிகளாக”ப் பார்த்தன. “சாதி” இந்திய சமூகத்தை பிரிவுகளின் உராய்வாகவும், “இனக்குழுக்கள்-குடிகள்” அதே பிரிவுகளின் இணக்கமாகவும் பார்க்க உதவி செய்கின்றன. ஆனால் “இனக்குழுக்கள்-குடிகள்” சமூகப் பிரிவுகளின் இணக்கத்தை அமைப்பின் படிநிலைகளை ஏற்றொழுகதலால் உருவாக்குகிறது. அப்படி ஏற்றொழுகுதலை நவீன கல்வியமைப்பு, சிந்தனையின் தாக்கத்திலிருந்து உருவான இலக்கியப் பிரதிகள் சமூகப் பிணக்காக முன்வைத்தால் அமைப்பின் உள்ளிருந்தே அதன் கட்டமைப்புகளை வரைந்து காட்டிய இலக்கியப் பிரதிகள் பிரிவுகளின் இணக்கத்தை காட்டின. மேலும் பெரும்போக்காக சில குறிப்பிட்ட “இனக்குழுக்கள்-குடிகளை” உரைநடைப்படுத்தின. கோணங்கியின் கதைகளும் அப்படி உள்ளிருந்து பேசியவைதான். இந்தப் பாகையில் பார்த்தால் கோணங்கியின் கதைகள் கி. ராஜநாராயணனின் படைப்புகளிலிருந்து சொற்களைப் பெற்றுக்கொள்கின்றன. கோணங்கியே அவரது மூலவீதி கி.ரா வின் இல்லத்திலிருந்தே துவங்குவதை நூன்முகத்தில் ஒப்புக்கொண்டு கையொப்பம் இட்டிருக்கிறார்.

“*தீண்டப்படாத தண்ணீர்*”, “*எட்டாவது குழந்தையின் மூடிய விரல்*”, “*பாதரஸ ஓநாய்களின் தனிமை*”யில் களவை வாழ்வாகக் கொண்ட தேவர் இனத்தவர்களும், “*தறிவீட்டில்*” செங்குந்தர்களும், “*கழுதையாவாரிகள்*”, “*கொல்லனின் ஆறு பெண்மக்கள்*”, “*பிணக்கூலிகள்*”, “*வேர்கள்*”, “*ஈஸ்வரி அக்காளின் பாட்டு*”, “*ஆதி*”, “*தச்சன் மகள்*”, “*தறிவீடு*” கதைகளில் வண்ணார்களும், கொல்லர்களும் சொல்லப்படுகின்றனர். மாடில்லாதவன் சம்சாரியாக முடியாதென நம்பும் “*கைத்தடி கேட்ட நூறு கேள்வி*”யின் சாமி நாய்க்கர் இந்தியாவின் சாதாரண பிரஜையைக் குறிக்கும் ஆர்.கே. லஷ்மணனின் கோட்டணிந்த கேலிச்சித்திர கிழவருக்கு இணையாக ஒரு விவசாயியின்

கேலிச்சித்திரமாக உருவகித்துக் கொள்ளலாம். அடைக்கப்பட முடியாத (எக்காலத்திலும்) கடனுக்காக "வெந்து அவிந்து போன காட்டையே கோர்ட்டுக்குள் குடையாக விரிக்கும்" கைத்தடியுடன் நிற்கும் சாமிநாய்க்கர் விவசாயக் குடிமக்களின் பிரதிச் சித்திரமாக இக்கதையில் இரயில் அடிபட்டு சாகிறார். அவர் இறந்த பின்னும் அவரது கைத்தடி நூறு நூறு கேள்வியை கேட்கிறது.

இந்த "இனக்குழுக்கள்-குடிகளுக்கு" இடையே கோணங்கியின் கதையில் எங்குமே பிணக்கு நிகழ்வதில்லை. பாரம்பரியமாக நிலத்தை கைக்கொண்ட இனங்களும், அவர்களோடு சேர்ந்தொழுகும் குடிகளுமாக இருக்கும் கிராம அமைப்பில் நிலவும் இணக்கத்தை சொல்லும் கதைகள் அவர்களது சமூகப் படிநிலைக்கு எப்போதிருந்தோ தொடர்ந்துவரும் பாரம்பரியத்தை காரணமாகக் காட்டிவிடிகிறார்.

திருமால் தேவரின் வீட்டில் தொங்கும் மஞ்சள் நிற மீன் முள் முப்பாட்டன் களவில் பயன்படுத்தியது (பக்.593). மதலைத் தேவனின் திருக்கைவாலை விளக்குத் தூணிலிருந்து நீளும் அவனது நிழல், பூட்டன் தன் பேரனுக்கு திருக்கைவாலை அறுத்துக் கொடுத்த கதையை சொல்கிறது *(தீண்டப்படாத தண்ணீர்)*. அவனைத் தேடி இருநூறு இரும்புத் தொப்பிகளுடன் வரும் காலன் துரையினரின் படைகளின் தலைமேல் தாவி ஓடுகிறான் அவன். விலை பேசப்பட்ட மதலைத் தேவனைப் பிடிக்க காய்ச்சல்களோடு, வெள்ளூலுவை மீன்களை வைக்கிறார் கட்டக் கோனார். வெள்ளூலுவை மீன்களை எடுத்துக்கொண்டு தப்பிக்கும் கள்ளனுக்கும் வெள்ளூலுவை மீனுக்குமான உறவே "எட்டாவது குழந்தையின் மூடிய விரலில்" விட்டத்தில் தொங்கும் மீன் முள்ளாக தொங்குகிறது. அந்த மீன் முள்ளைப் பார்த்துக் கொண்டே உணவருந்தும் திருமால் தேவரின் குழந்தைகளை மீன் முள்ளில் ஒளிந்திருக்கும் கடல் மூதாதைகள் பார்க்கின்றன.

ஆதக்காளின் உருவாக சூரியபாண்டி வம்சத்தில் வந்த செண்பகவல்லிக்கும், ஊமையனுக்குமான காதலைச் சொல்லும் "*ஆதி*" கதையில் ஆதக்காளின் கதை துவங்கி, அறுத்துக் கட்டிய தாலியோடு பல புருஷர்களை மணந்த அம்சவல்லியுமாக காப்புலிச்சி அம்மனின் கோவில் கொடையில் சாராயமும், சேவல் காவும் கொடுக்கிறார்கள். இனக்குழுக்களின் சடங்கு, வாழ்வுமுறை

பதிவு செய்யும் "ஆதி" ஒரு வம்சத்தின் வரலாற்றை வாய்மொழிக் கதை சொல்லும் மரபு வடிவில் சொல்கிறது.

மலைத்தேவனின் அம்மா அவனுக்கு திருடர்களின் பூர்வீக பாம்பு நெளிமோதிரத்தை கழற்றிக் கொடுக்கையில் கொள்ளிக் கட்டைகளாக பளிச்சென்று நிலைகுத்திய அவள் பார்வையில் நாக இனத் திருடர்களை நினைவு கூர்கிறாள் (பக். 632). அவர்கள் எல்லோரிடத்திலும் கைமாறி வந்த பாம்பு நெளிமோதிரம் இப்போது மலைத்தேவனின் விரலில். மலைத்தேவனுக்கு அவனுடைய நாக மூதாதைகள் பாம்பு நெளிமோதிர ஒளியில் தோன்றுகிறார்கள். இப்படியோர் இனத்தொடர்ச்சியை புனைவின் வழியாக நிறுவுவதற்கான வரலாற்று அல்லது புராணிக ஆதார குறிப்புகளில் ஒன்றாவது கண்டறியப்பட வேண்டுமென்பது மானுடவியலாளர்களுக்கு விடப்பட்ட சவால். மானுடவியலாளர்களே அஞ்சும் சவாலாக இருக்கக்கூடும்.

பெருநாழி வியாபாரிகளின் சதியால் பாதிவிலைக்கு கழுதைகள் விற்ற அய்யன் அந்தப் பணத்தில் மகன் ராசப்பனை படிக்க வைக்கிறான். கழுதைவிற்றுப் படிப்பாளியானாலும் ராசப்பன் அய்யன் முகத்தில் இருக்கும் இருட்டை விலக்குவான் என்று தெரியாது. திருணையில் சாய்ந்துகொண்டே கோதண்டராமுத் தேவர், "அடே அய்யனு நீ நல்லாரு. ஏகாளி தொழில் செய்யப் பிறந்தவன். நம்ம புள்ளை நீ. எல்லாரும் டவுனுக்குப் போய்ட்டா யார்ரா அழுக்கு எடுக்கறது. உம் மகன் அங்க இருக்கட்டும். நீ இங்க இரு" என்று ஞாயம் சொல்கிறார். கோணிச்சாக்கில் தபால்களை தூக்கி திருநெல்வேலி நகரத் தெருக்களில் நடக்கும் அவன் மகன் ராசப்பன் முன்னே நகரத்து வண்ணார்களின் பொதி சுமக்கும் கழுதைகள் போகின்றன. ஒவ்வொரு நாளும் ஒவ்வொரு தெருவில் கழுதைகளை மாற்றிவிடுகிறார்கள். கிராமம், நகரம் இரண்டாலும் அழுத்தப்பெறும் வண்ணார் குடிகளின் வாழ்க்கை இப்படியாக இங்கே. அதே வண்ணார்கள்தான் *"பிணக்கூலிகள்"* கதையில் நாய்க்கமார் வீட்டு பெத்தம்மாவின் சாவிற்கு மாற்று விரிக்கிறார்கள். வண்ணாத்தி சுடலி பெத்தமாளின் பிணத்தைக் குளிப்பாட்டுகிறாள். துட்டி சொன்ன ஊர் விட்டுப்போன கிச்சான் பகடை திரும்பவர மற்ற பகடைகள் நாயனம் வாசிக்கிறார்கள்.

"வேர்களின்" ஆவுடைத்தாயி பெரிய அப்புச்சி வீட்டு வெங்கிடம்மாளுக்கு பிரசவம் பார்க்கிறாள். பேறுவீட்டு துணிகளோடு கண்மாய்க்கு செல்லும் அவள் நீரில் கைவிட ஆமை வெளிவருகிறது. தொக்கம் விடுபட ஒரு பச்சை மீனை பிடித்து விழுங்குகிறது. பிறப்பின் இரகசியத்தை தேயும் நிலவுடன் அறிந்துகொள்கிறாள். துட்டி வீட்டிற்கு மாற்று விரிக்கும் அதே வண்ணார் குடிகள் பேறுவீட்டுத் துணிகளையும் அலசுகின்றன. பன்றிகளை மேய்க்கும் பள்ளி ஈஸ்வரி வேதக்காரர்களோடு சேர ஊரைவிட்டுப் போகிறாள். அவள் ஊன்றிய புளியமரங்கள் அவ்வளவும்...கரையை மூடுகின்றன (பக்.218).

இரண்டு இனத்தவர்களுக்கு இடையேயான பிணக்கை சொல்லும் ஒரே கதை **"பாதரஸ ஓநாய்களின் தனிமை"**. காலனியாதிக்க காலத்து வரலாற்று நிகழ்வை தமிழ் மொழியில் வழங்கப்பெறும் திணைகள், அவற்றின் உரிப்பொருட்கள், தொன்மங்கள், சடங்காற்றுகளோடு சொல்கிறது. வளரி எனும் ஆயுதம் தூக்கிய ஈச நாட்டுக் கருப்பர்களும், வேல்கம்புகள், மீன்முள், திருக்கைவாலோடு ஆறலைக் கள்வர்களும் மோதிக்கொள்ள (அதைப் போர் என்று எழுதுகிறார் கோணங்கி) காக்கைக் குறவர், முதுகுடியர், சாம்பான், செம்பியர், கள்வர், ஈச நாட்டார், ஆப்பநாட்டார் தன்னரசாண்ட…. நிலத்தில் பீரங்கிப் படையுடன் நுழைகின்றன வெள்ளைக்காரர்களின் இரும்புத் தொப்பிகள்.

"பொடி வைத்துச் சுடும் கருவிகளுடன் மூடியிருந்த கருப்புத்தோல் புஸ்தகப் பலகையின்முன் மண்டியிட்ட கருப்பரும் அடைபட்ட கள்வரும் அங்கிகளோடு வந்த போதகர்கள் தூக்கிய சிலுவை நிழல்போன பாதையில்…..காணாமல் போகின்றனர் கானிலிருந்து" (பக். 704). ஒரு வரலாற்று சம்பவத்தை திணைகளின் குணமாகவும், காலனிய ஆட்சியர் அவர்களது மதத்தோடு மறைந்துவிட்ட "இனக்குழுக்களின்" தொன்மையையும் பரணி அல்லது சன்னதநிலை அல்லது மந்திர உச்சாடன மொழியில் பேசுகிறது. ஓநாய்களே இல்லாத நிலத்தில், நவீனப் புனைவு எழுதுவதில் வரலாற்றோடு தொன்மங்களை இணைத்து சமூக மாற்றங்களை பதிவு செய்யும் கதைகளுக்கே உரிய இனங்களுக்கு இடையேயான வரலாற்றின் சதியாக அமைந்திருக்கிறது. அரசியல் வாசிப்பை

கதையாடலின் புராணிக மொழி பின்தள்ளி விடுகிறது அல்லது ஒளித்துவைத்து விடுகிறது.

பாரதியாரின் "*சந்திரிகையின் கதை*"யில் கோபால் அய்யங்காரும், மீனாட்சியும் பிரம்ம சமாஜத்தில் திருமணம் செய்வது ஒருவகையில் சாதி அமைப்பிற்கு எதிராக கதை உயிரிகள், அவர்களுக்கு பின்பு சாதியமைப்பு கலைந்துபோகும் என்கிற நம்பிக்கையுடன் நிகழ்த்தும் எதிர்வினையாக ஓர் இலட்சிய உலகை நோக்கிய சொற்களின் வெளிச்சத்தில் சிறுகதை பயணித்த பயணமாக, கோணங்கியின் கதைகள் எப்போதிலிருந்தோ தொடர்ந்துவரும் அமைப்பை மாற்றுகிற, அவர்கள் அறியாமலே உரசல்களை உருவாக்கிவிடக் கூடிய செயல்களை செய்யாதவர்களாக இருப்பதை எதிர்மறையாக வைத்துப் பார்க்க வாய்ப்பிருந்தாலும் முன்பே சொன்ன இதுவரையிலும் உருவாகிவிட்ட இரண்டுவகை இலக்கியப் பிரதியை உருவாக்கும் (உற்பத்தி!?) முறைகளின் திரைகளுக்குப் பின்னே கோணங்கியின் கதைகள் தஞ்சமடைந்து விடுகின்றன.

பகுதி II

மொழி, புனைவு, எல்லை

முப்பது ஆண்டுகள் ஒரு மொழியோடு புழங்கும் புனைகதையாளனுக்கு ஓர் உள்ளுணர்வாகவே அவன் பயன்படுத்தும் மொழியை பல்வேறு வழிகளில் பரிசோதனைக்கு உட்படுத்திப் பார்க்க வேண்டுமென்ற எண்ணம் எழாமல் போனால் அம்மொழியில்தான் சிக்கல் இருக்கக்கூடும். இலக்கிய வடிவம் எதுவானாலும் மொழியின்றி சாத்தியப்படாதவை. ஆனால் அந்த வடிவங்கள் மொழியை எந்த விதத்தில் பயன்படுத்துகின்றன, மொழிக்கு அவை அளிக்கும் பங்களிப்புகள் எவை என விவாதிப்பது தனி இலக்கிய செயல்பாடாகும். கவிதை மொழியை அடிப்படையாகக் கொண்டது, மொழியில் என்னென்ன கூறுகள் செயல்படுகின்றனவோ அவை கவிதையிலும் செயல்படும் வாய்ப்பிருக்கிறது.

உதாரணத்திற்கு சந்தம். ஒலியால் உருவான சொற்களின் உள்ளே இசை நீரடி நதியோட்டமாக பல சுழற்சிப் பாதைகளில் சுழல்கிறது. மொழியின் இசையை ஒரு கவிதையில், செய்யுளில், பாடலில் கண்டுவிட முடியும். மொழியின்றி செய்லபட முடியாத கவிதை, மொழியின் சாத்தியக் கூறுகளை விஸ்தரிப்பதை மொழிக்கு கவிதை ஆற்றும் கைம்மாறாகக் கொள்ளலாம். கவிதை பல்வேறு Permutationகளால் மொழியை பொம்மைகளாக்கிக் கைகளில் தருகிறது. ஆனால் உரைநடைக்கு மொழி இரண்டாம் நிலைக் கருவியாகவே பயன்படுகிறது. மொழி உரைநடையில்(புனைவு) துணைநிலையில் செயல்படுகிறதே அல்லாமல் அதன் இணையாகப் பயணிப்பதில்லை.

புனைவு எழுதுகிறவர்கள் மீது ஏதாவது குற்றச்சாட்டுகள் இருந்துகொண்டு இருந்தாலும் கோணங்கி, அவர் பயன்படுத்துகிற மொழி காரணமாகவே குற்றச்சாட்டுக்கு உள்ளாகிறவர். கதை, மொழி இரண்டும் இவரது கதைகளில் எப்படிச் செயல்படுகின்றன என துவக்கத்திலேயே பார்த்துவிடுவது நல்லது. கதை என்பது வழமையான புரிதலின்படி பிரதியின் வெளி அளவுக்குள் நிகழவேண்டிய ஒன்று. அதன் கால அளவு குறித்த பல்வேறு பார்வைகள் விவாதிக்கப்பட்டுவிட்டன. ஒரு புனைவில் கதை நிகழ வேண்டும். அல்லது எளிமையாகச் சொன்னால் கதை நகர வேண்டும். ஆனால் ஓவியத்தில் சொல்லப்படும் கதை?. நகர்வும் ஓவியமும் கலந்து உருவானவை காமிக்ஸ்கள். *"மதினிமார்களின் கதையில்"* இந்த நகர்வை வெளித்தோற்றமாகவே பார்த்துவிட இயலும். ஆனால் *"உப்புக்கத்தியில் மறையும் சிறுத்தை"* அல்லது *"பனிவாள்"* கதைகளில் இந்த நகர்வை காண்பதற்கு குறுக்காகப் பிணைந்து கிடக்கும் குறுஞ்செடிக் கிளைகளை விலக்க வேண்டியிருக்கும்.

ஒளியும் புகுந்துவிடாத புதரின் உள்ளே ஒருவேளை "கதை" இல்லாத சாத்தியமும் உண்டு. ஒருவகையில் கோணங்கி அவருடைய மொழியால் நிகழ்த்துவது வாசிப்பவர்களோடு நிகழ்த்தும் கண்கட்டு வித்தையாகக் கூட இருக்கலாம். எதார்த்தக் கதைகள் மொழியை கதையின் இரண்டாம் பரப்பில் கையாள, கோணங்கி மொழியை பிரதானமாகவும் கதையை அதன் உள்பரப்பில் மறைந்திருப்பதாகவும் எழுதுகிறார். தன்னிலைகளையும், அவற்றின்

செயல்பாடுகளையும் உட்பொதிந்து அல்லது ஏறக்குறைய இல்லாமலேயே எழுதப்பட்ட கோணங்கியின் சில கதைகள், கதை என்றழைக்கப்படுவதை விடவும் புனைவுகள் என்றழைக்கபட ஆரம்பநிலை பொருத்தங்களை எளிதாகப் பெற்றுவிடுகின்றன (வாசிக்க. '*கண்ணாடியில் மறைந்த அதீத சரித்திரத்தின் மியூசியம்*'). எழுதத் துவங்கும் ஒருவன் அவனுடைய விவகார எல்லையைக் கடந்து கால் வைக்க கரையான்கள் பிடித்துக்கொள்கின்றன. பின்பு கரையான்கள் எங்கெல்லாம் பயணித்தனவோ, பயணிக்கின்றனவோ அங்கெல்லாம் பயணிக்கின்றன வாக்கியங்கள், இறுதியில் எல்லைகளைக் கடந்து ஓடும் விரல்களின் புதிரை (விடுகதை) விடுவிக்க முடியாமல் சிகரெட்டைப் புகைக்கிறான்.

சொற்களை கரையான்களாக உருவகித்துக்கொண்டால் இங்கே கதையை புரிந்துகொள்ள ஒரு பிடிமானம் கிடைத்துவிடுகிறது. அனைத்தும் அவன் மனதிற்குள்ளே கரையானகளாக மாறித் திரிகின்றன. இன்னொரு வகையில் சொன்னால் மேஜிக்காரனின் புறா மறைந்த தொப்பியாக அசைகிறது கதையை மறைக்கும் மொழி.

தமிழ் சிறுகதைகளில் எழுதப்பட்ட மிக நீண்ட வாக்கியமாக "*அல்பரூனி பார்த்த சேவல் பெண்*" கதையின் முதல் வாக்கியத்தை சொல்லலாம். கேப்ரியல் மார்க்வெஸின் "The Last Voyage of the Ghost Ship" கதை இப்படி ஒரே வாக்கியத்தால் எழுதப்பட்ட கதைக்கு ஓர் உதாரணம். கோணங்கி அப்படியொரு முயற்சியை செய்ய முயற்சித்திருக்கிறார். ஜேம்ஸ் ஜாய்ஸின் "யுலிஸிஸ்" நாவலில் துவங்கிய மொழியை பிரதியில் பரீட்சித்துப் பார்க்கும் முயற்சி தமிழில் கோணங்கி வரை தொடர்கிறது. சில வாக்கியங்கள் தமிழ் எழுதப்படக் கிடைத்த சாத்தியங்களாகக்கூட சொல்லலாம். வெள்ளையர் ஊருக்குள் நுழைவதைச் சொல்லும் பின்வரும் வாக்கியங்கள் புனைவெழுத்தின் அப்படியொரு உதாரணம்:

"யுத்தமடுவில் சேதப்படாதிருந்த ஊருணிநீரில் தெரிந்த பிம்பத்தில் அந்நியரின் தலைகள் அசைந்து பேசின புரியாத மொழியில்" (*பாதரஸ ஓநாய்களின் தனிமை*).

"ஒரு கோடி நட்சத்திரங்கள் பிறந்த இரவில் ஒவ்வொரு ஒளிப்பாதையிலும் உயிரின் தனிமை 'விந்தை' என்ற வார்த்தையால் உச்சரிக்கப்பட்டது. (*மண்புழுவின் நாட்டியம்*)

"நள்ளி ஸ்டேசனுக்கு மேல், போன காலங்களின் நட்சத்திரங்கள் தண்டவாளங்களுக்கு அருகில் சரிந்து கிடக்கின்றன" (அப்பாவின் குகையில் இருக்கிறேன்).

தமிழில் இதுவரையிலும் ஏற்றுக்கொள்ளப்படத்தக்க ஃபேண்டஸி இலக்கியம் உருவாகவில்லை. புராணக் கதைகள், பேய்க்கதைகள் நிரம்பிய நாட்டில் அச்சுக் காலத்திற்குப் பிறகு எட்கர் ஆலன் போ அல்லது இகினியோ யுகோ தார்செட்டி (Iginio Ugo Tarchetti) அல்லது ஜெ.ஆர்.ஆர் டோல்கின் அல்லது ப்ரெம் ஸ்ட்ரோக்கர் போன்றவர்கள் உருவாகாமல் போனதற்கு மொழியை இலக்கிய வடிவங்களில் பயன்படுத்தும் சாத்தியக்கூறுகள் விரிவடையாமல் போனதும் ஒரு காரணமாக இருக்கக் கூடும். பின்பு இலக்கியத்தை சமூகத்தின் அறவுணர்வைப் பேணும் ஒரு பிரச்சார சாதனமாக அல்லது ஒப்பாரிப் பாட்டாகப் பார்த்ததும்.

"தரைக்குப் பதிலாய் பச்சை வெள்ளை சதுரங்கக் கட்டங்களில் மாறிமாறிச் செல்லும் ஊஞ்சலின் இரு நிழல்களில் வேறு யாரோ நகர்ந்து வருகிறார்கள் அவனிடம்" - (கூந்தலில் மருக்கொழுந்து சூடிய ஈஞ்சநாடன் கதை)

"நகரும் மரங்களாகி அசையும் காளான் மனிதர்கள்" (சாரோனின் சாம்பல் இறகு)

"கருப்பு நகரின் கடற்கரையில் நடந்து அப்பால் இருந்த தீவைப் பார்த்து யானைகள் ஒளிவெள்ளத்தில் பறக்கும்" (நட்சத்திரம் உதிர்ந்த மந்திரச் சிமிழ்)

"....ஈமப்பேழைகளில் வைத்து கபாலங்களைக் கழுவிக் கழுவி மந்திரத்தை முறுக்கும் பேழை திறந்து எவையெவற்றின் சாயைகளோ கடந்துபோகின்றன இருட்டில்" (அல்பருனி பார்த்த சேவல் பெண்)

மேலே குறிப்பிட்ட வாக்கியங்களிலிருந்து தமிழில் ஒரு மிகச்சிறந்த ஃபேண்டஸி இலக்கியத்தை உருவாக்குவதற்கான அடித்தளங்கள் உருவாக்கப்பட்டுவிட்டன என உறுதியாக ஏற்றுக்கொள்ளலாம். கோணங்கியின் பங்களிப்பு அறிவியல் புனைகதை எழுதுவதற்குமானதாகக் கூட. சுஜாதா, அவருடைய விஞ்ஞானச் சிறுகதைகளின் முன்னுரையில் கோணங்கியின் சில கதைகளை நண்பர்கள் ஏற்றுக்கொண்டால் விஞ்ஞானச்

சிறுகதையென்று சொல்லலாம் என்கிறார். *"ஆதி விருட்சம்"* அப்படியொரு கதையாக இருப்பதன் அடையாளங்களோடு எழுதப்பட்டுள்ளது.

கோணங்கி அவரது பிற்காலக் கதைகளில் பரிட்சித்துப் பார்த்த மொழியை நவீனத்துவ பிரதிகளின் மூச்சுமுட்ட வைக்கும், வாசிப்பவர்களின் ஞாபகத்தை ஒரு முன்நிபந்தனையாகக் கோரும், படிமங்கள் நிறைந்த நீண்ட வாக்கிய அமைப்பின் தமிழ் வடிவமாகப் பார்க்கலாம். இவ்வகையில் கோணங்கியின் படைப்புகளை நவீனத்துவ படைப்புகள் எனலாம்.

அப்ஸ்ட்ராக்ட் நவீன ஓவியங்கள் பார்ப்பவர்களை வியப்பிலாழ்த்தி, அறிவுப்புலனுக்கு சவாலாகவும், அர்த்தங்களை உருவாக்கிக்கொள்ளாமல் வெறுமனே அப்படைப்புகள் தரும் உணர்வுகளை மட்டுமே கருத்தில்கொள்ள வேண்டியவையாகவும் இருக்கின்றன. கோணங்கியின் சில கதைகள் சொற்களால் தீட்டப்பட்ட நவீன ஓவியங்களாக பிரதியில் சமைகின்றன. அவை மேற்சொன்ன நவீன ஓவியங்கள் பார்ப்பவர்களிடம் எவற்றைக் கோருகின்றனவோ அவற்றையே கோணங்கியின் கதைகள் வாசிப்பவர்களிடம் கோருகின்றன.

Intertextuality, Phantasmagoria

ஜெ.ஆர்.ஆர். டோல்கின் *"Lord of the Rings"* நாவலில் வரும் நீருக்கடியில் உறங்கும் பதுமைகள் *"தீண்டப்படாத தண்ணீர்"* கதையின் இறுதிப்பத்தியில் மிதக்கின்றன. அதைப் போலவே மார்க்வேஸின் *"The Handsomest Drowned Man in the World"* கதை இங்கே கோணங்கியால் *"ரத்து செய்யப்பட்ட சிறுகதை"*யாகிறது. லூயி கரோலின் *"அற்புத உலகில் ஆலீஸ்"*, *"பனிவாள்"*, *"தையற்காரனின் கதை"*, *"நகுலன் இறந்துவிட்ட பின்னும் ஒலிநாடா ஓடிக்கொண்டிருக்கிறது"* ஆகிய கதைகளில் எடுத்தாளப்பட்டுள்ளதை வாசிக்கலாம். ஆனால் இங்கே Intertextuality என சொல்லப்படும் ஏற்கனவே எழுதப்பட்ட பிரதியை எழுதப்படும் பிரதியோடு இணைத்து எழுதுவது அல்லது *"Simile"* எனப்படும் மேற்கோளாக மட்டுமே பயன்படுத்துவது இரண்டுமே முழுமையடையாமல் நிற்பதாக முதல்வாசிப்பில் தோன்றுகிறது. இன்னொரு வகையில் சொன்னால் இரண்டும்

பிறழ்ந்து அல்லது கலந்து நிற்கின்றன. "பனிவாளி"ன் ஆலிஸ் இங்கே அற்புத உலகில் இல்லாமல் மணல், பனி, வாள், அசரீரி என வேறொரு இடத்தில் உலவுகிறாள். ஆனால் லூயி கரோல் உருவாக்கிய கதையுலகு போன்ற வேறொன்று உருவாகாமல் போகிறது. பிரமிளின் படிமமான "*தலைகீழ் கருஞ்சுடர்*" இங்கே முழுமையடையாமல் நிழலாகிறது (பக்.722). *சர்ப்ப யாகம் செய்யும் சௌனக முனியும்* (பக்.177) அவ்வாறே. யுவான் ருல்ஃபோவின் "*எரியும் சமவெளி*" எனும் தலைப்பு கோணங்கியால் சில கதைகளில் நிலத்தை சுட்டுவதற்கு பயன்படுத்தப்படுகிறது.

"*உலர்ந்த எலும்புகளின் சமவெளி எரிந்துகொண்டிருந்தது*" (பக்.253), "*சமவெளி எரிந்து கொண்டு இருக்கிறது* (பக்.236), "*உலர்ந்த சமவெளி எரிகிறது பார் பரமு*" (பக்.289)

புனைவின் தொழில்நுட்ப் கோளாறுகளாக இவற்றை சொல்ல முடியுமாவென்பதை பல்கலைகழகங்களில் இலக்கியம் கற்பவர்களும், கற்பிப்பவர்களும் கோணங்கியின் கதைகளை ஆராய்ந்து பார்த்து முடிவுக்கு வரவேண்டும்.

லாந்தர் விளக்கின் ஒளியில் பேயுருக்கள், பூதங்களை சுவரில் அல்லது புகையில் உருவாக்கிக் காட்சிப்படுத்தும் பதினெட்டாம் நூற்றாண்டு நாடக வடிவம் *Pantasmagoria* என அழைக்கப்படுகிறது. தமிழ் காமிக்ஸ்களில் *Phantom* வேதாளமாக மொழிபெயர்க்கப்பட்டுள்ளான். கோணங்கியின் பெரும்பாலான கதைகளில் Pantasmagoric உருவங்கள் பயன்படுத்தப்படுகின்றன. பிரமிள் ***Shibumi*** எனும் நாவலை வாசித்த பின்பு அதனை எழுதிய Trevanianக்கு ஒரு "பதில் கிடைக்கப் பெறாத" கடிதத்தை எழுதுகிறார். அந்தக் கடிதத்தில் ஆங்கிலத்தில் எழுதுவதற்கு அவரிடம் Phantasmagoric ideas இருப்பதாக எழுதுகிறார். *(பிரமிள் படைப்புகள், பக். 454).*

"*லாந்தர் ஒளியில் முகத்தை நீட்டியவாறு புளூட்டோ பின்தொடர்ந்து சென்றது*" *(பக். 557)*

"*....இருளின் அடியில். நகரும் பாதையில் நண்பனின் ஆவியுரு*" *(பக்.263)* இவற்றிற்கு உச்சமாக "*தையல்காரன் கதை*"யில் மருத்துவச்சியின் வீடுதேடி நடக்கும் வேலம்மையின் கையிலிருக்கும் லாந்தர் விளக்கின் ஒளியில்தான் கதையே

துவங்குகிறது. அதே லாந்தர் விளக்கு திரும்பவர கண்விழிக்கும் சங்கு மேஸ்திரிக்கு அந்த ஒளியில் வேலம்மை பெரிய காளியாகத் தெரிகிறாள்.

இருட்டைக் குறித்து எழுதப்படாத கோணங்கியின் கதைகளை இனிமேல் அவர் எழுதினால் உண்டு. இருட்டும், அந்த இருட்டில் விளக்கின் ஒளியால் அசையும் உருவங்களும் கதைகள் தோறும் விதவிதமாக சொல்லப்படுகின்றன.

- "அடைக்கோழியைப் போல அடைந்து கிடக்கிறது இருட்டு" (பக் 329)

- "பெரிய வீட்டுக் குதிரில் தானியம்....அங்கு வந்து குடியேறும் இருட்டு

யாராலும் துடைக்க முடியாததாக இருக்கும்" (பக். 550)

- "தைலம் போல் கரைந்து மசியும் இருட்டு" (பக்.514)

இருட்டின் மீது அதீதக் காதல் கொண்டு எழுதும் கோணங்கி குறைவான ஒளியின் வெளிச்சத்தில் அசையும் உருக்களாகவே அவருடைய கதை உயிரிகளைப் படைத்திருக்கிறார். கோணங்கியின் கதைகளில் பளிச்சிடும் மின்விளக்குகளைப் பார்ப்பதே அபூர்வம். மின்சாரம் நுழைந்திராத காலத்தின் இருட்டு படிந்த உலகில் கோணங்கியின் மனிதர்கள் லாந்தர் விளக்கின் ஒளியில் அசைகின்றனர். அவர்களின் நிழலுருக்களே உயர்ந்து சுவர்களில் அசைகின்றன.

மனம், நிலப்பரப்பு

மனம் என்ற உருவற்ற வெளியின் உணர்வுகள் நிலப்பரப்பின் கூறுகளோடு கலந்துவிடுவதை அல்லது நிலப்பரப்பின் தன்மையே மன உணர்வாக மாற்றம் கொண்டுவிடுவதை கோணங்கி அவருடைய புனைவுக் கலையின் ஓர் அங்கமாகக் கொண்டிருக்கிறார்.

"விளாத்திகுளம் பனைவாடிக்குள் செல்லும் வெள்ளை மணலில் ஏக்கத்துடன் இருந்த தனிமை அவனைப் பற்றியது" (பக். 524)

"கருவ மரத்தின் துயரமானது கிழவனைப் போன்ற வேதனைகள் நிரம்பியது"

(பக். 528)

"எந்தப் பக்கமிருந்து நீர் இறைத்தாலும் கிணறு தரும் உணர்வைத்தானே பெறமுடியும்...." (பக். 784)

"ஊமையான துயரங்களே இரவுகளாக மாறுகின்றன" (பக். 441)

"கம்மங்கதிர்" கதையில் தனியொருவனின் துயர் ஒரு நிலப்பரப்பின் துயராக மாறுவதை வாசிக்கலாம்.

மனம் மட்டுமின்றி நட்சத்திரங்களே கூட பசுவின் சாந்ததுடன் இருக்கின்றன (பக். 329)

மனிதர்கள், அவர்களது குணங்கள், நிலப்பரப்பின் தன்மைகள் மூன்றிற்கும் ஒரு தொடர்பை உருவாக்கிப் பார்த்ததே திணை. கோணங்கி பெரிதும் திணையெனும் கருத்தாக்கத்தை அவருடைய பிற்காலத்திய கதைகளில் பாவித்திருக்கிறார் (குறிப்பாக தனுஷ்கோடி, பாதரஸ ஓநாய்களின் தனிமை).

"கண்ணாடியுள் அதீத சரித்திரத்தின் மியூசியம்" கதையில் கரையானும்,

கதைசொல்லியும் கரைவதை, "இரண்டு ஜீவனுக்குமான இணைவின் தோற்றமே விவரிக்க முடியாத அந்த புனைவு உணர்ச்சியாக இருக்க வேண்டும்". (பக். 648)

கோணங்கியின் அனைத்து உயிர்களையும், உயிரற்ற நிலத்தின் அனைத்துப் பகுதிகளையும் ஒன்றாக இணைத்துப் பார்க்கும் பார்வைக்கு மேற்சொன்ன வாக்கியமே சான்று. அவரே சொல்வதைப் போல அவரது புனைவுகளின் உணர்ச்சியே மனிதர்கள், விலங்குகள், பொருட்கள் ஆகியவற்றின் விவரிக்க முடியாத இணைப்பாகவே இருக்கிறது. அதுவே இந்நிலத்தின் மீது வாழ்வாகவும் இருக்கிறது. கோணங்கி அவ்வகையில் மனித மைய கதை சொல்லும் முறையிலிருந்து விலகி அவரது பிரதியின் பரப்பில் இயங்கும் அனைத்து உயிர், உயிரற்றவையின் இருப்பை, இன்மையை அல்லது இரண்டின் நெருக்கடிகளை கதையில் துவங்கி புனைவாக மாற்றி எழுதிச் செல்கிறார். அவரது புனைவு உலகில் நூல்கண்டில் சிக்கிக்கொள்ளும் பூனையும், அம்மியை நக்கும் நாயும், தனுஷ்கோடி மணற்பரப்பில் அழியாத காக்கையின் நிழலும், கல்யானைகளும், வரிவரியாக வானில் மின்னும்

சர்ப்பங்களும், மீன்களும், அரைவட்டப் பாதையில் நகரும் இரயில் வண்டிகளோடு கருத்த மனிதர்களும் (நிலத்தின் துயரமும், மனதின், உறவுச் சிக்கல்களும்) 70 கதைகளின் வாயிலாக ஓர் உலகை அதன் இயல்புகளை அதிகப்படியான சொற்களாலும் மிகக் குறைவாகவே உமிழப்படும் ஒளியால் பார்க்கக் கிடைக்கிறார்கள். எழுந்து உயர்ந்து நிற்கின்றன அனைத்தின் சாயல்களும் புனைவின் வடிவில்.

ஹெய்டேக்கர் வான்கோவின் "*விவசாயக் காலணிகள்*" ஓவியம் குறித்து "இந்த உபகரணம் நிலத்திற்கு உரியது.... விவசாயப் பெண்களின் உலகத்தில் காப்பாற்றி வைக்கப்பட்டிருக்கிறது...." என்று சொல்கிறார். வறுமையை பொய்யால் (புனைவால்) மறைக்கும் "*தச்சனின் மகள்*" துவங்கி, கிழவனின் செருப்பைக் காத்து வைத்திருக்கும் கிட்ணம்மாள், கொல்லன் நொடிந்துவிட கோயில் விளக்கேற்றும் "*கொல்லனின் ஆறு பெண்மக்களும்*", கிணற்று நீரில் துயரங்களைக் கரைக்கும் ஸ்திரீகளும், "*இறந்து கொண்டிருக்கும் சிறுமியின் கல்சாவியில்*" கால்விரல்களை முத்தமிடும் சர்ப்பங்களும், கோணங்கியின் புனைவுலகை காத்து நிற்கிறார்கள்.

புனைவு நிலத்திற்கும் உலகத்திற்குமான இடைவெளியில் நிற்கின்றது. ஹெய்டேக்கரை துணைக்கு அழைத்தால், இப்படி இடைவெளியில் நிற்பதுதான் கலை.

(இக்கட்டுரையின் மூல வடிவம் எழுத்தாளர் பா. வெங்கடேசன் அவர்களின் ஏற்பாட்டில் ஹம்பியில் நடந்த கோணங்கியின் படைப்புகள் மீதான வாசிப்பு அமர்வில் வாசிக்கப்பட்டது. இது விரிவாக்கப்பட்ட வடிவம்)

நுணுகி அறிந்த மனம்
– மா. அரங்கநாதன் சிறுகதைகள்

மரபைக் குறித்த பலவகையான கேள்விகளை கோட்பாடுகள் உருவாக்கிவிட்டன. யாருடைய மரபு? என்கின்ற கேள்வி எது மரபு என்பதை விடவும் முக்கியமானது. தமிழ்ச் சிறுகதைகளுக்கு வ.வே.சு ஐயர், பாரதி துவங்கி வரலாறு உண்டு. அந்த வரலாற்றில் சில மரபுகள். புதுமைப்பித்தன், மௌனி, அசோகமித்திரன், சுந்தர ராமசாமி, கி. ரா என கிளைகள் பிரித்து நிற்கின்ற மரபு. சி.சு. செல்லப்பாவும் க.நா.சுவும் ஓர் ஒழுங்கில் மரபை தரம்பிரித்து ஒழுகச் செய்தவர்கள்.

சமூக வாழ்வை, தனிமனித சிக்கல்களைச் சொல்லுதல், மனச்சித்திரங்கள், தொன்மங்கள் இதிகாசங்களை மீளுருவாக்கம் செய்தல், மொழியின் ஓசைகளைக் கொண்டு சித்திரங்களை உருவாக்குதல் பின்னெழுந்து வந்த தலித் எழுத்து எனச் சிறுகதைகள் புழங்கும் மொழியில் மா. அரங்கநாதனின் எண்பது கதைகள்.

வடிவத்தின் முக்கியத்துவத்தை பலகாலம் இலக்கிய ஆசான்கள் சொல்லிச் சென்றுள்ளனர். சிறுகதை வடிவத்திற்கு இலக்கணமே உருவாகிவிட்டது. மா. அரங்கநாதனின் சிறுகதைகளின் வடிவம் சிக்கலற்றதும் பெரிய அளவில் பரிட்சார்த்த முயற்சிகளும் இல்லாமல் இருக்கின்றன.

தத்துவம்

எண்பது கதைகளில் குமரி வட்டாரத்திலிருந்து நேரடியாக சென்னைக்கு வருபவர்கள் அதிகம். இந்த எல்லையை உலக அளவில் விரிவாக்க வேண்டுமானால் பெரும்பாலும் அமெரிக்கா, ஒரு கதையில் இலண்டனிலும் கதைகள் நடக்கும் புவிப்பிராந்தியங்கள் தமிழ்கூறும் நல்லுலகின் நிலவியல் எல்லை. பெருநெறிகள் சமணத்திலும் பௌத்தத்திலும் துவங்கி, சைவமாகவும் வைணவமாகவும் விளங்குகிற தமிழ்ச்சமூகம். சிறுமரபுகள் குறித்த பேச்சு இதுவரையிலும் அரசியல் தொடர்புடையதாக இருக்கிறது தத்துவ பின்பலமின்றி. தமிழ்ச்சமூகம் சிறுகதைகளை நவீனத்துவக் கூறுகள் சமூகத்தில் மாற்றங்களை உண்டுபண்ணிய காலத்தில் எழுதியது. பெரும் மாற்றங்கள் இச்சமூகத்தில் நிகழ்ந்த காலமும் அதுதான். அதுவரையிலும் நிலைபெற்றிருந்த சிந்தனை மரபுகள், வாழ்வியல் ஒழுங்குகளில் மாற்றங்கள் கடந்த நூற்றாண்டின் நம்பமுடியாத வேகத்துடன் நிகழ்ந்தன.

சைவம், வைணவப் பெருநெறிகள் குறிப்பிடத்தகுந்த வரலாற்று காலம் வரையிலும் (இன்றும்கூட பொதுப்புலத்தில், நெகிழ்ந்த அளவில்) தத்துவத் தளத்தில் ஆதிக்கம் செலுத்தியவை. இவ்விரண்டு தத்துவச் சிந்தனைகளில் இருந்து கிறித்துவம், நவீனத்துவம், காலனியாதிக்கம் உருவாக்கிய நிறுவனங்களால் தமிழ்ச்சமூகம் பலவித மாற்றங்களை உள்வாக்கிக் கொண்டது. புராட்டஸ்டண்ட் கிறித்துவம், இயந்திரமயமாதல், காலனிய நிறுவனங்கள் (கல்லூரிப் படிப்பு, நீதிமன்றம், போலீஸ்துறை, அரசு அலுவல் படிநிலைகள், மாவட்ட நிர்வாகம்) ஆகியவை பெருமளவில் தமிழர்களை நவீனத்துவத்திற்குத் தள்ளிய காலத்தில் ஏறக்குறைய ரொமாண்டிசிச அல்லது மறுமலர்ச்சிகால சிந்தனை அளவிற்கு திராவிட இயக்கம், பிராமணியச் சிந்தனை நீக்கம் முதலாக சாதி ஒழிப்பு, தனிமனிதனை அளவாகக் கொண்ட சுயமரியாதை, பெண்விடுதலை போன்ற இலட்சியவாதங்களை முன்வைத்து முற்றாக மரபு நீக்கம் செய்தே உருப்பெற்றது. அதன்பிறகு தமிழ்ச்சமூகம் பல்வேறு சிந்தனைகளின் வண்ணங்களால் தீற்றப்பட்ட ஓவியமானது.

மா. அரங்கநாதனின் கதைகள் சைவத்தை அதன் வாழ்வியல் ஒழுங்குகளோடு மாத்திரமல்லாமல் தத்துவத்தளத்திலும் அணுகிப் பார்ப்பவை. "வீடுபேற்"றில் முத்துக்கறுப்பனிடமிருந்து "சிவா" எனும் பழகிப்போன சொல்லாக வெளிப்படுவதிலிருந்து, "விடுதலைப்போரில் அப்பரின் பங்கி'ல் *"சிவம்னா புதுசா வர்ற வெளிச்சம் மாமா – அது தானா வரதால எப்படியிருக்கும்னு சொல்லமுடியாது. சொல்ல முடிஞ்சா அது புதுசு ஆகாது"* என்னும் வாக்கியத்தில் சைவத் தத்துவ விசாரணை அழுத்தமாகப் புலப்பட்டு பின்பு "*துக்கிரி*' கதையில் முதலும் முடிவும் அற்ற ஒளியாக திருவண்ணாமலை கிரியில் திடமாக நிற்கிறது.

"*காலக்கோடு*" கதையில் கடிகாரம், ஆடைகளோடு நடராசர் படம்போட்ட பிசிக்ஸ் புத்தகத்தை கரையில்விட்டு கடல் நோக்கி "கண்டுபிடித்துவிட்டேன்" என ஓடும் அவன் செய்கைக்கு "வாகனம் கோயில் சேரும்வரை ஆட்டம்தான் தில்லையம்பலம் சிவசிதம்பரோம் அப்படின்னு" சைவ விளக்கம் கிடைக்கும். இப்பிரபஞ்சத்தின் அசைவுகள் அனைத்துமே நடராசனின் ஆட்டம்தான் என்பது சைவத்தில் தோய்ந்தவர்கள் அறிவியலுக்குள்ளும் காண்பதே.

"*பார்த்தல்*", "*வெளியேறுதல்*" இரண்டும் மா. அரங்கநாதன் கதைகளில் இடம் தொடர்புடைய உருக்கள். இவற்றிற்கும் சைவநெறிக்கும் உள்ள தொடர்பைப் பார்த்தல், தெளிதல், அதுவாகவே ஆதல் என்பதோடுச் சேர்த்துப் பேசமுடியுமெனத் தோன்றுகிறது.

வெளியேறுதல் இடம்பெயர்தல் மட்டுமல்ல, இடத்தினால் நிலைபெற்று விட்ட பண்பாட்டில் நிலவும் மாறுதல்களும்தான். சிறுகதைகளில் கிராமங்களைப் பேசும் கதைகள் கோயிலின்றி இருப்பதில்லை. நகரங்களில் சினிமா. இரண்டுமே பார்த்தல்தான்.

"*மீதி*" கதையில் மாமியார் ஆக்ரமித்துக்கொண்ட வீட்டிலிருந்து தற்காலிக வெளியேற்றத்திற்கு முத்துக்கறுப்பன் பயன்படுத்தும் இடம் சினிமா அரங்கு. "அசலம்" கதையில் மருமகளிடமிருந்து கிடைக்கும் முணுமுணுப்பை மதிக்காத முத்துக்கறுப்பன் எண்பது வயதில் இரண்டு மைல் நடையையும் பொருட்படுத்தாது அணுகும் இடம் ஆவுடையார் கோயில். "நல்லது கெட்டது என்ற

நோக்கில் அல்லாமல் அவ்வாறாகவே எடுத்துக்கொள்ளப்பட்டது'' (பக்.140) என சினிமாப் பார்த்தல் குறித்து சொல்லப்படுவது. அது சினிமாவைப் பார்த்தல் தாண்டியும் பொருள் நீட்சி உடையதெனவும் கொள்ள இடமுண்டு. மெய் காணுதல் கூட ''ஏதாவது தோன்றாதாவென எதுவுமில்லாததைப்'' பார்த்தல்தான் (மெய்கண்டார் நிலையம், தாங்கல்).

கற்பதென்பதே பார்ப்பதுதான். ''பார்ப்பது படிப்பது போலத் தெரியும். ஒருவேளை பார்த்ததைத்தான் அந்தப் புத்தகத்தில் படிக்கிறார் போலும்'' (பக். 149). இந்தப் பார்த்தல்தான் ''*மகத்தான ஜலதாரை*'' கதையில் யானைகளின் களியாட்டைப் பார்த்த ஒரு கிழவன் ''*பட்டினத்து சாமி*'' கதையில் திருவையாற்றில் இரண்டு யானைகளைப் பார்த்து ''கண்டறியாதன கண்டேன்'' என்ற அப்பராக வெளிப்படுகிறார். வெளியேறுதல் குறித்த சித்திரம்; ''*வீடுபேறு*'' கதையில் முத்துக்கறுப்பன் சொல்லும் ''எல்லாம் நல்லாத்தான் இருக்கு. எங்கே போனாலும் நல்லாவேயிருக்கும். எங்காவது போய் அப்படியே எங்க போனோம்னு தெரியாமலேயே போயி திரும்பி வராமலேயிருந்துட்டா இன்னும் நல்லாயிருக்கும்'' வாசகத்தில் கச்சிதமாகத் துலங்கும்.

ஒரு பார்வையில் வேதங்களைக் குறித்து ஒவ்வாமையை வெளிப்படுத்துவதாக ''*ஒரு பிற்பகல் நேரம்*'' கதையில் நடேச சாஸ்திரியைக் குறித்து ''வேதங்கள் காற்றிலிருந்து மூக்கால் இழுக்கப்படுவதன் முன்னர், தென்னாட்டில் மனிதனே கிடையாது என்ற நம்பிக்கையுடன் வாழ்பவர்'' எனவும் இன்னொரு கதையில் வேதம் என்பது கரியமிலவாயு எனவும் சொல்லப்பட்டிருக்கும். இது ஒருவகையில் சைவத்திற்கு வெளியே வேதக் கலாச்சாரத்தை வைக்க மா. அரங்கநாதன் முயற்சித்துள்ளார் என்பதுவரை யோசிக்கமுடிகிற வாய்ப்பைத் தருகிறது.

சைவத்திற்கு அடுத்த அளவில் பேசப்பட்டிருக்கும் நெறிகள் கௌமாரம் மற்றும் அம்மன் வழிபாடு. தமிழ்ச்சமூகத்தின் ஆதிக்கடவுள் ஓர் இனக்குழுத் தலைவனான முருகன். முருக வழிபாடு இந்தச் சமூகத்தின் பழமைக்கு இன்னுமொரு சான்றாக விளங்குவது. வேதச்சாயலோ, பிராமணக் கலாச்சாரப் பின்புலமோ இல்லாத கடவுள் என்றாலும் சைவத்தோடு கொண்டு சேர்த்ததும்

நிகழவே செய்தது. கச்சிப்பேடு, செட்டி வளாகம் கதைகள் முருக வழிபாட்டை மையமாகக் கொண்டு கிட்டத்தட்ட முருகன் நிகழ்த்தும் அதிசயங்களின் கதைகளாக இருக்கின்றன. அதுவும் கச்சிப்பேட்டு முருகன் ஒரு முக்கோண உறவின் இழப்பையும் ஏமாற்றத்தையும் ஆற்றுப்படுத்த வந்தவன். செட்டி வாளாகத்தில் மயில்வேறு முருகன்வேறாக இல்லாதுபோதல் விவாதிக்கப்படுகிறது.

மரங்கள், பறவைகள் வழிபாட்டோடு தொடர்புடையவையாகவும் இருக்கின்றன. "*ரோபோ*" கதையில் வேப்ப மரத்தடியிலும், நாகமரத்தடியிலும் அமைதியாக நின்ற தெய்வங்களைப் பேணுவோர் எத்தனைக் குடும்பங்களாக இருந்தனரோ அத்தனை மரத்தடி தெய்வங்களுமாக இருந்த இடங்களில் "*திரிசூலம்*" கதையின் டாக்டர். ஐராவதம், "மரங்களையெல்லாம் காணல்லே. நீலமலையில் கூட காணமுடியல்லே. இந்த மரங்களையெல்லாம் எங்கே? எங்கே போச்சு?" எனத் தேடுகிறார். தென்னை பல கதைகளில் பேசப்படுகிறது. பனை என்கின்ற தலைப்புடைய கதை பனைமரம் குறித்த பல்வேறு தோற்றங்களை நம்பிக்கைகளின் சாயல்களோடு குறியீடாக்குகிறது. மரங்கள் பல்லுயிர்க்கு மட்டுமின்றி பேய்களுக்கும் அவையே இருப்பிடம் (பாதைத் திருப்பத்தில் வேப்பமரம் நிற்பதால் மாலை நேரம் வந்துவிட்டால் ஆள் நடமாட்டமும் குறைவு (பக் 250)). மரங்களும், பறவைகளும் இல்லாமல் மனிதன் உயிர்வாழ்ந்ததில்லை (செட்டி வளாகம்) எனச் சொல்லும் தாத்தாவிடம் இக்காலம் மரங்களும் பறவைகளும் நீங்கிய இடங்களில் கான்கிரீட்டுகளால் பதிலளிக்கும். மரபும் அதனோடு நீங்கும்.

அனைத்தையும் சிவமாகவே பார்த்தல் என்பதே சைவத்தின் அடிநாதம் என்றால் "*உறவு*" கதையில் "டீக்கடையை சந்தோசமாப் பாத்து அங்கேயிருக்க முடியலைன்னா இம்மலையை நான் ரொம்ப நிம்மதியாப் பாத்தது எல்லாம் உண்மையா இருக்க முடியுமா... இருக்கிற நாலு சுவத்தைப் பார்க்க முடியாதவன் கைலாசத்தையா சரியாப் பாக்க முடியும்" என முத்துக்கறுப்பனிடம் சொல்லும் பெரியவர்வழி மா. அரங்கநாதன் அதை சிறப்பாகவே சொல்லியிருக்கிறார்.

சாதியம்

பாரதியாரின் (பு.பி) *"கோபாலய்யங்காரின் மனைவி"* துவங்கி இன்றுவரையிலும் சமூகம் குறித்து எழுதுவதே தமிழில் சிறுகதை எழுதுபவர்களுக்கு பிரதானமாக சாதியம் குறித்து எழுதுதல்தான். "முத்துக்கறுப்பன் எண்பது" தொகுப்பில் சாதிகுறித்த கதைகளில் சிறப்பானவையாக சுட்ட முடிபவை:

1. *அசலம்*
2. *மண்டேலாவை நேசிக்கிறேன்*
3. *மனத்துக்கண்*
4. *பெருநகர்த்தடம்*
5. *மீட்சி*
6. *மூடு*

ஆவுடையப்பர் கோயிலில் இராமனோடு நடக்கும் உரையாடல் சைவமும் வைணவமும் சேரியில் இருத்தியிருக்கும் மக்களுக்கு நெடுங்காலமாகச் செய்ததென்ன என வினவுகிறது. அசலம் சாதிய அமைப்பில் தத்துவம் சக்தியற்றுப் போகும் இடத்தைப் பேசுகிறது. "மூவாயிரம் வருசமா அன்பு ஒசந்ததுன்னு சொல்லிகிட்டு சொமை சொமக்க பின்வாங்கினா நாகரிகம் என்னான்னு எனக்குத் தெரியலை" என்கிற இராமன் இருக்கும் இடத்திற்கு (வைணவம்) ஆவுடையப்பர் வருவதில்லை (சைவம்). இருவரும் ஒருநாளும் சேரிப்பக்கம் போனதில்லை. தத்துவங்களும் சித்தாந்தங்களும் படித்தாலும் ஜே.கே புத்தகத்தில் மறைந்திருக்கும் செய்தித்தாள் துண்டில் அரிஜன சங்கத் தலைவரான தனது அப்பாவின் புகைப்படத்தைப் பார்த்ததும், அதற்கு முந்திய பத்தியில் "டியர், டேக் மீ டு பெட்" என்று சொல்லவும் தயாராகவிருந்த பெண், தன் மனத்தில் இன்னுமே சாதியம் ஒட்டியிருக்கிறதென்று மனத்துக்கண் மாசோடு வெளியேறுகிறாள்.

"*மீட்சி*"யில் சிவானாண்டி படும் அவமானம் தாங்காமல் கிராமத்திலிருந்து வெளியேறும் முத்துக்கறுப்பன் "*மனத்துக்கண்*" கதையில் அவரது மகனுடைய தத்துவப் புத்தகத்தில் செய்தித்தாள் புகைப்படமாக மாறியிருப்பது மா. அரங்கநாதன் கதைகளின் விசேசங்களில் ஒன்று. ஒரு சிந்தனையின், அமைப்பின் தொடர்ச்சியை பல கதைகளுக்கு ஊடாக இழையவிடுவதின்

மூலம் நாவல் வாசிக்கும் அனுபவத்தை சிறுகதை தொகுப்பில் ஏற்படுத்திவிடுகிறார்.

சாதி பிறழ்தல் என்பது கிராமத்திலிருந்து, குடும்ப அமைப்பிலிருந்து வெளியேறியவர்களுக்கு நேர்கிறது. பெருநகர்த்தடத்து முத்துக்கறுப்பன் பிள்ளையாக இருந்தாலும் கைவண்டி இழுப்பவனாக, அதன் அடியிலேயே இரவைக் கழித்து கிட்டத்தட்ட தெருவாழ்க்கை வாழ்பவனாகிறான். அவன் மணம்செய்த பெண்ணிடம் முப்பது வருடங்கள் என்ன சாதியெனக் கேட்காமலேயே வாழ்ந்து மறைகிறான். அவன் தெரிந்துகொள்ள விரும்பாதபோதே அவள் எப்படிப்பட்ட சாதியென்று தெரிந்துவிடுகிறது. பரமசிவம் பிள்ளை முத்துக்கறுப்பனை சூலத்தில் தள்ளிவிடுகிறார். அவருடைய பேரன் தாத்தாவைத் தேடிவருகையில் பரமசிவத்தின் அம்மா உடைக்கும் இரகசியத்தின் ஊடாக ஊரைவிட்டு வெளியேறின முத்துக்கறுப்பனின் தந்தை பார்பராகிறார் (கதை: மூடு).

திராவிட இயக்க அரசியல் சித்தாந்தமான சாதி ஒழிப்பை விடுத்து (ஒருவகையில் சித்தர்களிடமிருந்தும்) காந்தி, பாரதி போன்றோர் சாதி வேற்றுமைகள் நீங்கிய ஓர் அமைப்பை தங்கள் மதத்திற்குள்ளாக உருவாக்க முனைந்தனர். மா. அரங்கநாதனின் கதைகளிலும் இவர்களின் கருத்தியல் போக்கே சாதியம் குறித்த கேள்விக்கு விடையாகக் கிடைக்கிறது எனலாம். மேலும் சேரிவாழ் மக்களின் மீதான “அன்பே” அதற்கான பதிலாகவும், அவர்மீது அன்பைச் செலுத்துவதே ஏற்றுக்கொள்ள வேண்டிய பொறுப்பெனவும் வலியுறுத்துவதாக கதைகளின்வழி அறிய முடியும்.

‘எலி மற்றும் ஓர் இறங்கற் கூட்டம் கதைகளில் திருவல்லிக்கேணி பகுதியில் விநாயகர் சதுர்த்தி ஒட்டி நிகழும் இந்துக்கள் மற்றும் முகம்மதியர்களுக்கு இடையிலான பதட்டம் பேசப்பட்டிருக்கும். அதிலும் குறிப்பாக எலி கதையில் ஓய்வுபெற்றவர் வீட்டு எலியாக விரியும் சிந்தனைகள் வன்முறை குறித்த புரிதலை திருவல்லிக்கேணியில் அடையும். தமிழ்ச்சமூகத்தின் மதக்கலவரங்கள் குறித்து மறைவாக எழுதப்பட்ட வரிகள் இவை. மா. அரங்கநாதன் கதைகளில் வெளிப்படுத்தும் அர்த்தங்களை விடவும் அவற்றின் உள்ளே ஒளித்துவைக்கும் விஷயங்களில்

வெளிப்படையான அர்த்தங்களுக்கு வேறொரு காட்சிக்கோணத்தை உண்டாக்கி விடுகிறார். இதுகாறும் வலியுறுத்தப்பட்ட சிறுகதை இலக்கணத்திற்கு ஒட்டியே இவை அமைகின்றன.'

சினிமா

தமிழ்ச் சமூகம் தொழில் மயமாவதற்கு முன்பே சினிமா மயமாகி விட்டது. மா. அரங்கநாதனின் முத்துக்கறுப்பன் – அதுவும் தமிழ்த் திரைப்படங்கள் அல்லாமல் ஹாலிவுட் மற்றும் பெர்க்மன் போன்றவர்களின் படங்களால் ஈர்க்கப்பட்டவன்.

அலுப்பு, மீதி ஆகிய கதைகள் சினிமாப் பார்த்தலை தப்பித்தலுக்கு உரிய விசயமாகப் பேசுவதோடு கதையின் காலத்தைக் குறிக்கவும் சினிமாவைப் பயன்படுத்துகிறார் மா. அரங்கநாதன் (வீடுபேறு). சினிமாக் கதாபாத்திரங்கள், கதைகள், அவற்றின் போக்குகளின்வழி சமூகத்தில் உருவாக்கப்படும் அற மதிப்பீடுகள் குறித்து ஆழமாகப் பேசும் கதை "மாறுதல்". முத்துக்கறுப்பனுக்கு சீட்டாட்டமும் குடிப்பழக்கமும் இல்லை. அவன் பெற்றோரைக் காத்தல், பெரியோரை மதித்தல் போன்ற விழுமியங்களை சினிமாவிலிருந்தே உருவாக்கிக் கொள்கிறான். கல்வி பெற முடியாதவர்களிடையே புத்தகங்கள் உருவாக்க முடியாத அறவுணர்ச்சிகளை, மதிப்பீடுகளை சினிமா உருவாக்கி விடுகிறது என்பதற்கு இக்கதை உதாரணம்.

மர்லின் மன்றோ, கிர்கோரி பெக் போன்ற ஹாலிவுட் நடிகர்களும் பெர்க்மன் போன்ற இயக்குநர்களும் முத்துக்கறுப்பன்கள் மற்றும் பிறரின் சினிமாப் பார்த்தலை வடிவமைத்ததால் தமிழ்த் திரைப்படங்கள் குறித்த குறிப்புகள் ரஞ்சனோடும், பிறிதொரு கதையில் நடன மங்கையின் பின்பக்கத்தையே பார்த்துக் கொண்டிருக்கும் அரசனைக் குறித்த விமர்சனத்தோடும் தமிழ் சினிமாவை நிராகரிக்கின்ற தொனியில் தெரிகின்றன.

கோவிலோடு தவிர்க்க முடியாமல் ஆகிவிட்ட சினிமாவும் தமிழ்ச் சமூகத்தில் பெரும் ஆதிக்கத்தை செலுத்துகிறது. மா. அரங்கநாதன் அவரது கதைகளில் சினிமாவின் தாக்கத்தை தனித்துப் பேச வேண்டிய அளவில் எழுதிச் செல்கிறார்.

மேலும் சில கதைகள்

எண்பது கதைகளில் சிறுவர்கள் எவற்றிலெல்லாம் வாய்ப்பு கிடைக்கிறதோ அங்கே இருக்கும் இடத்தை விட்டு, குடும்பங்களை விட்டு ஓடிப் போய்விடுகின்றனர். தொலைவிலுணர்தல், மீட்சி, பெருநகர்த்தடம் போன்ற கதைகளில் வெளியேறும் சிறுவர்கள் வழியாக கதைகள் நகர்கின்றன. வீட்டையும் குடும்பத்தையும் நீங்கும் சிறுவர்கள் குறித்து பலகதைகளில் எழுதப்பட்டுள்ளது மா. அரங்கநாதன் கதைகளுக்கே உரிய Attributeகளில் ஒன்று. இடம் நீங்குதல் இங்கும் தனியாகக் குறிப்பிட வேண்டியதாகிறது. சிறுவர்களின் உலகம் குறைவாகவே விவரிக்கப்பட்டிருந்தாலும் "*மீட்சி*" கதையின் ஆற்று வெள்ளத்தைக்கூட பார்க்க வராமல்போன சிறுவர்களைக் குறித்துப் பேசும்போது அவர்களது இயங்குவெளி குறித்த அபாரமான சித்தரம் கிடைத்துவிடுகிறது.

மகத்தான ஜலதாரை இனக்குழு சமூகம், அதன் தலைமை உருவாக்கம் ஆகிய வாசிப்புகளுக்கான சாத்தியத்தை உருவாக்கித் தருகிறது. *முதற்தீ* எரிந்த காட்டில் வழிபாட்டு முறைகள் உருவான விதம் குறித்து (பக். 222) பேசப்படுவதோடு முதற்சொன்ன கதையையும் இணைத்து வாசிக்க புது அர்த்தங்கள் தென்படும்.

சித்தி, மைலாப்பூர் ஆகியவை பிடிபட சிரமமாகத் தெரிந்தாலும் கதைகள் என்ற அளவில் பலவேறு அர்த்தங்களைச் சாத்தியப்படுத்தும் வடிவத்தையும் பொருளையும் கொண்டவை. *மோனலிசாவும் கருப்புக்குட்டியும், ஜேம்ஸ்டீனும் செண்பகராமன் புதூர்க்காரரும்* ஆகிய கதைகளும் விரிவாகப் பேசுவதற்கானவை. தாயிழந்த சிறுமியையும் அவளது தாத்தா பாட்டியைப் பேசும் "*முன்றில்*" இழப்பின் துயரத்தை அதன் இருட்தன்மையோடு வாசிப்பவர்களுக்கு கடத்துகிறது.

பெண்கள் அம்மாக்களாகவே பெரும்பாலான கதைகளில் வருகின்றனர். சிவகாமியின் சரிதத்தில் வரும் பெண் மனோன்மணியத்தின், "எவர்தாம் முன் அணைந்தாரென இதுகாறும் அறியோம்" என்கின்ற வரிகளை தனக்குப் பிடித்தமான பகுதியெனச் சொல்வது முத்துக்கறுப்பனின் வாழ்வையே மாற்றிவிடுகிறது.

எண்பது கதைகளில் வெவ்வேறு பருவத்தில் வேறுவேறு முத்துக்கறுப்பன்கள் தெரிந்தாலும் தொகுப்பாக வாசிக்கையில் கதைகள் பேசும் பொருள்களுக்கு இடையே இருக்கும் தொடர்ச்சியால் எண்பது முத்துக்கறுப்பன்களும் ஒருவர்தான் எனத் தோன்றச் செய்கிறது. இவ்வகையில் தத்துவத்தின்வழி வாழ்வையும் மனத்தையும் நுணுகிப் பார்த்த மா. அரங்கநாதன் தமிழ்ச் சிறுகதை வாசகர்களுக்கு அளிக்கும் பிரதியியல் உலகம் ஒருவகையில் பெருநெறியொன்றின் கூர்ந்து கவனிக்கத்தக்க சித்திரங்கள்.

தமிழ்ச் சமூகத்தின் சைவநெறி ஒழுங்கு + சாதிப்பிரிவினை மறுகட்டமைப்பு – திராவிட இயக்க இலட்சிய வாதம் + அயல் சினிமா என மா. அரங்கநாதனின் கதைகளைக் குறித்த சமன்பாட்டை உருவாக்கிவிட முடியும் என நம்பத் தோன்றுகிறது.

புது எழுத்து

வரலாறும் இலக்கியமும் – தாண்டவராயன் கதை நாவல் அனுபவம் முன்வைத்து

மனிதன் என்கிற சமூக உயிரிக்கு இருவித இருப்பு நிலைகள் உள்ளது. ஒன்று, வரலாற்றுக்கு முந்தைய கால இருப்பு, இரண்டு வரலாற்றுக்கால இருப்பு. முந்தையது அறிவியலுக்கு பாத்தியதைப்பட்டது. அங்கே நமக்கு வேலை இல்லை.

ஒரு வசதிக்காக வரலாற்றுக்கு முந்தைய மனிதனை x மனிதன் என்றும் பிந்தைய மனிதனை y மனிதன் என்றும் வைத்துக்கொள்ளலாம். வரலாற்றுக்கால இருப்பிற்குப் பின்பு மனிதகுலம் அதனை உரசிப் பார்த்துக்கொள்ள ஓர் உரைகல்லாகவும், மாற்றங்களை உள்ளோடும் முரண்களை சேமித்து வைக்கும் காப்பகமாகவும், அதிகாரம் உபயோகப்படுத்திய பழம்பொருட்களை காட்சிக்கு வைத்திருக்கும் அருங்காட்சியகமாகவும் வரலாறு விளங்குகிறது. மனித குலத்தின் அனைத்து வளர்ச்சிகளையும் வரலாறாக மாற்றுவது, வரலாற்றோடு ஒப்பிடுவது அதில் இடம்பிடிக்க அதிகாரத்தைப் பயன்படுத்துவது, வரலாற்றை திருத்துவது, அதை மறைப்பது அல்லது அழிப்பது இவையும் நிகழ்ந்தவண்ணம் இருக்கின்றன. மனிதனுக்கு அவன் இருப்பு எவ்வளவு சிக்கலுக்கு உரியதோ அவ்வளவு சிக்கலுக்கு உரியதாக வரலாறும் உள்ளது. ஆக மனித உயிரிக்கு இருவித சிக்கல்கள், ஒன்று இருத்தலியல் சிக்கல் இன்னொன்று வரலாற்றியல் சிக்கல். ஒருவேளை சமூகங்களின் இருத்தலியல் சிக்கல்களின் பூதவடிவத் தோற்றம்தான் வரலாறாக இருக்கக் கூடும்.

வரலாறு என்கின்ற கருவி உருவாக்கப்பட்ட பின்பு அனைத்தும் வரலாற்றுக்கு உட்பட்டதாக மாறிவிடுகிறது. அறிவியலின் வரலாறு, மதங்களின் வரலாறு, கணிதத்தின் வரலாறு, கடவுள்களின் வரலாறு உட்பட ஏறக்குறைய அனைத்து அறிவுசார் துறைகளின் பிறப்பு-வளர்ப்பு-இறப்பை பதிவு செய்து சான்றிதழ் வழங்கும் அலுவலகமாக வரலாறு நிறுவப்பட்டுள்ளது.

வரலாறு ஒரு தத்துவப் பிரச்சனையும் கூட. காந்தி வரலாறு இல்லாத தேசம்தான் மகிழ்ச்சியாக இருக்கும் என சொல்லியிருக்கிறார். அப்படியோர் ஆத்மீக தேசம் ஏதேன் தோட்டத்தில் அமைந்தால்தான் உண்டு. வரலாறு செத்துவிட்டது என *ஃபிரான்ஸிஸ் ஃபுகோயாமா* அறிவிக்கிறார். (ஐரோப்பியர்கள் சேகண்டி அடிப்பதில் எல்லோரையும் முந்திக்கொள்வார்கள் – *நீட்ஷே* கடவுள் செத்துவிட்டார் எனவும், *ரொலாண்ட் பார்த்* ஆசிரியர் செத்துவிட்டார் எனவும் கடவுளும் ஆசிரியரும் இறந்து போனதை 'அறிந்து' தெரிவித்தவர்கள்.

இதற்கெல்லாம் மேலாக வரலாறு அதிகாரத்தின் கருவி. அதற்குத் தேவையான சகல கட்டுமானப் பொருட்களையும் தொழில்நுட்பத்தையும் வரலாறே வழங்குகிறது.

அதிகாரப்பூர்வ வரலாறு எழுதுதல் தொடர்புடையது. அதன் துவக்கமே எழுத்திலிருந்துதான் ஆரம்பிக்கிறது. இந்த எழுதுதல் என்பதை வெறுமனே பதித்தல் (Registering) என அர்த்தப்படுத்த முடியாது. நிகழ்வொன்றை பதிவு செய்யப்போகும் வரலாற்றாளர் தேர்ந்தெடுப்புடன் அதனை செய்வதற்கான சாத்தியமும் உண்டு. நம்பிக்கையான வரலாறு, நம்பகமற்ற வரலாறு என இரு பரிமாணங்களும் வரலாற்றுக்கு உண்டு. இங்கே அறிவியல்பூர்வமான அல்லது தர்க்கபூர்வமான கருவிகள் மூலம் நம்பகத்தன்மைய சோதிப்பதும் நடக்கிறது. அதிகாரத்தோடு அதிகம் தொடர்புடையது என்பதாலும் அதன் முதன்மையான கருவிகளுள் ஒன்று என்பதாலும் கண்ணாடிப் பொருளின் கவனத்துடன் கையாளப்பட வேண்டியிருக்கிறது. இது y வரலாற்றின் குணாதியதிசயங்கள்.

எழுதப்பட்டவை தாண்டியும் ஒரு வரலாறு உண்டு. அது சொல் மற்றும் நிகழ்த்து (*Oral and Performing*). மொழிப் பயன்பாடு,

பண்பாட்டுச் செயல்பாடுகள், கதைகள், புராண இதிகாசங்களில் மறைந்தும் தெளிந்தும் வரலாறு கிடைக்கிறது. சாதாரண சொல்வழக்குப் பிரயோகமான "அவன் பெரிய எம்டன்" என்பதில் ஒரு வரலாற்றுச் சம்பவம் மொழியில் பதிகிறது. வரலாற்றை எழுதப்படுவது மற்றும் நிகழ்த்தப்படுவது என பிரித்துக்கொள்ளலாம். இதன் துவக்கம் x காலகட்டத்திலிருந்து துவங்குகிறது.

எழுதப்படும் வரலாற்றுக்கு மூன்று நிபந்தனைகளை நாம் விதிக்கலாம்.

1. அதிகாரப்பூர்வம் என்று அது அறிவிக்கப்பட்டிருக்க வேண்டும்.
2. கற்பிக்கப்படுகிற ஒன்றாக இருக்க வேண்டும்.
3. கல்விநிலைய மயப்பட்டதாகவும் (Academic) இருப்பது. சுருங்கச் சொன்னால் நிறுவன மயப்பட்ட வரலாறு எனச் சொல்லலாம். நிகழ்த்தப்படும் வரலாற்றுக்கும் மூன்று நிபந்தனைகளை விதிக்கலாம்

1. அதிகாரத்தினால் இடம் மறுக்கப்படுதல்.
2. கற்பிக்கப்படுவதாக இல்லாமல் நிகழ்த்தப்படுதல் மூலம் கடத்துதல்.
3. தெருக்கள் போன்ற பொது வெளியில் இயங்குதல்.

நிகழ்த்து வரலாறும் நிறுவன மயப்பட்டதாக இருக்கிறது. நிகழ்த்து வரலாறு எழுத்து வரலாற்றிற்கு மூத்தது. X காலகட்ட மனித இருப்பின் சில பதிவுகள் அதில் எஞ்சியிருப்பதை காணக்கூடும். இதை வேறுவிதமாகச் சொன்னால் பின் அரங்க வரலாறு எனலாம்.

சடங்கியல் இந்த பின் அரங்க வரலாற்றின் – அதிகாரப்பூர்வ என்கின்ற அந்தஸ்து பெறாதவற்றின் அல்லது வரலாறு என்னும் தகுதியைப் பெற முடியாமல் போனவற்றின் மறுநிகழ்த்துதல் அல்லது நினைவுபடுத்துதல்.

சடங்கியல் தொன்மத்தோடு உறவாடுவது. தொன்மத்தில் வரலாறு ஒளிந்து கிடக்கிறது. தொன்மங்கள் கதைகளாகவும் சடங்குகளாகவும் படியெடுக்கப்படுகின்றன. சடங்குகள் மூலம் அதன் குறியீடுகள் மூலம் சொல்லப்படும் வரலாறு

பெரும்பாலும் உள்ளூர்த்தன்மை வாய்ந்தது. அது ஒரு சமூகக் குழுவிற்கோ, குறிப்பிட்ட பிராந்தியப் பரப்பிற்கோ அதன் வரலாற்று நிகழ்வொன்றை மறுகூறல் அல்லது நினைவுபடுத்துதல் செய்வதற்காக நிகழ்த்தப்படுபவை. சன்னதம், பேய்க்கதைகள் போன்றவற்றின் மூலம் உள்ளூர் வரலாறு கடத்தப்படுகிறது. இது பெரும்பாலும் தனிநபர் வாழ்வில் சிறப்பித்துப் பதிக்க வேண்டிய நிகழ்வை சொல்வதற்காக அல்லது பிராந்திய வரலாற்று அசைவை பதிவு செய்வதற்காகவும் இருக்கலாம்.

கற்பிக்கப்படுவதும், நிகழ்த்தப்படுவதும் மறதிக்கு எதிரான ஞாபகப்படுத்துதல். கேள்விக்குறியின் தூண்டில் கொக்கி எப்படி அதிகாரபூர்வ வரலாறு எனச் சொல்லப்படுபவற்றின் மீது தொங்கிக்கொண்டிருக்கிறதோ அப்படித்தான் நிகழ்த்தப்படும் வரலாற்றின் மீதும். (ஆனால் எம்ஜிஆர் காலத்திலிருந்தே நாம் எளிய மக்கள் பொய் சொல்ல மாட்டார்கள் என நம்புபவர்கள்). அது ஓரளவிற்கு உண்மையும் கூட.

சன்னத நிலை, ஆவியுருத் தோற்றம், சடங்கியல் தருணங்களில் உடல்களின் கூட்டிசைவு போன்றவை கட்டுப்பாடற்ற மனநிலையின் கட்டுப்பாட்டில் நேர்கிறது. சோடியம் பெண்டதால் உபயோகிப்பதின் மூலம் கட்டுப்பாடின்றி பேசுவதின் மூலம் உண்மை, பொய் வேறுபாடின்றி ஒப்புதல் வெளிப்படுவதைப் போலத்தான் இந்த நிகழ்த்து வரலாற்றின் போதிருக்கும் மனநிலை. அது உண்மை, பொய் வேறுபாடற்ற ஓர் ஒப்பித்தல். இதனால் நிகழ்த்து வரலாற்றின் மீதும் நம்பகத்தன்மையின் தீர்த்தத்தை தெளித்து அதைப் புனிதப்படுத்துவோம்.

பண்பாடு, அரசியல் தளங்களில் இந்த நினைவுகூறல் அவசியமானதாகவும், கற்பிக்கப்படும் வரலாற்றின் நேர்மையை கேள்வி கேட்கவும், ஒளிந்து வெளிப்படும் வரலாற்றை தலைமுறைகளுக்குக் கடத்தவும் பயன்படுகிறது இந்த நிகழ்த்து வரலாறு.

மார்க்ஸ் சொன்னதைப் போல மனித சமூகம் இன்றளவும் இரு பிரிவுகளாகப் பிரிந்து கிடக்கிறது. ஒடுக்கப்படுவோர், ஒடுக்குவோர். ஒடுக்கப்படுவோரை மீண்டும் *X* என்றும் ஒடுக்குவோரை *Y* என்றும் வைத்துக்கொள்வோம். *Y* *X*ன் மீது

கத்திரிக்கோல்களோடும், துப்பாக்கிகளோடும் வினைபுரியும் போது X அதற்குப் பதிலடியாக சொற்களோடும், கற்களோடும் எதிர்வினை புரிகிறது.

மிலன் குந்த்ரா சொன்னது, 'அதிகாரத்திற்கு எதிரான போராட்டம் என்பது மறதிக்கு எதிரான ஞாபகத்தின் போராட்டம்'.

வரலாறும் ஞாபகத்தோடு தொடர்புடையது. ஞாபகத்தினால் கட்டுப்படுத்தப்படுவது. கோணங்கி ஒருமுறை சொன்னார், *"நனைவிலி மனத்தில் ஒளிந்திருக்கும் வரலாற்றை மொழி அடுக்குகள் வழி கண்டடைவது"* என்று. இங்கே ஞாபகம் என்பது சமூகத்தின் கூட்டு ஞாபகம். கோணங்கி சொன்னது கூட்டு நனைவிலி. மொழி இந்த கூட்டு நனைவிலியை நினைவுபடுத்துகிற கருவியாகவும் உள்ளது. பெயர்சொற்களும் வினைச் சொற்களும் மொழியை நனைவிலி மனத்திலிருந்து பிரித்துவிடுகின்றன.

மனித இரத்தத்தின் சுவையை வரலாற்றின் நாவைத் தவிர அதிகம் அறிந்தவர்கள் யாரும் இல்லை. வரலாற்றைப் பயில்பவர்களுக்கு இயல்பாகவே இரு வாய்ப்புகள் கிடைத்துவிடுகிறது. அதன் மாணவர்களுக்கு இடையேயும் இரு பிரிவுகள் உருவாக்கிவிடுகின்ற தன்மை வரலாற்றுக்கு உள்ளது.

இந்த இரு பிரிவினரின் செயல்களால் வரலாற்றுக்கு மேலும் இரு குணங்கள் தோன்றுகின்றன. ஒன்று இயங்குநிலை வரலாறு மற்றொன்று தகவல்நிலைவய வரலாறு. உதா. தென் அமெரிக்கா ஸ்பானியர்களின் காலனியாக இருந்தது எனச் சொல்வது தகவல்மய வரலாறு. ஸ்பானியர்கள் இன்கா, மாயன், அஸ்டெக் இனத்தவரை கொன்றழித்தனர் என்பது இயங்குநிலை வரலாறு. அதிகாரம் தகவல்மய வரலாற்றை எழுதுவதிலும் கற்பிப்பதிலும் ஆர்வமாக இருந்தால் அதற்கு எதிராகப் போராடுபவர்கள் இயங்குநிலை வரலாற்றை வளர்த்தெடுக்கப்படுவார்கள். இந்த இயங்குநிலை வரலாற்றின் உள்ளூர் வடிவம்தான் சடங்கியல், தொன்மம் மற்றும் கதைகள். ஒருவகையில் ஞாபகப்படுத்துதல்.

அதிகாரத்தின் கருவியோடு இலக்கியத்தோடு என்ன தொடர்பு? வரலாற்றைப் போலவே இலக்கியமும் அனைத்து அறிவுசார் துறைகளையும் தன்னகத்தே உள்வாங்கி அவற்றை விவாதிக்கிறது, Refine செய்கிறது, சாத்தியக் கூறுகளை அதிகரிக்கிறது. இலக்கியம்

என்றால் என்ன? என்பதற்கு நிறைய விளக்கங்கள், ஒவ்வொன்றும் பொருத்தமானதாகவே கூட வழங்கப்படுகின்றன.

இலக்கியத்திற்கும் வரலாற்றிற்கும் அடிப்படையானது தரவுகளும் தகவல்களும். இரண்டும் தரவுகளையும் தகவல்களையும் Manipulate செய்வதின் மூலம் அவற்றை உள்வாங்கிக் கொண்டு அவற்றின் தேவையைப் பொறுத்து வெளிப்படுத்துகின்றன.

எட்கர் ஆலன் போவின் *"Golden Bug"* என்ற கதையின் ஆதார பலமே ஒரே ஒரு தகவல்தான். ஆங்கிலத்தில் அதிகம் பயன்படுத்தப்படும் எழுத்து 'e'. இதைச் சுற்றி ஒரு தீவு, மூன்று பாத்திரங்கள், கடற்கொள்ளையர்களின் சங்கேத மொழி போன்றவை அமைக்கப்படுகின்றன. இது தரவொன்று இலக்கியமாவதற்கு உதாரணம். நாகர்கோவில் கன்னியாகுமரி மாவட்டங்களில் மதக் கலவரங்களுக்கு ஒரு வரலாறு உண்டு. அதைச் சொல்வதற்கு ஒரு புளிய மரத்தின் கதை தேவைப்படுகிறது.

வரலாறு தரவுகளையும் தகவல்களையும் திருத்தம் செய்கிறதென்றால் இலக்கியம் இவற்றின் துணையோடு வரலாற்றை விசாரணை செய்கிறது.

இதுவரையிலும் இலக்கியம் அதிகாரத்திற்கு எதிரானதென்று நம்பப்படுகிறது. இதை உண்மை என நம்பித்தான் வரலாற்றை விசாரணை செய்வதற்கு இலக்கியவாதி முனைகிறான். அப்படி வரலாற்றை இலக்கியமாவதற்கு அவசியப்படுகிற ஒரு வாதத்தையும் பார்க்கலாம்.

இடலோ கால்வினோ தன்னுடைய *இலக்கியமும் தத்துவமும்* என்னும் கட்டுரையில் தத்துவம் சார்ந்த எழுத்துக்களை எழுதுபவர்கள் இலக்கியப் பிரதியில் அதனை கேள்விக்குட்படுத்தவும் அதன்மூலம் அதனை வளர்த்தெடுக்கவும் முனைய வேண்டும். அப்படிச் செய்கிறபோதும் இலக்கியம்தான் பிரதியில் முன்நிற்க வேண்டுமேயன்றி தத்துவம் அல்ல. இக்கருத்தை அவர் சார்த்தரின் *ஒவ்வாமை* நாவலுக்கான விமர்சனமாகவும் சொல்கிறார். இந்த இடத்தில் தத்துவம் என்பதை வரலாறாக பதிலீடு செய்து பார்த்தால், வரலாற்றை எழுதும் இலக்கியவாதிக்கும் பொருந்துவதாக இருக்கும்.

இதுவரையிலும் சொன்னவற்றின் துணையோடு தாண்டவராயன் கதையை அணுகலாம்.

HG Wells-இன் கால இயந்திரத்தில் ஏறி சமகாலத்திற்கு முன்வழியில் சென்றால் அது அறிவியல் புனைவு, பின்வழியில் சென்றால் அது வரலாறு. தாண்டவராயன் கதை நம்மை ஏற்றிச் செல்வது 18ம் நூற்றாண்டின் கடைசிப் பெட்டிகளுக்கு.

நாம் இரு நூற்றாண்டுகளைத் தாண்டிவிட்டோம். அக்காலகட்டத்தை ஏடுகளிலும் இணையத்திலும் ஏற்றியிருக்கிறோம், கற்பிக்கிறோம், கற்கிறோம், பதிகிறோம், உசாவுகிறோம்.

இந்நாவலில் புலப்படும் காலத்திற்கும் நமக்கும் இடையில் சிந்தனைத் துறையில் நிறைய மாறுதல்கள் ஏற்பட்டிருக்கின்றன. இலட்சியவாதம், நவீனத்துவம் இப்போது பின்நவீனத்துவமும் கூட தன் மூப்பை எய்திக்கொண்டிருக்கிறது. இந்திய ஆசிய நிலப்பரப்பில் காலனியாதிக்க விரிவாக்க காலத்தில் வைத்து சமகால அரசியல் கருத்தியல்களை தாண்டவராயன் கதை பேசுகிறது.

காலனியாதிக்கத்தை அதன் தத்துவ, இலக்கியப் பொருளியல் கூறுகளை விசாரணை செய்வது பின்காலனிய சிந்தனை. இந்நாவல் தமிழின் முதல் பின்காலனிய நாவல். எஸ். ராமகிருஷ்ணனின் நெடுங்குருதியில் காலனிய ஆட்சியாளர்கள் வந்து போவார்களே ஒழிய காலனியம் விசாரிக்கப்படாது.

ஹைதர், திப்புவின் வீழ்ச்சி, கிழக்கிந்திய கம்பெனி தென்னகத்தில் வலுவாகக் காலுன்றுவதற்கு அடிகோலிய முக்கிய நிகழ்வு. இது பின்புலம். தற்போதைய தமிழ்நாடு, ஆந்திர, கர்நாடக எல்லைக்குட்பட்ட பகுதி நாவலின் பிராந்தியம். இந்த நிலம் கிழக்கிந்தியக் கம்பெனி என்னும் அந்நிய மற்றும் உலகு தழுவிய சக்தியால் ஆக்ரமிக்கப்பட்டுள்ளது.

இந்தப் பிராந்தியத்தின் காலனிய வரலாற்றின் தோற்றுவாயைச் சொல்வதற்கு இங்கே இரு வாய்ப்புகள் பா. வெங்கடேசனுக்கு உண்டு. ஒன்று, இந்த நிலத்தின், மாந்தர்களின் பிராந்திய வாழ்க்கையில் வேற்று நிலத்தவர்களின், இனத்தவர்களின் அசைவை அப்படியே சொல்வது. மரங்களுக்கிடையில் அமர்ந்துகொண்டு வனத்தில் படரும் பனிப்படலத்தை ஊடுருவி

அப்பால் பார்க்க முயலுவதைப் போன்றது இது. இரண்டாவது, பனிப்படலத்திற்கு உள்ளே இருந்துகொண்டு மரங்களைப் பார்க்க முயல்வது. அதாவது அந்நிய, வேற்று நிலத்தவர்களின் பார்வையில் இந்தப் பிராந்தியத்தைப் பார்ப்பது. இதில் பா. வெங்கடேசன் தேர்ந்தெடுத்தது சிக்கலானதும், சவாலானதுமான இரண்டாம் வகை. தமிழ் நாவல் வரலாற்றை மனத்தில் கொண்டு பார்த்தால் இந்நாவல் பழக்கமற்ற மலைகளில் மலை ஏற்றத்திற்கு முயற்சிப்பது போன்ற சாகச முயற்சி. ஆனால் திட்டமிடப்பட்ட சாகச முயற்சி. தொலைந்து போவதின் மூலம் கண்டடைவதற்கும், திட்டமிடப்பட்ட சாகச முயற்சியில் கண்டடைவதற்குமான வேறுபாடுகளை தெரிந்தேதான் இந்த முயற்சியில் அவர் இறங்கியிருக்க வேண்டும்.

இரண்டாம் வகையைத் தேர்ந்தெடுத்ததின் மூலம் பா.வெ-க்கு ஒரு வசதி கிடைக்கிறது. வெவ்வேறு நிலங்களை புவியியல் பிரதேசங்களைப் பேச ஒரு வாய்ப்பு. பனிமூட்டத்திற்கு அப்பால் இருந்துகொண்டு வனத்தைப் பார்ப்பதும், வனத்திற்குள்ளிருந்து பனிப்படலத்தைப் பார்ப்பதும் குழப்பமானது. இந்த பனிமூட்டத்தைப் பற்றிப் பேசுகிற நாவல்தான் தாண்டவராயன் கதை. பார்வைக் குழப்பத்திற்குக் காரணமான காரணிகளைப் பற்றிப் பேசுகிறது.

பா. வெங்கடேசன் பயணம் போக இரு நிலங்கள் இருக்கின்றன. நிலம் என்பது புவியியல் அர்த்தத்தில் அல்ல. நாவலின் நிலம் என்பது நிலம் பற்றிய கருத்து. நிலம் என வழங்கப்படுகிற ஒரு கருத்தைக் குறித்து இந்நாவல் பேசுகிறது. நிலம் என்கிற கருத்து எவ்வாறு உருவாகிறது? அதற்கு பங்களிக்கிற காரணிகள் எவை? இந்த நிலமென்கின்ற கருத்தினை உருவாக்கி அளிக்கின்ற அரசியல், தத்துவ கலாச்சாரத் தோரணத்தில் எந்தெந்த மரத்தின் இலைகள் தொங்குகின்றன எனக் காட்டுவதே இந்நாவல்.

ட்ரிஸ்ட்ராம் மூன்று நிலங்களில் அசைகிற வாய்ப்பைப் பெற்றவன். முதல் நிலம் இங்கிலாந்து, இரண்டாவது பாரிஸ், மூன்றாவது தென்னகம். 1790களின் இங்கிலாந்து மற்றைய ஐரோப்பிய நாடுகளை விடவும் அரசியல், பொருளியல் தளங்களில் முன்னேறிய நாடு. பாரிஸ் ஐரோப்பாவின் பல புரட்சிகளுக்கு

மையம். இங்கிலாந்து ஐரோப்பாவில் இருந்தாலும் கூட அது வேறு நிலமாகத்தான் இருந்தது.

நாவலில் இங்கிலாந்தின் பிரதமர் தோன்றுகிறார். ஏனைய ஐரோப்பிய நாடுகளில் மன்னராட்சிக்கு எதிரான புரட்சிகள் நிகழ்ந்த வண்ணம் இருந்தன. ஒப்பீட்டளவில் அமைதியான (ஆனால் உள்புகைகிற) நிலத்திலிருந்து கொந்தளிப்பான நிலத்தின் அசைவுகளை காட்சியுற்று, அந்நியமான நிலத்திற்கு வருகிறான் ட்ரிஸ்ட்ராம்.

இங்கிலாந்தின் பிரதமர் ஜனநாயக அமைப்பின் பிரதிநிதி. பாரிஸ் புரட்சியாளர்கள் ஏனைய ஐரோப்பாவின் அராஜகவாத புரட்சிகர பிரதிநிதிகள். வனங்களில் சிறை பிடிக்கப்பட்ட மக்களும், கிழக்கிந்தியப் படையினரால் தோற்கடிக்கப்பட்ட ஹைதர் மற்றும் திப்பு காலனிய நிலங்களின் பிரதிநிதிகள். வரலாற்றை முன்பே சொன்னது போல பிரதிகளின் வழியே அறிய முடியும். அதற்கு மிகுந்த உழைப்பு தேவை. அதைவிட முக்கியமாக வரலாற்றுத் தகவல்களை எப்படி நாவலின் உரையாடலுக்குள் பொருத்துவது என்பது. தாண்டவராயன் கதையில் இலக்கிய மாணவர்களுக்கான முன்மாதிரி கிடைக்கிறது.

திப்பு கம்பெனிக்கு எதிராகப் போரிட ஃப்ரெஞ்சுக்காரர்களிடம் உதவி கேட்டது வரலாறு. அவர் பிரதிநிதிகளும் ஃபிரான்ஸ் போனதாகக் கூட தகவல் உள்ளது. இந்த வரலாற்றை பா.வெ நாவலை ஒரு நிலத்திலிருந்து இன்னொரு நிலத்திற்கு நகர்த்திச் செல்ல பயன்படுத்திக் கொள்கிறார்.

இந்த நிலம் என்கிற கருத்து உடல் என்கிற கருத்தின் பேருரு. நிலத்தில் நேர்கின்ற அசைவுகள் உடல் புலத்திலும் நேர்கின்றன. எப்படி நிலம் ஒரு வெளியோ, அப்படித்தான் உடலும் ஒரு வெளி. நெடுங்காலம் ஆக்கிரமிக்கப்பட்ட நிலம் பெண் உடல். ட்ரிஸ்ட்ராம் எலனாரின் உடலை சாபவனத்தில் வைத்து ஆக்ரமிக்கிறான். புணர்ச்சி என்பதே இரண்டு உடல்களின் ஆக்கிரமிப்பு போட்டிதான் மேலும் அந்தப் போட்டியில் ஆண் ஒரு காலனியாதிக்கக்காரனைப் போலத்தான் செயலாற்றுகிறான். பெண் அவள் உடலை அந்த மண்ணின் குணங்களோடும் தேவைகளோடும் பேணுகிறாள். அதனோடு இயங்குகிறாள்,

தொடர் உறவைப் பேணுகிறாள். ஆண் அவற்றை தனது ஆக்ரமிப்பின் மூலம் சிதைக்கிறான். ஆண் பெண் உடலை புணர்ச்சியினாலும் ஆண் உடலை போரினாலும் ஆக்ரமிப்பு செய்கிறான்.

எலனாரின் உடல் புறக்கணிக்கப்பட்ட இங்கிலாந்தின் கிராமங்கள் என்றால் கெங்கம்மாவின் உடல் காலனியச் சக்திகளால் ஆக்ரமிக்கப்பட்ட உடல்.

One is serving a national cause and the other is serving the colonial cause.

தாண்டவராயன் கதை இந்த ஆக்ரமிப்பின் உள்ளோட்டங்களைக் கண்முன் விரிக்கிறது. ஆண்மைமய மேற்கின் அரசியல் பொருளியல் சக்திகள் பெண்மைமய கிழக்கை ஆக்ரமிப்பது, ஆண்மைமய எழுதப்பட்ட, கற்பிக்கப்படுகிற, தகவல்மய வரலாற்றை பிரதி செய்தால், பெண்மைமய வரலாறு சொல்கதை, சடங்கியல், தொன்மங்கள்வழி நிகழ்த்து வரலாற்றை மறுகூறுதல் செய்கிறது. தாண்டவராயன் கதை உடல் போன்ற நுண்ம வெளிகளில் தொழிற்படுகின்ற அரசியலை நிலம் போன்ற பெரு வெளிகளோடு பொருத்தி அதிலும் மேற்கு கிழக்கு பிளவுகளோடு இரு கண்டங்களின் சுமையை அட்லஸைப் போல தூக்கிச் சுமந்து நம்மிடம் கொண்டுவந்து சேர்க்கிறது. படைப்பு என்பது ஒரு வலி. பெரும்படைப்பு என்பது கிட்டத்தட்ட அறுவைச் சிகிச்சை வலியை தரக்கூடியது. உடலைப் பிளந்து, உறுப்புகளை கடந்து நரம்புப் பின்னல்களை தோற்றப்படுத்துகிற தாண்டவராயன் கதை தமிழில் ஓர் இலக்கியப் பிரதிக்கு செய்யப்பட்ட உழைப்பின் புதிய காற்றாலையாகவும், இனிமேல் எழுதவரும் டான் குவிக்ஸாட்டுகள் மோதிப் பார்க்க முனைய வைப்பதாகவும் இருக்கும்.

எலனார் சாபக்காட்டில் புணர்வதால் அந்தகமும், பாரிஸ் புறநகர் பிணவறையில் புணர்வதால் போலிக் கர்ப்பமும் அடைகிறாள். இதில் அந்தகம் இங்கிலாந்தின் புறக்கணிப்பு அரசியலையும், பாரிஸ் புரட்சி கொல்லப்பட்ட பிணங்களின் மீது தனது வெற்றியைக் கொண்டாடுவதை அதன் முடிவுகளற்ற (result less) அராஜகவாதத்தின் சிக்கல்கள் வெளிப்படாமல்

பெருத்துக்கொண்டே போகும் போலிக் கர்ப்பமாகக் காட்சிப்படுகிறது. இந்த இரண்டு நோய்மைகளுக்கும் அதாவது புறக்கணிப்பு அரசியலுக்கும், வன்முறைப் புரட்சியின் அவசரக் கோலத்தின் குறைபாடுகளுக்கும் மாற்றாக அதாவது எலனாரின் நோய்மைகளுக்கு தீர்வு கிழக்கே இன்னொரு நிலத்தின் அரசியலும் கருத்தியலும்.

ஆனால் இந்த நிலம் எப்படி இருக்கிறது? சாதிகளால் பிளவுண்டும், ஏழ்மை (வறுமை அல்ல இதன் பிரச்சனை என்கிறது நாவல்), விளிம்புநிலை மக்கள் அரசாலும் அதன் அசைவுகளாலும் ஒடுக்கப்படுதல், உழைப்புச் சுரண்டலோடு இருக்கிறது. இந்த நிலத்தை பலரும் ஆக்ரமித்துப் புணர்வது கெங்கம்மாவின் உடலாக மாறுகிறது. இந்தப் பிரச்சனைகளுக்கு மேற்கின் தீர்வுகளால் தீர்வு கிடைக்குமா? மேலும் அப்படி முனைந்தால் அதன் பொருத்தப்பாடு? இவற்றை விரிவாக விவாதிக்கிறது தாண்டவராயன் கதை.

இந்த நிலத்தின் ஒடுக்கப்படுவோர் தொன்மங்களில் ஒளிந்திருந்து தங்கள் வரலாற்றைக் கடத்துகின்றனர்.

உலகத்தின் எப்பகுதி இலக்கியவாதிகளுக்கும் கையாள்வதற்கு ஒரே மாதிரியான பிரச்சனைகள் இருந்தாலும், இந்தியாவின் இலக்கியவாதிகள் பிரதிசெய்ய கூடுதலாகவும் தொடர்ந்து மூலப்பொருட்களை உற்பத்தி செய்வதாகவும் இருக்கும் சிக்கல் சாதி. ட்ரிஸ்ட்ராம் பல சாதியினரோடு பழகினாலும் அவன் நெருக்கமாக உணர்வது கெங்கம்மாவோடு. ஆனால் என்னால் இதனை ஒரு குறியீடாகப் பார்க்க முடியவில்லை. அவன் தாண்டவராயன் மற்றும் கோணய்யனின் கதையைத் தெரிந்துகொள்கிறான். இதுதான் இந்நிலத்தின் ஒடுக்கப்பட்டோர் வரலாறு எழுதும் முறை. அதனை திருவிழாவாக, சன்னத மனநிலையில், உடல்களின் கூட்டிசைவோடு நிகழ்த்திக் காட்டுதல் மூலம் ஒடுக்கப்பட்டோர் வரலாறு தலைமுறைகளுக்கு நினைவூட்டப்படுகிறது.

போர்களையும், புரட்சிகளையும் உடல்களின் எழுச்சி என்கிறான் ட்ரிஸ்ட்ராம். சடங்கியல் நிகழ்த்து முறைகளும், திருவிழாக்கால உடல்களின் கூட்டிசைவும் கூட உடல்களின் எழுச்சிதான்.

ஐரோப்பாவிற்கு வர்க்க அரசியல் சுலபமாகப் பொருந்து கின்ற அளவிற்கு இந்த நிலத்திற்குப் பொருந்த முடியாமல் நிற்க பெருங்காரணங்களில் ஒன்று சாதியம். நலத்தின் உள் முரண்களோடுதான் எந்தவொரு கருத்தியலும் கட்டமைக்கப்பட வேண்டும். வேறொரு நிலத்தின் அரசியல் கருத்தியலை அப்படியே இங்கே பொருத்த முனைந்தால் அதன் சிக்கல்கள் என்னவாக இருக்கும் என இந்நாவல் கோடிட்டுக் காண்பிக்கிறது.

இந்த விவாதமும் முழு முடிவாக முன்வைக்கப்படாமல் இந்த இடத்தோடு நின்றுவிடுகிறது. இலக்கியப் பிரதியிலிருந்து ஒருபோதும் தீர்வுகள் கிடைக்காது என்பதற்கு இந்த நாவலும் உதாரணம். மாறாக ஓர் இலக்கியப் பிரதி பல தீர்வுகளைச் சுட்டுவதாகவும், அல்லது அப்படி பல தீர்வுகளுக்கான சாத்தியங்கள் இருப்பதனை அவதானிப்பதாகவும், மேலும் தீர்வுகளை, சந்தேகக் கண்ணின் விசேஷப் பார்வையால் பார்ப்பதாகவும் இருக்கிறது.

இலக்கியப் பிரதி ஒருபோதும் கருத்தியல்களின் manifesto வாக இருக்க முடியாது.

மிலன் குந்த்ரா *"ஓர் இலக்கியப் பிரதி எந்த அரசியலைச் சார்ந்துள்ளது அல்லது யார் பக்கம் சார்ந்துள்ளது எனக் கேட்பது தவறு"* என்கிறார். மாறாக *"அந்தப் பிரதியின் வழி எந்த அரசியல் பேசப்படுகிறது என்று கண்டடைய வேண்டும்"* என்கிறார்.

தாண்டவராயன் கதையின் அரசியல் மூடுண்ட நிலையில் கிடைக்கிறது. அதை வாசிப்பவர்கள்தான் தோண்டிப் பார்க்க வேண்டும். ஆனால் முன்பே சொன்னது போல பிரதியில் இலக்கியம்தான் முன்னிற்க வேண்டும். தாண்டவராயன் கதையின் மையத்தை மூடியிருக்கும் இலக்கிய அலங்காரங்கள் நீண்டது.

1. நாகாயக் களிம்பு
2. கூடுவிட்டு கூடு பாய்தல்
3. கண்ணி
4. போலிக்கர்ப்பம் மற்றும் அந்தகம்
5. இருட்டுச் சத்திரம்
6. காற்றுப்புலி
7. நூலகம்

8. நீல்வேணியின் பாதை

9. துயிலார் வரலாறு இப்படி...

நானும் எனது நண்பர் தூரன் குணாவும் சில மணிநேரங்கள் செலவழித்து இந்த நாவலின் திறவுகோல் நீலவேணியின் பாதைதான் என்பதைக் கண்டுபிடித்தோம்.

தாண்டவராயன் கதை தரவுகளையும், தகவல்களையும் எப்படிப் பயன்படுத்துகிறது என்பதைப் பார்க்கலாம்.

இங்கிலாந்து பிரதமருக்கு வலிப்பு நோய் இருந்தது தகவல். எலனார் பல்கலைக்கழகத்தில் பயிலும்போது அவருக்கு வலிப்பு நோய் வர தூக்கிக்கொண்டு ஓடுகிறாள். இது தகவலை எப்படி இலக்கியப் பிரதிக்குள் இழைப்பது என்பதற்கு உதாரணம். மேலும் திப்பு சுல்தான் சுய மைதூனம் செய்ய கோழிகளைப் பயன்படுத்துவது வரை விவரிக்கலாம். நாவலில் ஆங்காங்கே முடிச்சுகள் இடவேண்டியிருக்கிறது. அந்த முடிச்சுகளை அவிழ்க்கத்தான் நாவலில் பயணம் நேர்கிறது. முடிச்சுகளாக தகவல்களை சம்பவங்களில் பயன்படுத்துவது இருக்கிறது.

உலகின் விசேஷ பிராந்தியத்தின் கதை என்பதால் சாதியம் அதன் அடுக்குகளோடு இடம்பெற வேண்டியிருக்கிறது. அதன் படிநிலைகள் சரியாக ஆவணப்படுத்த வேண்டியிருக்கிறது. தாண்டவராயன் கதையில் நாடோடிகள், தாழ்த்தப்பட்டோர், பழங்குடிகள் தொடர்ந்து ஒடுக்கப்படுபவர்களாகவும், சாதி இந்துக்கள் அரசோடும், அதிகாரத்தோடும், ஒடுக்குபவர்களாகவும், பிராமணர்கள் இவற்றைப் பிரதி செய்பவர்களாகவும் நாவலில் தென்படுகின்றனர். ஆனால் ஒரு பிரச்சனை, சாதிகளுக்கான அடிப்படைகளை அமைத்துக் கொடுக்கும் கருத்தியல் பின்னணியை யார் வழங்குவது என்பதை இந்த நாவல் விவாதிக்காமல் விட்டுவிடுகிறது.

மீண்டும் நாம், வரலாற்றை வாசிப்பின்வழி மட்டுமே அறியமுடியும் என்பதை நினைவூட்டிக் கொண்டால் வரலாற்றைப் பிரதி செய்யும் நாவலும் அதன் நிறைகுறைகளோடுதான் இருக்கும். கால எந்திரத்தைக் கூட பிரதியிலிருந்துதான் உற்பத்தி செய்ய முடியும்.

இங்கே அனைத்து சாதிகளின் தோற்றுவாய்க்கும் சொல்வதற்கு தொன்மங்கள் உண்டு. ஒடுக்கப்பட்டோர் சாதிகளுக்கு சொல்ல வன்முறை கலந்த கதைகள் உண்டு. அங்கே தத்துவ விவாதங்கள் இருக்காது. சாதிய முரண்பாடுகளை வெளிக்காட்டுவதாகவும் இருக்கும். உதாரணத்திற்கு காத்தவராயன் சிவன் தம்பதிகளின் பிள்ளையாக இருப்பது. இந்த தொன்மக் கதைகளுக்கு சில இலக்கணங்கள் உண்டு.

1. சாதிக் குழுக்களின் மூலத்தந்தை ஏதாவதொரு கடவுளாக இருக்க வேண்டும்.
2. ஒரு காலத்தில் அவர்கள் இந்த நிலத்தை ஆள்பவர்களாகவும் அல்லது அவர்களோடு தொடர்பிலும் இருந்திருக்க வேண்டும்
3. ஒடுக்கப்பட்ட சாதிகளின் கடவுள் மேல்சாதிக்கார்களோடு ஏதாவது ஒருவகையில் உடல் தொடர்பு (Physical Contact) அது காதலாகவும் இருக்கலாம் அல்லது சண்டையாகவும் இருக்கலாம், வைத்திருக்க வேண்டும்.
4. அதனால் அவர்கள் தண்டிக்கப்பட்டிருக்க வேண்டும்.
5. துர்மரணம், வன்கொலையால் நேரும் தியாகத்தால் அவர்கள் வழிபடக்கூடிய இடத்தை அடைந்திருக்க வேண்டும்.

நாவலில் சொல்லப்படும் தாண்டவராயனின் கதை இந்த இலக்கணங்களை ஒழுகியே பின்னப்பட்டுள்ளது.

கருத்தியல், அரசியல் சொல்லாடல்கள் அதிகாரத்தின் தொன்மக் கதைகள் என்றால் ஒடுக்கப்பட்டோரின் கதைகள், கருத்தியல், அரசியல் அதிகாரத்திற்கு எதிரான அல்லது மாற்றான அல்லது இணையான சொல்லாடல். நாவலில் சொல்லப்படும் தாண்டவராயனின் கதை இதைச் சரியாகவே செய்கிறது.

பல மரங்களின் இலைகளை பார்வைக்கு இலட்சணமாய் தோரணம் கட்டுகின்ற வாய்ப்பை இந்த நாவலின் வடிவம் அளிக்கிறது. நாவலின் பயணத்தை கருத்தில் கொண்டு தாண்டவராயன் கதை தமிழில் வெளிவந்திருக்கும் ஒரு Global நாவல் எனலாம்.

வரலாற்றை அதன் இயக்கு காரணிகளை விசாரணை செய்வதில் இலக்கியப் பிரதிகளின் வளர்ச்சியில் பல்வேறு சாத்தியக் கூறுகள் பயன்படுத்தப்பட்டிருக்கின்றன.

1. உம்பர்த்தோ ஈகோவின் *The Name of the Rose, Baudalino* (பாதலினோ), *Mysterious flame of Queen Loana* மேலும் அவரது சமீபத்திய நாவலான *Prague Cemetry* வரையிலும் வரலாற்றை வெவ்வேறு வடிவங்களில் விசாரணை செய்வது. இதில் அவரது முதல் நாவலான *The Name of the Rose* துப்பறியும் கதைப் பாணியில் எழுதப்பட்டது.
2. ஒரான் பாமுக்கின் *My Name is Red*ம் அப்படி எழுதப்பட்டது என்றாலும் அது ஓவியக்கலை பற்றிய நாவல்.

துப்பறியும் கதைகள் குறித்து உரையாற்றும் *போர்ஹேஸ்* இந்த வகைமைக்கு அதன் ஒழுங்கிற்காக நாம் நன்றி சொல்ல வேண்டும் என்கிறார். *எட்கர் ஆலன் போ*தான் துப்பறியும் கதைகள் வகைமைக்கு மூலத்தந்தை. அவர்தான் இந்த உலகிற்கு ஒரு புதிய வாசகனையும் அறிமுகப்படுத்தினார்.

தாண்டவராயனின் கதையில் துப்பறிதல் வந்தாலும், ட்ரிஸ்ட்ராம் அதற்காகப் பணிக்கப்பட்டவன் அல்ல. அவன் சந்தர்ப்பங்களால் துப்பறிய நேர்கிறான். எனவே இந்நாவல் அப்படியொரு வடிவ சாத்தியத்தையும் முயன்று பார்த்திருக்கிறது. கெங்கம்மாவின் வயிற்றில் டிராகன் பச்சை குத்தியிருப்பதை வாசிக்கும்போது நாவல் அதன் மர்மத்திற்கான முதல் துப்பை கூர்ந்து படிக்கும் வாசகனுக்கு அளிக்கிறது.

இவ்வகை நாவல்களை எழுதுவதில் இருவகைகள் உள்ளன. ஒன்று, வரலாற்றுக்கான ஆசிரிய ஸ்தானம் கெடாமல் அதனை மொழிவது. இன்னொன்று வரலாற்றை அதன் இடத்திலிருந்து இறக்கி அதனோடு விளையாடுவது. தாண்டவராயன் கதை இரண்டாவது வகை. முதல் வகைக்கு சமீபத்திய உதாரணம் அஞ்ஞாடி.

எனக்குத் தெரிந்த வரையில் உம்பர்த்தோ ஈகோவை இந்த வடிவத்தின் மூலத்தந்தை எனச் சொல்லலாமா எனத் தெரியவில்லை ஆனால் இந்த வடிவத்தை தொடர்ந்து பயன்படுத்துபவர் எனலாம். அவருடைய சமீபத்திய நாவல் கூட 18 மற்றும் 19 நூற்றாண்டு ஐரோப்பிய அரசியல், கருத்தியல் மோதல்களை விளையாட்டு மனப்பான்மையோடு, ஒரு why not கேள்வியால் அணுகுவது.

தமிழில் இந்த வடிவத்தை முதன்முறையாகப் பயன்படுத்திய நாவல் தாண்டவராயனின் கதை.

இன்னும் தாண்டவராயனின் கதையின் உள்ளறைகளின் பட்டியல், கதைகளைக் குறித்த உரையாடல்கள், நூலகத்தின் ஆவியுருத் தோற்றம், வரிகளுக்கிடையில் அர்த்தத்தைத் தேடுவது, தரவுகளையும், தகவல்களையும் அரசு எப்படிப் பயன்படுத்தும், ஆண்பெண் உறவுச் சிக்கல்கள் என இன்னும் விடுபட்டுப் போய்விடக்கூடிய சாத்தியங்களுடன் நீள்கிறது.

இதுவரையிலும் வரலாற்றை பிரதான அம்சமாகக் கொண்டு வெளிவந்துள்ள நாவல்களான,

1. நெடுங்குருதி
2. ஆழி சூழ் உலகு
3. அஞ்ஞாடி
4. புயலிலே ஒரு தோணி
5. காவற் கோட்டம்

போன்ற அளவாலும் உள்ளடக்கத்தினாலும் பிரமாண்டங்களாக வாசகர்களுக்கு வழங்கப்பட்டிருக்கும் நாவல்களின் பட்டியலில் தாண்டவராயன் கதை இருந்தாலும் இதன் பரப்பாலும், வடிவத்தாலும் மற்ற நாவல்களைவிட விஞ்சியுள்ளதாகச் சொல்ல முடியாவிட்டாலும் தனித்து நிற்கிறது என்பதை சொல்ல வேண்டியுள்ளது.

பட்டியலிடப்பட்ட நாவல்களின் வடிவங்களில் மேலும் மேலும் நாவல்களை எழுத முடியும். ஏனெனில் அவைகளின் வடிவம் வழமையானது. ஆனால் தாண்டவராயனின் கதை இனி எழுதப் புகுபவர்களுக்கும், பா. வெங்கடேசனுக்குமே அளித்திருக்கும் சவால் என்னவென்றால், இந்த வடிவத்தை மறுமுறை பயன்படுத்தினால் அது போலச் செய்தலாக தோற்றம் பெறும்.

தாண்டவராயன் கதை நாவலோடு சில தனிச்சிறப்பான உறவுகள் எனக்குண்டு. ஒன்று இந்த நாவலை ஏழு நாட்களில் படித்து முடித்தது. எனது இரண்டு நாட்கள் சம்பளத்தை பா.

வெங்கடேசன் எனக்குத் தரவேண்டியிருக்கும். ஏழு நாட்களில் இரண்டு நாட்கள் நான் அலுவலகத்திற்கு விடுப்பு வேறு.

இந்த நாவலுக்கு ஏற்கனவே ஒரு மதிப்புரையை எழுதியுள்ளது இரண்டாவது.

இந்த ஏற்பாட்டை ஒட்டி மீண்டும் ஒரு மதிப்புரையை லட்சுமி சரவணக்குமார் வழங்கச் சொன்னபோது என்னிடம் நாவலின் பிரதி கைவசம் இல்லை. எனது பிரதி மதுரையில் இருக்கிறது. மதிப்புரையை ஞாபகத்திலிருந்து எழுத முனைந்தபோது நாவல் எவ்வளவு நெருக்கமாக என்னோடு உறவாடியுள்ளது என்பதை உணர முடிகிறது.

ஒரு பிரதி இன்னொரு பிரதியை உருவாக்குவதற்கான தூண்டு கோலாக இருக்க வேண்டும் அல்லது புதிய சிந்தனையை வளர்த்தெடுக்க உதவ வேண்டும். தாண்டவராயனின் கதை இந்த இரண்டையும் செய்கிறது. வரலாற்றையும் இலக்கியத்தையும் இணைத்து சிந்திக்க உதவி செய்கிறார் பா.வெ. போர்ஹேஸ் ஒரு புதிய வகைமையை உருவாக்கியதற்காக எட்கர் ஆலன் போவிற்கு நன்றி சொன்னதைப் போல, புதிய வடிவத்தை, புத்திசாலித்தனத்தின் வெள்ளி மின்னல்கள் மின்ன தமிழ் வாசகர்களுக்கு அளித்ததற்காக பா. வெங்கடேசனுக்கு நன்றி சொல்லிக்கொள்கிறேன்.

இக்கட்டுரை தேனி நகரில் லட்சுமி சரவணக்குமார் ஏற்பாடு செய்திருந்த கூட்டத்தில் 2012ஆம் ஆண்டு வாசிக்கப்பட்டது.

தொழில்நுட்ப மறைஞானி – கால்வினோ

இலக்கிய வரலாற்றில் முக்கியத்துவம் பெற்ற சில எழுத்தாளர்கள் அவர்களது காலத்திற்குப் பிறகு மறைஞானிகளாகவும் மேலும் சிலர் செப்பிடு வித்தைக்காரர்களாகவும் ஆகிவிடுகிறார்கள். மறைஞானிகளும் செப்பிடு வித்தைக்காரர்களும் அவர்கள் செய்யும் வித்தையின் வழியாகவே வெளிப்படுவார்கள். அந்த வித்தையே இலக்கியப் படைப்பு. ஒவ்வொரு தலைமுறைக்கும் வாழ்வை புதிய வடிவிலும் புதிய சாத்தியக் கூறுகளின் வழியாகவும் சொல்லும் நெருக்கடி எழுகிறது. உலகைத் தீவிரமாகக் கருதிக்கொள்ளும் எழுத்தாளர் வடிவத்திலும் கூறுமுறையிலும் புதிய கண்டுபிடிப்புகளை நிகழ்த்தி அல்லது மரபைப் போலி செய்து படைப்புகளைப் படைப்பித்து தான் வாழும் காலத்தின் நெருக்கடிகளை எதிர்கொள்வார். ஓர் எழுத்தாளருக்கு புதுவழியமைப்பவராகவோ (Innovator) அல்லது போலி செய்பவராகவோ (Imitator) இருப்பதைத் தவிர வேறு வழிகள் ஏதும் எழுத்தில் இருப்பதாகத் தெரியவில்லை.

புலம்பெயர்ந்த ஒரு மண்வள நிபுணரான தந்தைக்கும் தாவரவியலாளரான தாய்க்கும் மகவாக அக்டோபர் 15, 1923ஆம் ஆண்டு கியூபாவில் பிறந்தவர் இடலோ கால்வினோ. அவர் பிறந்து இரண்டு ஆண்டுகளுக்குள்ளாக அவர்களது குடும்பம் இத்தாலிக்குத் திரும்பியது. பெற்றோர்களைப் போலவே விவசாயக் கல்வியைக் கற்க இரண்டு பல்கலைக்கழகங்களில் விருப்பமின்றி சேர்ந்து பட்டக்கல்வியை முடிக்க முனைந்தபோதும்

இரண்டாம் உலகப் போரால் அவரது கல்வி தடைபட்டது. கட்டாய இராணுவ ஆள் சேர்ப்பிப்பில் தப்பினார். நாஜி ஜெர்மன் படைகளின் ஆக்கிரமிப்பிற்கு எதிராகப் போராடிய இத்தாலிய எதிர்ப்புப்படையில் சேர்ந்து இரண்டு ஆண்டுகள் போரிட்டார். கட்டாய ஆள் சேர்ப்பைத் தவிர்த்ததற்காக கால்வினோவின் பெற்றோர்களை நாஜிப் படைகள் பிணைக் கைதிகளாக்கியது. போர் முடிந்ததும் கலைத் துறையில் முதுகலைப் பட்டம் பெற்று பதிப்பகங்களிலும் பத்திரிக்கைகளிலும் வேலை பார்த்தார்.

முப்பது வயதிற்கு முந்தைய கால்வினோ அதிகாரப்பூர்வமாக கம்யூனிஸ்ட் கட்சி உறுப்பினர். ஹங்கேரியின் மீதான இரஷ்யாவின் படையெடுப்பிற்குப் பிறகு அக்கட்சியிலிருந்து விலகினார். தனது போர் அனுபவத்தை அடிப்படையாகக் கொண்டு ஆரம்பகட்ட கதைகளை, நாவலை எழுதிய கால்வினோ 1950களுக்குப் பிறகு முற்றிலும் புதிய முறையில் தனது படைப்புகளை எழுதத் தொடங்கினார். இக்காலகட்டத்தைய கால்வினோவே இலக்கிய உலகில் புகழ் பெற்றவராகிறார். முன்பு தொகுக்கப்படாத அவரது கட்டுரைகளின் புதிய தொகுப்பில் 1956-59ஆம் ஆண்டுகளில் அவர் எழுதிய மூன்று கட்டுரைகளை வாசிக்கையில் அவரது எதிர்கால எழுத்துமுறைக்கான வேட்கையை நாம் அறியலாம். அக்கட்டுரைகள் முறையே, *'நாவலின் ஊழ்கள்'*, *'எதார்த்தவாதத்தின் மீதான கேள்விகள்'*, *'நாவலின் ஒன்பது கேள்விகளுக்கான பதில்கள்'*. தன்னுடைய முந்தைய கூறுமுறையிலிருந்து மட்டுமல்ல, தனது சமகால இத்தாலிய நாவல்களின் கூறுமுறையிலிருந்தே அவர் விடுபட முனைவதை இக்கட்டுரைகளில் பார்க்கலாம். *கியார்க் லூகாக்ஸ், பெட்ரோல்ட் பிரெக்ட்* ஆகியோரின் கோட்பாடுகளை வாசிக்கும் கால்வினோ, நாடகங்களைப் போலவே இலக்கியமும் கேளிக்கையை நோக்கமாக உடையது என எழுதுகிறார். மத, அழகியல், அறவியல், சமூக நோக்கங்கள் இவை அனைத்தும் நாடகங்களின் வரலாற்றில் பேசப்பட்டிருப்பினும் மக்களை கேளிக்கைக்கு உட்படுத்துவதையே நாடகம் முன்வரையறையாகக் கொண்டது. புனைவிற்கும் இதுவே நோக்கம் எனும் கால்வினோ, இது அடிக்கடி மறக்கப்படுகிறது என்கிறார்.

இரண்டாம் கட்ட கால்வினோ அறிவியல்-புனைவு, நாட்டார் கதைகள், அதிபுனைவுக் கதைகளின் (Fantasy) வழியாக

பாலசுப்ரமணியன் பொன்ராஜ் ■ 87

தனது படைப்புகளை எழுதுகிறார். தனது பதிப்பக ஆசிரியர் கேட்டுக்கொண்டதற்கு இணங்க இத்தாலிய நாட்டார் கதைகளைத் தொகுக்கிறார். அறிவியல் கோட்பாடுகளை அடிப்படையாகக் கொண்டு புனையப்பட்ட *'கஸ்மியோகாமிக்ஸ்'* எனும் தொகுதியை வெளியிடுகிறார். பத்தொன்பதாம் நூற்றாண்டு அதிபுனைவுக் கதைகளைத் தொகுக்கும் கால்வினோ, இக்கதைகள் சமூக மனதின் அழுத்தி வைக்கப்பட்ட உணர்வுகளின் வெளிப்பாடுகள் என்கிறார். உலகம், அதனை நாம் அறியும் முறை, இதன் பின்னணியில் ஆழ்மனத்தில் அழுத்தி வைக்கப்படும் உணர்வுகளின் வெளிப்பாடே அதிபுனைவுக் கதைகள் எனும் கால்வினோ, தன்னை ஒரு பகுத்தறிவுவாதி என்றே அழைத்துக்கொண்டார். அதே காலகட்டத்தில் மார்க்ஸியரான *நா. வானமாமலை* தமிழ்நாட்டில் நாட்டார் கதைகளைச் சேகரிப்பதைத் தொடங்கி வைத்தாலும், அதிபுனைவுக் கதைகளின் மீதான ஒவ்வாமை தமிழ் இலக்கியத்தில் 1980களுக்குப் பிறகே விலகியது. அதிலும் குறிப்பாக இலத்தின் அமெரிக்க இலக்கிய அறிமுகமும், கேப்ரியல் கார்சியா மார்க்வேஸின் புகழ்பெற்ற நாவலான *'நூற்றாண்டுகாலத் தனிமை'*யின் மாய எதார்த்தவாத கதை கூறுமுறையும். கால்வினோவின் முக்கியமான படைப்புகளில் ஒன்றான, *'புலப்படாத நகரங்கள்'* நாவல், வழமையான நாவல் கட்டமைப்பைக் கொண்டிராதது. மார்க்கோ போலோவின் பயணத்தை அடிப்படையாக கொண்டது என்றாலும், பெயர் குறிப்பிடப்படாமல் ஒவ்வொரு நகரமும், விதவிதமான அவற்றின் வடிவங்களும் விவரிக்கப்பட்டிருப்பதை வாசித்து முடித்ததும் அறிகிறோம், இதனை வாசிக்கும் ஒவ்வொருவரும் மார்க்கோ போலோ என்பதை. மற்றொரு முக்கியப் படைப்பான *'குளிர்கால இரவில் ஒரு பயணி'* நாவல், வாசிப்பு எனும் செயலை ஆழ்ந்த விசாரணைக்கு உட்படுத்துவதோடு விநோதமான வகையில் தனது கட்டமைப்பை ஒருங்கிணைத்திருக்கிறது. இதை வாசிக்கும் ஒருவர் ஒரே சமயத்தில் கதையிலிருந்து சிதறடிக்கப்பட்டவராகவும், கதை ஒன்றைத் தேடுபவராகவும் இருக்கிறார்.

கால்வினோவைப் பொறுத்தவரை அவரது காலத்தில் செல்வாக்கு செலுத்திய கோட்பாடுகளை வாசித்தவராகவே தெரிகிறார். அவற்றின் செல்வாக்கை அவரது படைப்புகளில் பார்க்க முடிகிறது. பாரிஸில் சிலகாலம் வாழ்ந்த கால்வினோ அங்கே

கோட்பாட்டாளர் *ரோலாண்ட் பார்த்*, பின் நவீனத்துவ எழுத்தாளர்களான *ஜியார்ஜ் பெரெக், ரெமெண்ட் கனோ* ஆகியவர்களோடு இணைந்து பணியாற்றினார். அமெரிக்க அரசின் கடும் விசா கட்டுப்பாடுகளையும் கடந்து அவர் அங்கே சில மாதங்கள் தங்கியிருந்தார். அங்கே புகழ்பெற்ற *'பீட்'* கலாச்சார எழுத்தாளர்களைச் சந்தித்த அனுபவங்களை தனது *'பாரிஸில் ஒரு துறவி'* எனும் நூலில் எழுதியிருக்கிறார். எனினும் அமெரிக்க எழுத்தாளர்களில் *எர்னெஸ்ட் ஹெமிங்வேயைத்* தவிர யார் மீதும் ஈர்ப்புமிக்கவராகத் தெரியவில்லை. சார்த்தரின் நாவல்களின் மீதான விமர்சனக் கட்டுரையில் *ஒரு நாவலில் புனைவிற்கு அடுத்த அடுக்கில்தான் மெய்யியல் இருக்க வேண்டும்* என எழுதியிருக்கிறார்.

கால்வினோவின் சிறுகதைகளை முதன்முறையாக மொழிபெயர்த்து ஒரு தொகுப்பாக வெளியிட்டவர் கவிஞர் பிரம்மராஜன். வழுவழுப்பான தாளில் இருபது ஆண்டுகளுக்கு முன்பு வெளியிடப்பட்ட அந்நூலின் பல பக்கங்களை அடிக்கோடிட்டு வாசித்தது இப்போது நினைவில் அடிக்கோடிடப்பட்டிருக்கிறது. அவரே, கால்வினோவின் *'செவ்வியல் படைப்புகளை ஏன் வாசிக்க வேண்டும்'* எனும் முக்கியமான கட்டுரையையும் மொழிபெயர்த்தார். மொழிபெயர்ப்பாளர் சா. தேவதாஸ், கால்வினோவின் இரண்டு படைப்புகளான, *'புலப்படாத நகரங்கள்', 'குளிர்கால இரவில் ஒரு பயணி'* நூல்களை மொழிபெயர்த்திருக்கிறார். தொழில், எழுத்துமுறை இவற்றில் மார்க்வேஸோடு கால்வினோவை ஒப்பிட முடிந்தாலும், இருவருக்குமான முக்கியமான வேறுபாடு ஐரோப்பிய அறிவியலை தனது படைப்புகளில் ஊடாட வைத்ததே. மார்க்வேஸ் தனது மாய எதார்த்தவாத எழுத்தின் வழியாக ஒருபோதும் அறிவியலை எழுதியிருக்கவில்லை. ஆகவே கால்வினோவைக் காட்டிலும் அவரே நமக்கு நெருக்கமாகவும் இருக்கிறார்.

எனினும் இன்றளவும் புத்தகக் கடைகளில் குறிப்பாக ஆங்கில நூல்கள் விற்கப்படும் கடைகளில் இருவரின் படைப்புகளும் முன்வரிசையில் வைக்கப்பட்டிருப்பதைக் காணலாம். மொத்தப் படைப்புகளின் வழியாக கால்வினோவை மதிப்பிட்டு, முன்சொன்ன கருத்தின்படி அவர் முழு மறைஞானியாக தமிழ்

சூழலில் அறியப்படும் காலம் சமீபத்தில் இல்லை என்றாலும் கூட அவரை 'தொழில்நுட்ப மறைஞானி' *(Technological Mystic)* என அழைப்பதற்கு மறுப்புகள் ஏதும் இருக்காது.

இந்து தமிழ்

முன்றிலில் நிற்பவர் – மா. அரங்கநாதன்

சென்னை கிண்டியில் தங்கியிருப்பவர்கள் தங்களது தலைக்கு மேலே குறைந்த உயரத்தில் பறக்கும் விமானங்களின் பெரிய உருவங்களைப் பார்க்கும் வாய்ப்பைப் பெற்றவர்கள். மெரினா கடற்கரையில் அமர்ந்து, தூரத்தில் நகரும் ஒரு புள்ளி பின்பு ஒரு விமானமாக மாறுவதையும் பார்க்கலாம். மா. அரங்கநாதன் கிண்டியிலிருந்து மெரினாவிற்கு இடம்பெயர்ந்தவர். ஆகப்பெரிய விமானத்தையும் ஒரு புள்ளியாகப் பார்க்கும் பார்வை கொண்டவர். இருக்கின்ற நான்கு சுவர்களையே சரியாகப் பார்க்க முடியாதவர்களால் கைலாயத்தை எப்படிப் பார்க்க முடியும் என அவரது கதைகளில் ஒன்றில் கேட்டவர். மௌனியை நவீன இலக்கியத்தின் திருமூலர் என்றார் புதுமைப்பித்தன். அவ்வகையில் மா. அரங்கநாதனை நவீன இலக்கியத்தின் கணியன் பூங்குன்றனாராகச் சொல்லலாம். கிடைக்கப்பெற்ற ஒரேயொரு செய்யுளிலும் நாம் காண்பது பூங்குன்றனாரின் உலகியல் பார்வையே. மா. அரங்கநாதனின் கதைகளில் நாம் காண்பதும் அவரது உலகியல் பார்வையே. ஆனால் நவீன இலக்கியவாதிகளின், அறிவெழுச்சி பெற்ற தனிமனிதனின் அனைத்தையும் கேள்விக்குட்படுத்தும் பார்வையால் அல்லாமல் ஒரு குறிப்பிட்ட நிலவரம்பிற்குள் செழித்து வளர்ந்திருக்கும் ஒரு தத்துவத்தின் பார்வையே அவருடையது. கருந்துளையில் பிரபஞ்சத்தின் கூறுகள் ஒளிந்திருப்பதைப் போல (கருந்துளையே

ஒளிந்திருப்பதுதான்) இன்மையில் இருப்பின் கூறுகள் அனைத்தும் ஒளிந்திருக்கலாம் என்கின்ற நம்பிக்கையுடையவர். அனைத்தும் பொருள் இழந்த பின்னும் வெறும் இருப்பாக எஞ்சியிருப்பதிலே காணமுடிகிற வாழ்வின் நிர்குணத் துடிப்பை அவர் இன்மையில் கண்டார் என நான் பொருள் கொள்கிறேன். நான் வெறுமனே ஓர் இருப்பு என ஒருவர் தன்னை அழைத்துக்கொள்வாரெனில் அவரை நாம் மா. அரங்கநாதனின் படைப்புகளில் நிச்சயமாகப் பார்க்கலாம். `ஏதாவது தோன்றாதாவென எதுவுமில்லாததைப்` பார்ப்பதை *மெய்கண்டார் நிலையம், தங்கல்* கதைகளில் எழுதியிருக்கிறார். அவர் வெறுமனே எல்லாக் கதைகளின் விளக்குகளையும் தேய்த்துத் தேய்த்து சைவக்கொள்கையை ஓர் அலாவுதீன் பூதமாக எழுப்பியிருக்கவில்லை. நம்மை நாயன்மார்களில் ஒருவராக்கும் பேராபத்தை அவர் கதைகள் செய்வதில்லை என்பதே நமக்கு அவரை அணுகப் போதுமானதாக இருக்கிறது.

சினிமாவை தனது படைப்புகளில் ஒரு கூறாகப் பயன்படுத்தியவர் மா. அரங்கநாதனைப் தவிர தமிழ் இலக்கியத்தில் இன்னொரு வரில்லை. அசோகமித்திரனும், சுஜாதாவும் சினிமாவை எழுதியிருந்தாலும், இவரைப் போல சினிமா நமது அகவமைப்பில் செலுத்தும் செல்வாக்கை சிறப்பாகக் காட்டியவர்கள் அல்ல. ஜேம்ஸ் டீன், மர்லின் மன்றோ, கிரிகொரி பெக் முதலான ஹாலிவுட் நடிகர்களையும், நம்மூர் ரஞ்சனையும் கதைகளில் எழுதியிருக்கிறார்.

பிறிதொரு கதையில் தமிழ் சினிமா ஒன்றில் நடன மங்கையின் பின்புறத்தையே பார்த்துக்கொண்டிருக்கும் அரசன் ஒருவனைச் சொல்லி நமது சினிமாக்களை கேலி செய்யவும் தயங்கியிருக்கவில்லை. கல்வியறிவு குறைவாகக் கொண்ட, தொழில்மயமாவதற்கு முன்பே சினிமா மயமாகிவிட்ட நமது சமூகத்தில் கல்வியினால் பரவலாக்க முடியாத எளிய விழுமியங்களை சினிமா பரவலாக்கியது. மூளை என்றவொரு உறுப்பு இருக்கிறதாவெனச் சந்தேகம் கொள்ளச் செய்யும், ஆனால் தெருச்சண்டையில் தம்மை மிஞ்சுவதற்கு ஆட்களே இல்லாத சினிமா நாயகர்கள் நிச்சயம் உயர் இலட்சியங்களின்

மலிந்த நகல்களே என்றாலும் நமது பண்பாட்டின் மோசமான கூறுகளையும் நிலைநாட்டியவர்கள்.

விமர்சிப்பதின் வழியாகவே உண்மையை, உயர் இலட்சியங்களை அடைய முனைய வேண்டுமென்ற போக்கைக் கொண்டது நவீன இலக்கியம். மா. அரங்கநாதன் சாதியத்தை விமர்சிக்கையில் இதைச் சிறப்பாக வெளிப்படுத்துகிறார். *அசலம்* கதையில், *`மூவாயிரம் வருசமா அன்பு உசந்ததுன்னு சொல்லிகிட்டு சொமை சொமக்க பின்வாங்கின நாகரிகம் என்னான்னு எனக்குத் தெரியல`*. இந்திய அனுபவத்தில் அன்பே கூட சாதியத்தின் கட்டுக்குள்ளேயிருப்பதாகவே படுகிறது. உலக சமூகங்களில் அன்பிற்கு பல்வேறு தடைகள் இருந்தாலும், அவற்றோடு சேர்த்து நமக்கு கூடுதலாக, அவை எல்லாவற்றையும் கடந்தாலும் மிகத் திறமையாக பந்தைத் தடுத்து விடுகிற கோல்-கீப்பராக சாதியம் இருக்கிறது. அரசியல் மயப்படுவதைக் காட்டிலும் அன்பு மயப்படுவதையே சாதியத்தை ஒழிப்பதற்கான வழி எனும் மிதவாதப் போக்கையே இவரது கதைகள் முன்வைக்கிறதெனவும் வாசிக்க முடியும்.

மா. அரங்கநாதன் அவர் காலத்தில் செல்வாக்குப் பெற்றிருந்த இடதுசாரிக் கருத்தியலின்பால் தாக்கமுற்றிருந்தவராகத் தெரியவில்லை. சோதிடத்தை பேசுபொருளாகப் பயன்படுத்தும் அவர், தமிழ்ச் சமூகத்தில் செல்வாக்கு பெற்ற கருதுகோள்களாக இருக்கும், *யாதும் ஊரே யாவரும் கேளிர், அன்பே சிவம், கடவுளை மற-மனிதனை நினை* ஆகியவற்றில் முதலிரண்டின் கலவையாகவே தெரிகிறார். நவீன இலக்கியத்தில் இடமற்றுப்போன கடவுளை வெளியேயே நிறுத்தி, அதே சமயம் அதனை தத்துவ வடிவத்தில் உட்புகுத்தியவர். நமது கவிதைகளில் வெளிப்படும் கடவுளுக்கு நிகரான சித்திரத்தை உடையவை.

தமிழ், தமிழர் பண்பாடு ஆகியவை ஏறக்குறைய சில பத்தாண்டு களுக்குப் பிறகு பேசுபொருளாக மாறியிருக்கின்ற நமது சமகாலத்தில் மா. அரங்கநாதனின் கதைகள் தமிழ்ப் பண்பாட்டுக் கூறுகளை எவ்விதம் ஒரு நவீன வடிவில் வெளிப்படுத்தியிருக்கிறது என்பதை அறியவும் வாசிக்கலாம். எவ்வித ஒப்பனையுமற்ற தனிமனிதராக உணர்கையில் நமக்குள் பெருகும் பிரபஞ்சந் தழுவிய உணர்வுகளைப் பேசும் *சித்தி* கதை நான் அடிக்கடி

வாசிக்கின்ற கதை. சகல ஆயுதங்களின் பலத்தினைப் பெற்றிருக்கும் பின்னும் வலுவற்று உணரும் தருணங்களில் மா. அரங்கநாதனின் சில கதைகள் வழித்துணையாக உதவக்கூடும். இலக்கியம் அமைதியானவர்களை அலைக்கழிக்கிறது, அலைக்கழிந்து கிடப்பவர்களை அமைதிப்படுத்துகிறது எனக்கொண்டால் மா. அரங்கநாதன் இலக்கியத்தின் இரண்டாவது பணியை முன்னதைக் காட்டிலும் அதிகமாகச் செய்கிறார்.

இந்து தமிழ்

இலக்கியத்தில் சாதாரணத்துவமும் அசாதாரணத்துவமும்

ஒரு பொருள் அல்லது ஒரு நிகழ்வு சாதாரணமாக மாறுவதற்கு ஒரு குறிப்பிட்ட கால அளவும், சமூகப் புழக்கமும் தேவைப்படுவதோடு, அந்தப் பொருளின் அல்லது நிகழ்வின் பங்கும், பணியும் நமது அன்றாடத்தின் ஓர் அங்கமாக மாறும் வரை அவை அசாதாரணமாகவே தொடர்கின்றன. முதன்முறையாக ஒருவர் கார் ஓட்டுவதை நாம் பார்த்தபோது அது ஓர் அசாதாரண நிகழ்வு. ஆனால் இன்று அது ஒரு சாதாரண நிகழ்வு.

ஆனால் நாம் என்றைக்காவது சாதாரணங்களின் பால் நமது கவனத்தைச் செலுத்துகிறோமா? முதலில் ஒன்று சாதாரணமானது என்று அழைக்கப்படுவதற்கான குணாம்சங்களை வரையறுப்போம்.

1. அவை நமது கவனத்தை ஈர்க்காதவை.

2. பொருட்படுத்தத் தேவையில்லாத அளவிற்கு எளிமையானவை.

3. நமது உடலையோ, மனதையோ தொந்தரவூட்டாதவை.

4. வாடிக்கையாக மாறிவிட்டவை. எனினும் தீங்கற்றவை (சில விஷயங்கள் வாடிக்கையாக மாறிவிட்டாலும் தீங்கானவையும் கூட. உ.தா. குடிப்பழக்கம். அது சாதாரணமாகவே மாறியிருந்தாலும் நம்மால் அதனைப் பொருட்படுத்தாமல் இருக்க முடிவதில்லை. ஏனெனில் அதில் ஒளிந்திருக்கும் தீமை)

5. எவ்வித மதிப்பும் இல்லாதவை (பயன் மதிப்பு, பரிவர்த்தனை மதிப்பு, உணர்ச்சி மதிப்பு) அல்லது ஆகக்குறைவான மதிப்புள்ளவை. ஒரு வெற்றுப் பத்திரம் ஒன்றையுமே தாங்கியிருக்காவிட்டாலும் மதிப்புள்ளது. ஆனால் ஒரு வெற்றுக் காகிதம் மதிப்பற்றது. ஒரு வெற்றுக் காகிதத்தில் ஒருவரது கையெழுத்தைப் பெற்றுவிட்டால் அது அசாதாரணமாகிவிடுகிறது. ஒரு குறிப்பிட்ட முகமதிப்புள்ள பத்திரம் வெறுமையாக இருக்கும் வரை அதற்கு இருக்கும் மதிப்பு அதில் பதியப்படும் ஒரு தவறான தகவலால், பிழையால், ஒரு சிறு அடித்தல் திருத்தலால் கூட மதிப்பிழந்து சாதாரணமாகிவிடுகிறது.

6. பயன்படுத்துவதில் இருக்கும் மதிப்பு. நமது அடையாள அட்டையும், நமது கடவுச்சீட்டும் ஒரே மதிப்புள்ளவை அல்ல. எனினும் இரண்டும் ஆவணங்களே.

   இளவேனிற் காலப் பொம்மல்களும், ஏற்றுமதி செய்யப்படும் மலர்களும் ஒன்றல்ல. எனினும் இரண்டும் மலர்களே.

7. அதிக அளவிலானவை, அதிகப் பயன்பாட்டில் இருப்பவை.

8. கவனத்தை ஈர்க்காத வடிவத்தைக் கொண்டவை.

9. விவரிக்க எளிமையானவை. சாதாரணக் கூட்டல் கழித்தல்கள் விவரிக்க எளிமையானவை. ஆனால் லாகரிதம் விவரிக்கக் கடினமானது. எனினும் இரண்டும் கணிதமே.

10. கற்பனைக்கு, புரிந்துகொள்வதற்கு சிக்கலில்லாதவை.

11. மொழியால் சிக்கலின்றி வசப்படுத்திவிடக் கூடியவை.

12. சமூக விதிகளுக்குள் அடங்கியவை. அதாவது ஒரு சமூகத்தால் புறந்தள்ளப்படாதவை.

13. அதன் இடம்.

மேலும் சில குணாதிசயங்களை நம்மால் சொல்லிவிட முடியுமென்றாலும் இதுவே போதுமான அளவிற்கு ஒன்றின் சாதாரணத்துவத்தை விளக்கிவிடுகிறது. இவை எல்லாவற்றிற்கும் எதிரான குணாதிசயங்களை உடையவை அனைத்தும் அசாதாரணமானவை.

மொழி என்பது சாதாரணத்துவத்தையா அல்லது அசாதாரணத் துவத்தை விவரிப்பதற்காக உருவானதா? நான் பசியோடிருக்கிறேன் என்று வீட்டில் இருப்பவர்களிடம் சொன்னால் அது சாதாரணமான ஒன்றாக இருக்க, நான் பசியோடிருக்கிறேன், என்னிடம் பணமில்லை ஆனாலும் உணவிடுங்கள் என்று ஓர் உணவகத்தில் கேட்டால் அது அசாதாரணமாகிறது. இங்கே பசியோடிருப்பதை விவரிக்கத் தேவையில்லை. ஆனால் பணம் இல்லாமல் நாம் உணவளிக்கக் கோருவதை நாம் விவரிக்க வேண்டும். மொழி இரண்டிற்கும் பங்களிப்பதாக இருந்தாலும்கூட, அதன் அளவில் அசாதாரணத்துவத்தின் பால் ஈர்ப்புள்ளதும் கூட. ஒன்றை விவரிக்கும் தோறும் அது பெருகி, மதிப்புமிக்க ஒன்றாகவும் மாறுகிறது. இரு வாகனங்கள் வேகமாகச் செல்கின்றன என்று சொல்லும்போது நமது மொழிக்கு இருக்கும் அழுத்தம் வேகமாகச் செல்லும் இரு வாகனங்கள் பயங்கரமாக மோதிக்கொண்டன எனச் சொல்லும்போது கூடிவிடுகிறது. இங்கே வேகத்தை அல்ல மாறாக ஒரு மோதலினால் உருவான பயங்கரத்தைச் சொல்வதற்கு நமக்கு ஒரு தனித்துவமான மொழிப் பிரயோகம் தேவைப்படுகிறது. பயங்கரம் என்பது ஓர் உணர்ச்சி. நாம் அதிகம் எதிர்கொள்ள விருப்பப்படாத ஓர் உணர்ச்சி. நீங்கள் விவரிக்கும் தோறும் அந்த விபத்தின் பயங்கரம் அதிகரிக்கும். இந்தத் தனித்துவமான மொழிப் பிரயோகமே ஒரு பொருளை, நிகழ்வை சாதாரணத்துவத்திலிருந்து அசாதாரணத்துவத்திற்கும், அதனாலேயே நமது நினைவில் இருத்தத்தக்க ஓர் இடத்தைப் பெறுவதற்கும் தகுதி உடையதாக்குகிறது.

ஒரு பறவையின் இறகொன்று உதிர்வதில் உள்ள சாதாரணத்துவம், பிரமிளின் கவிதையில் அவர் பயன்படுத்தும் மொழியாலும், அதன் அமைப்பாலும், அதனோடு அவர் உருவாக்க விரும்பும் ஒரு பொருளாலும், படிமத்தாலும் அசாதாரணமாக மாறிவிடுகிறது.

சிறகிலிருந்து பிரிந்த இறகொன்று
காற்றின் தீராத பக்கங்களில்
ஒரு பறவையின் வாழ்வை எழுதிச் செல்கிறது

ஒற்றை இறகு ஒரு பறவையின் வாழ்வாகிவிட முடியுமா? ஆனால் தர்க்கத்தின் எல்லைக்கு அப்பால் இயங்கும் இப்படிமம் நமக்கு வழங்கும் கவித்துவ அனுபவத்தின் வாயிலாக மதிப்புடையதாகிறது.

மேற்சொன்ன கவித்துவ அனுபவத்தை அளிப்பதற்காக மொழியில் மிகச் சாதாரணமாகப் புழங்கும் சொற்களை ஒரு குறிப்பிட்ட பாணியில் அமைக்க வேண்டியிருக்கிறது. வேறுசில சொற்களைச் சேர்த்தால், அல்லது மாற்றிப்போட்டால் நமக்குக் கிடைக்கும் அனுபவமும் மாறிவிடும்.

`சிறகிலிருந்து பிரிந்த இறகொன்று
ஒரு பறவையின் வாழ்வை எழுத
காற்றின் தீராத பக்கங்களைத் தேடுகிறது` (அ)
காற்றின் தீராத பக்கங்களில்
ஒரு பறவையின் கவிதையை எழுதிச் செல்கிறது (அ)
ஒரு பறவையின் தலைவலியை எழுதிச் செல்கிறது'

இங்கே, கவித்துவ அனுபவம் குறைபடுவதோடு மட்டுமல்லாமல் கவிதை வெகு சாதாரணமாகிவிடுகிறது. வாழ்வை எழுதுவதும், ஒரு கவிதையை, தலைவலியை எழுதுவதும் ஒன்றல்ல. முன்னதை எழுத மொத்த மொழியே ஓர் அடிமையைப் போல கைகட்டி நிற்க வேண்டும். அப்போது கூட வாழ்வை முழுமையாக விவரித்து விட முடியாது. ஏனெனில் முழுமை விவரணை எல்லைகளுக்கு அப்பாலுள்ளது.

ஒரு கவிதையின், ஓர் இலக்கியப் பிரதியின் மதிப்பே அது எவ்வாறு அசாதாரணத்துவத்தை கட்டமைக்கிறது என்பதிலேதான் இருக்கிறது. மொழியால் சாதாரணத்துவத்தை விவரிப்பது கடினம். ஏனெனில் அது சாதாரணமானது. அதனை விளக்க ஒரு படிமமோ, தனித்துவமான சொற்களோ, அமைப்போ தேவையில்லை. ஆனால் நம்மிடம் இவை அனைத்துமே உள்ளன. நம்மால் ஒரு படிமத்தை எளிதாக உருவாக்கி அதன் மூலம் ஒன்றை அசாதாரணமாக விவரித்து விட முடியும்.

ஒருபோதும் இதற்கு எதிராக மொழியின் எந்தக் கருவியைக் கொண்டும் சாதாரணத்துவத்தை விவரித்து விட முடியாது. மொழியின் கருவியைப் பயன்படுத்தத் துவங்கும் போதே ஒன்று அசாதாரணமாகிவிடுகிறது. படிமம் கூடத் தேவையில்லை, ஒரு சொல்லை இருமுறை சொல்வதே போதுமானது. மின்சார வேகத்தில் அவன் அவளை அழைத்தான் என்பதைக் காட்டிலும் அவன் அவளை வா வா என்று அழைத்தான் என்று சொல்வதே அவனது அவசரத்தைக் காட்டி விடுகிறது.

சாதாரணத்துவத்தை நம்மால் விவரிக்க முடியாதென்பதாலேயே நாம் மொழியின் மீது சந்தேகம் கொள்கிறோம். மொழியே ஒரு நாடகம். ஒரு கல் பட்டுவிட்டதால் வலிக்கிறது என்பது மட்டும் போதாது உயிர் போகிற அளவிற்கு வலிக்கிறது என்றால்தான் வலியின் அளவும், அவசரமும் சேர்கிறது. மேலும் தாங்கிக்கொள்ள முடிவதை அல்ல தாங்க முடியாதவற்றைச் சொல்வதற்கே மொழி அதிகமாகத் தேவைப்படுகிறது.

ஒன்றை அசாதாரணமாக நாம் விவரிப்பதின் வழியாக நாம் நம்மை தற்காத்துக்கொள்கிறோமா? சாதாரணத்துவத்தில் நாம் தஞ்சமடைவதைக் காட்டிலும் அசாதாரணத்துவத்தில் தஞ்சமடைவதின் வழியாக நம்மைச் சுற்றிலும் ஓர் அகழியை அல்லது நெருப்புச் சுவரை எழுப்புகிறோம். எதை ஒன்றையும் அசாதாரணமாக மாற்ற முடிந்தால் நம்மால் ஒரு குறிப்பிட்ட அளவிற்கும் மேலாக செயல்பட முடியும். அது கவனத்தை ஈர்ப்பதோடு, மதிப்பையும் அதிகரிக்கிறது. நாம் ஒவ்வொருவரும் நம்மை அசாதாரணமானர்களென்று கருதிக்கொள்வதிலிருக்கும் திருப்தி நமது சுயமதிப்பீட்டில் நம்மையே சாதாரணமானவர்களென்று கருதிக்கொள்வதில் கிடைப்பதில்லை.

நாம் சாதாரணமானவர்களாக நம்மை உணரும் அடுத்த நிமிடமே நாம் ஒடுங்கி, விலக எத்தனிக்கிறோம். இதற்கு நேர்மாறாக நாம் நம்மை அசாதாரணமானவர்களென்று எடையிட்டால் மேலும் அதிகமாக விரிகிறோம், தீவிரமாகச் செயல்படவும் விழைகிறோம். எது ஒன்றிலும் நமது ஆற்றல் அனைத்துமே ஒன்றிணைவதற்கும், அந்தச் செயலை மதிப்புமிக்கதாக ஆக்குவதற்கும் நாம் அசாதாரணமான வழியில், வடிவத்தில் அதனைச் செய்ய வேண்டியிருக்கிறது.

இலக்கியம் அசாதாரணங்களின் கூட்டுத்தொகை. இலக்கியம் அசாதாரணங்களின் தொகுப்பு. அதனால்தான் இலக்கியம் மொழியின் அசாதாரணத்தோடு தொடர்புடையதாக இருக்கிறது. ஒரு நாடகத்திற்கு நாடகத்தன்மையை அதிகரிக்கத் தேவையான பங்களிப்பைச் செய்கிறது. If language is a drama, then literature is a contributor for its dramatic element or language uses literature to build its one of the elemants.

'அண்ணலும் நோக்கினார் அவளும் நோக்கினாள்` என்பதில் ஒரு நாடகம் மிக எளிதாக நம் கண்முன்னே நிகழ்கிறது. அவனும் அவளும் அல்லது இராமனும் சீதையும் ஒருவருக்கொருவர் நோக்கினார்கள் என்பதில் நாடகமும் இல்லை, படைப்பூக்கமும் இல்லை.

சாதாரணத்துவம் புறக்கணிப்பட வேண்டியதா? என்றைக்காவது நமது வாழ்வின் மதிப்பைக் கவனிக்க விரும்பினால் நம்மைச் சுற்றியிருக்கும் சாதாரணமானவற்றிலிருந்தே துவங்க வேண்டும். அசாதாரணங்கள் அல்ல, பெரும்பாலும் நமது வாழ்வே சாதாரணங்களின் பங்களிப்பாலேயே உயிர்த்திருக்கிறது. மின்விளக்கை எடிசன் கண்டுபிடித்தது அசாதாரணமானது, நமது வாழ்வையே மாற்றியமைத்தது என்றாலும் மூச்சுவிடுவது சாதாரணமானது. நம்மால் மின்விளக்கில்லாமல் வாழ்ந்துவிட முடியும். நம்மைச் சுற்றிலும் இருக்கும் அசாதாரணமானவற்றை ஒவ்வொன்றாக நாம் விலக்க முனைந்தால் நமக்கு அடிப்படை யானவையென்று எதுவெல்லாம் எஞ்சுமோ அவை அனைத்துமே சாதாரணமானவை. நாம் சாதாரணமானவற்றின் தயவாலும், அசாதாரணமானவற்றைக் கற்பனை செய்வதாலுமே வாழ்வில் தாக்குப் பிடிக்கிறோம்.

நாம் நமது கவனத்தை சாதாரணமானவற்றின் மீது குவிப்பதற்கு வெகுகாலமாகும் அல்லது முடியாமலேயே கூட போகும். அதற்கு நமக்கு மொழி தேவையில்லை. அதன் நாடகாம்சம் எதுவுமே தேவையில்லை. ஆனால் ஒன்று சாதாரணமானதாக மாறுவதற்கு வெகுகாலம் ஆற்றல் மிக்க உழைப்பும், கல் போன்ற பொறுமையும் தேவைப்படும். அசாதாரணத்துவத்தை எளிதாக உருவாக்க முடியும், மொழி அறிவு போன்ற பல கருவிகள் உள்ளன. ஆனால் சாதாரணத்துவத்தை உருவாக்குவது கடினமானது.

இலக்கியத்தின் பணி, அசாதாரணமானவற்றை சாதாரணமானதாக்கு வதைக் காட்டிலும் அதற்கு எதிரானதிலேயே அடங்கியிருக்கிறது. எத்தனையோ பெண்களை நாம் இலக்கியத்தில் வாசித்திருந்தாலும் *`மரப்பசுவின்`* அம்மணி அம்மாளை நாம் ஏன் *`அக்னிப்*

பிரவேசம்` கங்காவை விட அசாதாரணமானவளாகவும், நேசத்திற்கு உரியவளாகவும் பார்க்கிறோம்? கூடவே நாம் `*எஸ்தரையும்*` நினைவில் வைத்திருக்கிறோம். ஆனால் இவர்கள் யாரைக்காட்டிலும் `*இரத்த உறவில்*` வரும் அக்காள் கூடுதலாக அசாதாரணமானவள். ஏனெனில் அவள் சாதாரணத்துவத்தின் இயல்பிலேயே தன்னை ஒளியேற்றிக் கொள்கிறாள். அவளது மதிப்பை நம்மால் எளிதாகப் புரிந்துகொள்ள முடியாது. ஒருவர் அசாதாரணமானவராவதற்கு துணிச்சலும், உழைப்பும், சாதாரணமானவராக மாற்றிக்கொள்ள விழிப்பும், உழைப்பும் தேவைப்படும். மீறுவது எத்தனை கடினமானதோ அதை விடவும் சகல மீறல்களையும் கட்டுப்படுத்திக் கொண்டு ஒடுங்குவதே கடினமானது. கவிதை சந்தத்தின் வாயிலாக ஒலியை எழுப்புகிறது. ஆனால் நமது சமகாலக் கவிதைகளோ மொழியின் ஒலியைக் குறைத்து மொழியின் அமைதியை எழுப்புகிறது.

இசையின் அடிப்படையான நோக்கம் அமைதியைப் படைப்பதே என்பதற்கு ஒப்பானது இது. *சீமாட்டி பௌவரியும், அன்னா கரினினாவும்* ஏன் நம் நினைவில் நிற்கிறார்கள். இருவரும் தற்கொலை செய்துகொண்டதாலா?. *கிரேட் கேட்ஸ்பியின் டெய்ஸியை* ஏன் நாம் மறந்துவிட்டோம், அவள் கணவனிடம் திரும்பியதாலா?

குறிப்பு: வழமை (usual) – சாதாரணம் வழக்கிலில்லாதது (unusual) – அசாதாரணம்.

இந்த ஜோடிகளுக்கு உள்ள நுட்பமான வேறுபாட்டை இக்கட்டுரை விவரிக்கத் தவறியிருந்தால் அல்லது குழப்பியிருந்தால் அது இக்கட்டுரையின் சாதாரணத் தவறென்றே கருதவும்.

கோணங்கி – மறைந்திருப்பவற்றின் கதைசொல்லி

இவ்வருடத்திற்கான விஜயா வாசகர் வட்ட கி. ராஜநாராயணன் விருதைப் பெறும் எழுத்தாளர் கோணங்கியின் இயற்பெயர் இளங்கோ. கிட்டத்தட்ட நூறு சிறுகதைகளும், நான்கு நாவல்களையும் எழுதியிருப்பதோடு, தமிழ் இலக்கிய சூழலில் தனது மதிப்பைத் தொடர்ந்து தக்க வைத்திருக்கும் கல்குதிரை எனும் சிறுபத்திரிக்கையை முப்பதாண்டுகளாக சீரற்ற இடைவெளிகளில் நடத்தி வருகிறார். கல்மண்டபங்களில் இருந்து லோத்தல் கடலடி வரை, குன்றங்களில் இருந்து குகைகள் வரை இந்தியாவின் நாற்திசைகளிலும் பயணித்திருக்கிறார். ஒருமுறை இலண்டன் பயணித்திருக்கிறார். ஒவ்வொரு நாவலுக்காகவும் ஓய்வில்லாது மரநிழல் படிந்த சாலைகளிலும் கடுமையான தெற்கத்தி வெய்யிலில் பாளம் பாளமாய் உடல் வெடித்திருக்கும் கருப்புநிற நிலங்களிலும் பயணிப்பவர். முழுநேர எழுத்தாளர்களே அருகிப் போயிருக்கும் தமிழ் இலக்கிய சூழலில் நீண்ட தொடர்ச்சியில் மிச்சமிருப்பவர். கூட்டுறவு வங்கி வேலையை எழுத்துக்காகவே உதறியவர். வெய்யில் உலை போல் இருக்கும் கோவில்பட்டி நகரில் இருப்புப் பாதையின் அருகே உள்ள வீட்டில் வசிக்கிறார். நாடக ஆசிரியர் மதுரகவி பாஸ்கரதாஸின் மகள்வழிப் பேரன், நேருவின் நண்பரும்

பர்மாவில் தினகரன் நாளிதழைத் துவங்கிய தினகரனின் பேரனும் ஆவார். இருவரைப் பற்றியும் 'த' நாவலில் எழுதியுள்ளார்.

நவீனத் தமிழ் இலக்கியம் ஐரோப்பிய பாணியிலிருந்து விலகி வர, அதற்கு சுதேச நிறங்களை அளித்தவர்களில் முக்கியமானவர் கி.ராஜநாராயணன். மக்களின் பேச்சு மொழியை பேச்சாகவே அச்சில் ஏற்றிய படைப்புகளை எழுதியவர். எழுதுதல் என்பது மறைந்து சொல்லுதல் இலக்கியத்தில் நிகழ்ந்தது. கி.ராவை கதைசொல்லி என்றே அழைத்தனர். அவரைத் தொடர்ந்து மற்றொரு மாற்றம் கதை என்பது மறைந்து புனைவு உருவானது. இவற்றிற்கு இடையேயான நுட்பமான வேறுபாடுகள் இலக்கியக் கோட்பாட்டாளர்கள், விமர்சகர்கள் சொல்ல விளங்கும். கோணங்கி கதை சொல்லத் துவங்கி புனைவுக்குள் குடிபுகுந்தவர்.

முதல் பகுதி கோணங்கி நிலத்தில் காலூன்றி நின்று கதை சொல்லத் துவங்கியவர். இரண்டாம் பகுதியில் மொழியை சிறகுகளாக்கி தூர தூர நிலங்களுக்கும் பறந்தவர். *மதினிமார்கள் கதை, கொல்லனின் ஆறு பெண்மக்கள்* என இரு சிறுகதைத் தொகுப்புகளை வாசகர்கள் எளிதல் வாசிக்க முடியும். உப்புக்கத்தியில் மறையும் சிறுத்தை தொகுப்பிலிருந்து துவங்கி சமீபத்திய நாவலான *நீர்வளரி* வரையிலான படைப்புகளை அவ்வளவு எளிதாக வாசிக்க முடியாது. அவைகள் கதாபாத்திரங்களைக் கொண்டிருந்தாலும் கதைகள் சொல்வதில்லை. மாறாக இடங்கள், பொருட்கள், உயிரிகளின் இருப்பை குறிப்பிட்ட கால, சூழலில் விவரிப்பவை. வழமையான வாசகர்கள் இப்படைப்புகளை வாசிக்கத் துணியமாட்டார்கள். எனினும் தமிழ் மொழியின் வீச்சை விரிவாக்கும் படைப்புகள் இவை. இவரே தொடர் உழைப்பினால் உருவாக்கிக்கொண்ட மொழி தற்காலத்தையதல்ல, அதே சமயம் கற்காலத்தையதும் அல்ல. மொழியில் சகல காலங்களின் அனுபவங்கள், நிகழ்வுகள், நம்பிக்கைகள், உறவுகள் படிந்திருக்கின்றன. அவை ஒருவகையில் கட்புலனாகாத போதும் இறந்தவை அல்ல. மறைந்திருப்பவை. எடுத்துக்காட்டாக வளரி எனும் எறி ஆயுதம் பழங்காலத்தைச் சேர்ந்தது, பல்வேறு குடிகள் வேட்டைக்காகவும் போரிலும் பயன்படுத்தி இருக்கின்றன. வளரியை கோணங்கி தனது படைப்பின் பேசுபொருளாக பல்வேறு நிலங்களில் வாழும் குடிகளை இணைத்துப் பேசுவதற்காக பயன்படுத்துகிறார். உணர்நிலைகளாக, தன்மையாக, சாராம்சமாக மறைந்திருப்பவற்றை கோணங்கி எழுதுகிறார்.

மனித உறவுகளை, மனித மனத்தை கதையாகச் சொல்வதைக் கடந்து மொழி பற்றிய குன்றாத கவனத்தோடு எழுதப்படுபவை புனைவுகள். தான் சொல்ல வருபவற்றோடு பிணைந்திருக்கும் வரலாறு, தொன்மம், நம்பிக்கை இவற்றையும் சேர்த்து படைப்பாக்குபவை. புனைவுகள் வாசிக்கும் வாசகர்களுக்கு இரு வாய்ப்புகள் உண்டு. ஒன்று கதையில் மிதத்தல், மற்றொன்று மொழியில் மிதத்தல். பிற்காலக் கோணங்கியின் புனைவுகள் வாசிப்பவர்களை மொழியில் மிதக்கச் செய்பவை. சொல்லப்படும் போதே படைப்பிற்கான தர்க்கத்தை உருவாக்கும் படைப்புகள் அல்ல கோணங்கியுடையவை. மாறாக தர்க்கத்தை திரவநிலையில் வைத்து, சொல்லப்படுபவற்றின் தன்மையை கலங்கலாக முன்வைப்பவை. கதையைத் தேடும் வாசகர், கண்கட்டு வித்தைக்காரனிடம் ஏமாறுவதைப் போல கோணங்கியிடம் ஏமாறுவார். அவரது ஏமாற்றம் அழகாகத் தயாரிக்கப்படும் கோணங்கியின் படைப்புகள் வாசிக்கப்படாமலே புத்தக அலமாரிகளில் அடுக்கி வைக்கப்படும் ஆபத்தாக மாறுகிறது. கோணங்கி இந்த ஆபத்தை அறியாதவரல்ல, ஆயினும் தனது சொல்முறையில் நீங்காப் பற்றுடையவராக இருக்கிறார். வாசகர்கள் வாசிக்காமல் போகலாமே ஒழிய, இவ்வாறு எழுது எனக் கேட்க முடியாது.

இலத்தீன் அமெரிக்க இலக்கிய அலை தமிழ் நிலத்தையும் மோதியபோது, எண்பதுகளில் அதன் உள்ளோட்டங்களை கச்சிதமாக அறிந்து தனது படைப்புகளின் பயணத்திசையை மாற்றியவர்களில் கோணங்கி முதன்மையானவர். தமிழ் நிலத்தின் சுதேசிக் கப்பலை இலத்தீன் அமெரிக்க நிறங்களில் வரைந்தவர். *காப்ரியல் கார்சியா மார்க்வேஸ்* சிறப்பிதழாக வந்த கல்குதிரை அந்நாட்களில் பெரிதும் வரவேற்கப்பட்டது எனினும் அன்றிலிருந்து எதிர்மறை விமர்சனத்தையும் பெற்றிருக்கிறது. இவரது ஒரு புனைவை சுஜாதா அறிவியல் புனைவு என அழைக்கலாம் என்றார். கோணங்கியின் படைப்புகளில் வரும் படிமங்கள் அறிவியல் மொழியின் துல்லியத்திற்கு அருகே செல்வதற்குத் தேவையான எரிபொருளைக் கொண்டவை.

சுருங்கக் கூறின் ஓவியம் ஒன்றை சொற்களாக்க முனைந்தால் அவையே கோணங்கியின் படைப்புகள். முதல் 75 கதைகள்

சலூன் நாற்காலியில் சுழன்றபடி எனும் தொகுப்பாக வந்துள்ளது. வாசகர்கள் அதிலிருந்து துவங்கலாம். கோணங்கியின் கதைகளில் அல்லது மொழியில் ஒன்றுவதற்கு வாசகருக்கு வாய்ப்பு கிடைக்கும். கதையோ அல்லது புனைவோ கோணங்கி முதற்கண் ஒரு வசியக்காரர். எழுத்தாளரின் தலையாய பணி வசியக்காரராக இருப்பதுவே என்கிறார் *நபக்கோவ்*. அவ்வகையில் தமிழின் தனிச்சிறப்பான வசியக்காரரான கோணங்கியிடம் நாம் ஏமாற்றம் அடைந்தாலும் வெறுங்கையோடு வீடுதிரும்ப மாட்டோம்.

இந்து தமிழ்

தன்வெடிப்பின் நாயகன்: யுகியோ மிஷிமா – கடலின் வனப்பிலிருந்து வீழ்ந்த மனிதன்

கிமிடகே ஹிரோகா எனும் யுகியோ மிஷிமாவிற்கு பல முகங்கள் இருந்தாலும் அவை அனைத்துமே தனது அசலான முகமாக உலகின் பிரதிபலிக்கக் கூடிய அனைத்துப் பொருட்களிலும் காண விரும்பிய மரணத்தின் முகத்தை நவம்பர் *25, 1970* அன்று ஓர் இராணுவக் கேந்திரத்தில் கண்டன. துண்டிக்கப்பட்ட அவரது தலை பல வருட உடற்பயிற்சியின் மூலமாக முறுக்கேறியிருந்த அவரது உடலைப் பார்த்திருந்தது. அவருக்குப் பொருத்தமான உருவகப் பண்பு நிறைந்த மரணம், இராணுவக் கேந்திரம்/ துண்டிக்கப்பட்ட தலை/செப்புக்கு செய்யப்பட்டு வெளியே தொங்கும் குடல்/சீருடை/புகழ் மற்றும் நித்தியத்துவம்.

ஹவியர் மரியாஸ் (*Javier Marias*), மிஷிமாவின் மரணம் அதுவரையிலும் அவர் செய்துவந்த பல முட்டாள்தனங்களையும் மறக்கச் செய்ததோடு, அவரது வாழ்வின் உச்ச நிகழ்வான மரணத்தின் மீதான கவன ஈர்ப்பாகவே, இடைநில்லாத பகட்டாரவாரங்கள் அனைத்தையும் செய்தார் என்கிறார். மிஷிமாவின் எழுத்துக்களை வாசித்தவர்களுக்கு அவர் சொன்னது உண்மைதான் எனப் புரியும்.

மார்கிஸ் தே சேட், ஹென்றி மில்லர், ழார் பத்தாய், ழான் ஜெனே, ஆந்த்ரே ழீடு, ஃப்ரெட்ரிக் நீட்ஷே, வில்லியம் பர்ரோஸ், யுகியோ மிஷிமா ஆகியோரை வாசிப்பவர்கள் ஓர் ஆபத்தான பாதையில்

பயணிக்கிறார்கள் என்றே சொல்லத் தோன்றுகிறது. மேற்சொன்ன அனைத்து மேதைகளும் மனித வாழ்வின் சராசரித்தனங்களின் மீது அலுப்புற்றவர்கள் மட்டுமல்ல, சமூகமாகத் திரண்டு வாழ்வதினால் கட்டுப்படுத்தப்பட்டு வீணாகும் மனித ஆற்றலின் மீது ஒவ்வாமை உடையவர்கள். ஆற்றலின் பெருவெடிப்பால் வலுவற்றவை அனைத்துமே நீங்கி வலுவுள்ளவை மட்டுமே நிரம்பியிருக்கும் நடைமுறை சாத்தியமற்ற ஓர் அழகிய உலகைக் கற்பனை கண்டவர்கள். வன்முறை/பாலுறவு/மரணம் எனும் திரித்துவம் அளிக்கும் ஒப்பற்ற கிளர்ச்சியை வாழ்வின் ஒவ்வொரு நொடியின் அரங்கிற்குள்ளும் இசையாகக் கேட்க விரும்பியவர்கள்.

நீட்ஷேவின் மூளைக்கோளாறுகள் அனைத்தும் அவரது வரன்முறையற்ற சுயமைதுனத்தால் உண்டானவை என்கிறார் *ரிச்சர்ட் வாக்னர்*. மிஷிமாவோ, குவெடோ ரெனி வரைந்த புனித செபஸ்டியனின் ஓவியத்தைப் பார்த்தே தனது முதல் சுயமைதூனத்தை செய்ததாகப் பதிவு செய்கிறார். நாம் இதனை ஆரம்பகட்ட அறிகுறிகள் உடைய பிணப்புணர்ச்சி விழைவு எனக் கொள்ளலாம். எந்த மனிதனும் தன்முன்னே நடனமாடும் மரணத்தைக் கண்டு நடுங்கும் ஒரு புனிதரின் முக்கால் நிர்வாண ஓவியத்தைக் கண்டு தனது உளப்புணர்ச்சிக்கு ஏதுவாக உழைப்பின் கருவியான கரத்தினை ஒரு பாலுறுப்பாக உருமாற்றும் பயணத்தைத் தொடங்க மாட்டான், மரணத்தில் பாலுறவின் உச்சத்தைக் கற்பனை செய்பவர்களைத் தவிர. மூர் பத்தாய் மரணத்தையே ஆக எரோடிக்கான அனுபவம் எனச் சொல்வதை ஒட்டியே இதனைப் புரிந்துகொள்ளலாம். மிஷிமாவின் பயணமோ ஒரு புனிதரின் உடலிலிருந்து துவங்கி தன்னுடலையே அறுத்துக்கொள்ளும் எரோடிக் அனுபவத்தில் உச்சமடைந்த ஒன்று.

The Sailor Who Fell from Grace with the Sea எனும் சிறு நாவலின் கவித்துவமிக்க சொற்றொடர்களின் ஊடாக, நாவலின் POVவான நொபுருவினால் ஒரு நாயகனாகப் பார்க்கப்படும் ரியுஜீ கொல்லப்படும் இறுதிக் காட்சி வரை நாம் தசைகளின் உள்ளே குறிப்பாக ஆண் உடலின் உள்ளே திரண்டிருப்பதாக நம்பப்படும் ஆற்றலின் தடுமாற்றத்தைப் பார்க்கலாம். ரியுஜீ எனும் மாலுமி நொபுரு எனும் 13 வயது சிறுவனின் விதவைத் தாயாரான ஃபுசாகோவைக் கண்டு, காதலுற்று, மெய்கலந்து, மணம் செய்ய

முடிவுசெய்து, இறுதியில் நொபுருவின் வகுப்புத் தோழர்களான, அந்த வயதிலேயே வாழ்வின் பொருளின்மையை வன்முறையே ஈடுசெய்ய முடியுமென்ற புரிதலை அடைந்துவிட்டதாகச் சொல்லப்படும் சிலரால் கொல்லப்படுகிறான்.

ழான் ஜெனே எவ்வாறு நவீன பிரெஞ்சு வாழ்வின் மீது குறைமதிப்பு கொண்டிருந்தாரோ அதைப் போன்றே மிஷிமா இரண்டாம் உலகப்போரின் தோல்வியினால் மனங்குன்றியிருந்த ஜப்பானிய வாழ்வின் மீதும் குறைமதிப்பைக் கொண்டிருந்தார். முன்பு குறிப்பிட்ட அனைவருமே ஒருவகையில் மேற்கத்திய ஜனநாயத்தின் சராசரிப் பண்புகளைக் கண்டு சீற்றமடைந்தவர்கள். மிஷிமா ஜப்பானிய மன்னரிடமே அதன் பாரம்பரியம் எஞ்சியிருக்கிறது எனப் பார்க்கிறார். இயல்பிலேயே ஜனநாயகம் பல சராசரித்தனங்களை உள்ளடக்கியது. அனைவருக்கும் பகிரப்படும் நோக்கில் அனைத்தும் குறைவாகவே கிடைக்கக் கூடியவற்றைக் கொண்டது. Democrary is one way of accepting the multitude of any society, but by doing this it tries to keep its growth horizontal. மிஷிமா வாழ்வின், சமூகத்தின் செங்குத்து வளர்ச்சியைக் காண விரும்பியவர். ஒரேயொரு அமைப்பு மட்டுமே விண்ணைத்தொட்டு நிற்க, மற்றவையனைத்துமே அதன்முன்பு மண்டியிடும்.

பூனையின் உடல் ஒவ்வொரு பகுதியாகக் கிழிபடும் நீண்ட காட்சியை நாவலில் எழுதும் மிஷிமா தோல் நீங்கிய, எவ்வித வேறுபாடுகளுமற்ற தசையிலேயே வாழ்வின் நிர்வாணத்தைக் காண்கிறார். தனது தாயும் அவளது புதிய காதலனும் அவளது படுக்கையறையில் நிர்வாணிப்பதை சிறு துளையின் வழியாகக் காணும் நொபுரு, பூனையின் தோலற்ற உடலே முழுமையான நிர்வாணத்தை அடைந்திருப்பதை தோல்போர்த்திய அவர்களது அரைகுறை நிர்வாணத்தோடு ஒப்பிடுகிறான். காண்கிறான். நாவலின் ஐந்தாவது பகுதியில் தோலுரிக்கப்பட்டு, ஒவ்வொரு அங்கமாக வெட்டப்படும் பூனையைக் கண்டு இவ்வாறு சிந்திக்கிறான்: *`The liver, limp beside the corpse, became a soft peninsula, the sqaushed heart a little sun, the reeled-out bowels a whitle atoll, and the blood in the belly the tepid waters of a tropical sea. Death had transfigured the kitten into a perfect, autonomous world.'*

ஒவ்வொரு மனிதரும் தன்னாட்சி உலகிற்கான உள்ளார்ந்த வேட்கையோடு இருப்பவர்கள். பொருட்களும் அப்படியொரு இயங்குதளத்திலேயே முழுமை பெறுகின்றன. மிஷிமாவைப் பொறுத்தவரை இந்தத் தன்னாட்சி உலகின் எல்லையாக இயங்குபவை வன்முறையும், அழகிற்கான கனவும், கொப்பளிக்கும் ஆற்றலும் முழுமையுமேயாகும்.

உலகப் புகழ்பெற்ற ஜப்பானிய எழுத்தாளர்களான ரியோனசுகே அகுதகவா, யசுவனாரி கவபட்டா, கோபே அபே, ஹருகி முரகாமியோடு சேர்த்து நாம் தமிழில் மிஷிமாவையும் மொழிபெயர்த்திருக்கிறோம். ஜுனிசிரோ டானிசகியைத் தவிர. இவ்விதத்தில் மட்டுமே நாம் மற்ற மொழி இலக்கியங்களோடு இணைந்திருக்கிறோம். மேற்கையும் கிழக்கையும் அற்புதமாக இணைத்த, வளர்ந்த ஒரு நாடாக ஆசியக் கண்டத்தில் ஜப்பானே இருக்கிறது. மாபெரும் போர், அணுகுண்டு வெடிப்பு, தொடர் நிலநடுக்கம், அணுக்கதிர் கசிவு, நிலத்தடி நச்சுவாயு வெடிப்பு என அதன் வரலாறெங்கிலும் மரணத்தின் கைகள் ஜப்பானை தொடர்ச்சியாக உலுக்குகினறன. அத்தனையும் மீறி ஜப்பான் அழகிய கார்களை, மின்னணுச் சாதனங்களை, இசைக்கருவிகளை, தொழில்நுட்பத்தை உலகிற்கு வழங்கியிருக்கிறது. வாழ்விற்கான தீராத துடிப்பையே தனது தலை வெட்டப்பட்ட உடலின் துடிப்பிலும் மிஷிமா பார்த்திருப்பார். உடலின் துடிப்பையே தனது சொற்களின் துடிப்பாக வடித்த மிஷிமா அவர் எழுதிய நாடகமொன்றில் நாற்பத்தியாறு கதாபாத்திரங்களாக அவரே நடித்தார். நாம் அவரது அனைத்துப் பாத்திரங்களின் வழியாகவும் அவரையே பார்க்கிறோம்.

பால்கனியில் நின்று மிஷிமா நிகழ்த்திய இறுதி உரையை யாராலும் கேட்க முடியாமல் போனதற்கு கீழே நின்று வேடிக்கை பார்த்த பலரும் அவரை வசவுச் சொற்களால் ஓயாது திட்டியதே காரணம் என்கிறார் *மரியாஸ்.* மேற்சொன்ன நாவலை வாசித்த பிறகு அவரது மற்ற படைப்புகளிலும் தொடரும் வாசிப்பின் இடையிடையே எனது ஜப்பானியப் பிறப்பொன்றில், இச்சிகயா இராணுவத் தலைமையகத்தின் வெளியே நெருக்கித் தள்ளும் கூட்டத்தில், காதில் விழாத ஓர் உரையை ஆற்றும், பழுப்பு வண்ண சீருடையணிந்த மிஷிமாவை வசைச் சொற்களால் திட்டும் ஒருவனாக இருந்திருப்பதைப் பார்க்கிறேன்.

நாவலில் மாலுமியான ரியுஜீ பெருஞ்சிறப்பைத் தேடும் ஒருவனாக இருக்கிறான். எத்தனை முறை எதிர்கொண்டாலும் ஒவ்வொரு புயலும் புதியதாகவே இருக்கிறது என்கிறான். கடலின் இந்த புதிய தன்மையை நிலத்தில் அவனை ஒரு கணவனாக, ஒரு தந்தையாக மாற்றும் வாழ்வில் காண முடிவதில்லை. கட்டுப்படுத்த முடியாத வனவிலங்கை வீட்டு விலங்காக பழக்கப்படுத்துவதைப் போல, வாழ்வை *unbridled parade of masculinity*யாகப் பார்க்கும் அவனால் அந்த வீழ்ச்சியை (ஓர் ஆண் ஒரு தந்தையாக மாறுவதே அவனது ஆற்றலைக் கட்டுப்படுத்தும் ஆகப்பெரிய பயிற்சி) ஒப்புக்கொள்ள முடியாமல் அதே சமயம் அவனது இந்த மாற்றத்தை மெள்ள மெள்ள உணர்கிறான் (வர்த்தகம் தொடர்பான நூல்களைப் படிக்கிறான்). நாவலில் அந்த சிறுவர்கள் தந்தைகளை இவ்வாறு கேலி செய்கிறார்கள்: `ஆணிலிருக்கும் அத்தனை அசிங்கங்களையும் தாங்கிய தீமையே தந்தைகள். நல்ல தந்தை என்ற ஒன்று இல்லவேயில்லை, ஏனெனில் அந்தப் பாத்திரமே மோசமானது. கடுமை காட்டும் தந்தைகள், மென்மையான தந்தைகள், இனிமையான தந்தைகள் – ஒன்று மற்றதைவிட மோசமானதே.'

நமது வழிகளில் குறுக்கே நின்று நமது வளர்ச்சியைத் தடுக்கும் அவர்கள், அவர்களது தாழ்வு மனப்பான்மைகளை, நிறைவேறாத குறிக்கோள்களை, வருத்தங்களை, இலட்சியங்களை, யாரிடமும் சொல்லாத பலவீனங்களை, அவர்களது பாவங்களை, அவர்களது தேனை விடவும் இனிய கனவுகளை, ஒருபோதும் வாழத் துணிந்திருக்காத மூதுரைகளை – எல்லாக் குப்பைகளையும் நம்மீது ஏற்றுகிறார்கள், ஒன்றுவிடாமல்! ஒருபோதும் குழந்தைகளின் மீது கவனம் செலுத்தாதவர்களான அவர்களுக்கு மனசாட்சி உறுத்த, குழந்தைகள் (அவர்களது) வலி எவ்வளவு மோசமானது எனப் புரிந்துகொள்ள விரும்புகிறார்கள் – (அவர்கள் மீது) பரிதாபப்படவும். ஜேம்ஸ் ஜாய்ஸ் சொல்வதைப் போல பெற்றோராக இருப்பதென்பது எப்படியென்றே மனிதர்களுக்குத் தெரியாதுதான். நாவலின் இறுதி வரியாக, எல்லோரும் அறிந்திருப்பதைப் போல பெருஞ்சிறப்பு ஒரு கசப்பான பொருள் என எழுதுகிறார். இங்கே நாவல் அதுகாறும் பேசிய இலட்சியங்களை தலைகீழாகக் கவிழ்க்கிறது.

பல்கலைக்கழக உணவருந்துமிடத்தில் அமர்ந்து தொலைக்காட்சியில் மிஷிமாவின் இறுதி நிகழ்வைப் பார்த்துக்கொண்டிருந்த முரகாமி, ஜப்பான் சிறுகதைகள் தொகுப்பிற்கான முன்னுரையில் எழுதுகிறார், மிஷிமாவின் இந்த நடவடிக்கையில் எந்தவொரு உடனடி `அர்த்தத்தை'யும் காண முடியாதவனாக இருந்தேனென்று. அது எதையாவது அவருக்குக் கற்பித்திருக்கிறதென்றால், ஒரு கருதுகோளை இலக்கியத்தில் பிரதிட்டை செய்வதற்கும் இயல் உலகில் அதனை நிகழ்த்துவதற்குமான மாபெரும் இடைவெளியையே எனவும் எழுதுகிறார்.

மிஷிமாவைப் போன்றவர்கள் தங்களது கருதுகோள்களுக்காக தங்களையே வெடிக்கச் செய்பவர்கள். அதுவே இலக்கியத்தின் தற்கொலைப் போராளியாக அவரை உயர்த்தியிருக்கிறது.

கனலி.இன்

பனிசூழ் உலகு

> *The ultimate achievement of mankind would be, not just self-destruction, but the destruction of all life; the transformation of the living world into a dead planet - Ice p. 164*

எப்போதும் நம்மிடையே இருந்துவரும் ஊழிக்காலக் கற்பனைகளை நாம் கண்ணுறும் போது எதனிடம் நாம் சரணடைவோம்? அன்னா கவன் (1901-1968), ஹெராயின் அடிமையாக இருந்து மீட்கப்பட்டவர். அவருக்கு நன்றாகத் தெரிந்திருக்கும் அழிவு எவ்வளவு கொடுமையானதாக இருந்தாலும் அதன் சுவை நம்மை அடிமைப்படுத்துமென்று. நாம் அழிவை இரகசியமாக சிநேகிப்பவர்கள். அதனைத் தள்ளிப்போடுவதில் சலிப்படைந்திருக்கிறோம். நமது உடல்களின் மையக்கூட்டிற்குள் யுகங்களாகச் சிறைபட்டிருக்கும் பறவைகள் வெளியேறத் துடிக்கின்றன. நாம் பொறுமையற்றிருக்கிறோம்.

வெள்ளியிழைக் கூந்தலுடைய (ஏறக்குறைய Snow White) ஒரு பெண், அவளை ஒரு பண்டமாகக் கையாளும் அவளது கணவன், அவளை அடிமையாக நடத்தும் ஒரு போர்ப்பிரபு, இவர்கள் இருவரிடமிருந்தும் அவளை மீட்பதாகச் சொல்லும் ஒருபோதும் வாக்களித்தபடி நடந்திராத அவளது காதலன் என இந்நாவலின் நான்கே நான்கு கதைமாந்தர்களும் பெயர் வழங்கப்படாதவர்கள். ஆகவே நம்மை அவர்களின் ஆடைகளுள் நுழைத்துக்கொள்வதற்கு

இடமளிப்பவர்கள். வடதுருவப் பனி உருகி பாளம் பாளமாக கடலில் மிதந்து தன்மீது பட்டுத்தெறிக்கும் சூரிய ஒளியைக் கொண்டு உலகின் வடபகுதிக் காற்றில் தீ வைக்கிறது. பறவைகள், விலங்குகள், மனிதர்கள் என எல்லோரும் செய்வதறியாது அரசும், தெய்வமும், சமூகமும் கைவிட்டுவிட்ட ஓர் உலகில் வெவ்வேறு இடங்களுக்கு இடம்பெயர்கிறார்கள். அவர்களுடைய ஒரே நம்பிக்கை இந்த இடத்தை விடவும் மற்றொரு இடம் பனி சூழ்ந்திராமல், இறந்த பறவைகளின் உடல்கள் கருகி நிற்கும் மரக்கிளைகளில் சிக்கியிருக்கும் காடுகளற்ற ஓரிடமாக அது இருக்கலாம் என்பதே. அன்னா கவன் எழுதுகிறார்; `செய்திகளைத் தணிக்கை செய்யும் அரசு, மக்கள் வெளியேறுவதை அனுமதிக்கிறது' என்று. அரசுகள் என்ன செய்வதென்று மலங்க மலங்க விழிக்கின்றன. உள்நாட்டு யுத்தம் ஆங்காங்கே நடக்கிறது. முறையற்ற இராணுவங்கள் தங்களது ஆளுகைக்கு உட்பட்ட பகுதிகளில் உணவு, நீர், நடமாட்டம், போக்குவரத்து என அனைத்தையும் கட்டுப்படுத்துகின்றன. மின்சாரமற்ற இடங்களில், கட்டிட இடிபாடுகளுக்கு இடையே எஞ்சியிருக்கும் மனிதர்கள் எலிகளைப் போல வசிக்கிறார்கள். சூழல் அழிவின் மாபெரும் பாதிப்பு பெண்களுக்கும் குழந்தைகளுக்கும்தான். போர், பஞ்சம் என எதுவாயினும் அவர்களே பெருமளவு பாதிப்படைகிறார்கள். வெள்ளியிழைக் கூந்தலுடைய பெண் ஆணின் எடையினால் அழுத்தமடைந்து உடல் வற்றிப்போய் ஒளி ஊடுருவக் கூடியவளாகத் தேய்ந்து கிடக்கிறாள். தேவதேவனின் மொழியில் சொன்னால், இவ்வுலகே அவளது உடல் அல்லவா!

இருவேறு மண்டிலங்களின் இயல்பு திரிந்த அன்னா கவனின் உலகைக் காட்டிலும் தாந்தேவின் நரகமும் கொடுமையானதாக இல்லை. அங்கே ஒருபோதும் சருகுகளும் நீங்கிய மரங்களின் அனல் மூச்சில் கருகும் பறவைகளின் இறந்த உடல்கள் வலை பின்னியிருக்கும் கிளைகளின் நடுவே தொங்குவதில்லை. பனி ஊழின் வெண்ணிறத்தையும், அழியும் காடுகளின் கரிய நிறத்தையும், தாவரங்களற்ற நகரங்களின் இடிபாடுகளையும் இவ்வளவு துல்லியமாகச் சொல்லியிருக்கும் அன்னா கவன், `பனி` நாவலை ஹெராயினின் ஆக்கிரமிப்பில் எழுதியிருக்கவில்லை. பனிப்போரின் உச்சத்தில் உலகின் வடபகுதி நாடுகள் அணுவெடிப்பை அஞ்சி நடுங்கிய அந்நாட்களில் அன்னா கவன்

இன்னும் சில மைல்கள் முன்னே சென்றே அணுவெடிப்போடு, பனிப்பாளங்கள் வெடிப்பையும் கண்டு எழுதுகிறாள், ஒவ்வொரு சொல்லிலும் சாவைச் சுமக்கும் இந்நாவலை.

ஒழுங்கு குலையும் காலநிலை, சுழற்சி பிறழும் பருவ காலத்தில் காலமும் திணையும் அற்றுப்போகின்றன. பிறப்பும் இறப்பும் ஒரு புதிய தன்மையைத் தோற்றுவிக்கின்றன. முன்னதில் நாம் வாழ்வின்மீது நம்பிக்கையுறுகிறோம்.

நான் வசிக்கும் பகுதியில் சரியாக நவம்பர் இரண்டாம் வாரத்தில் இளஞ்சிவப்பு நிற மலர்களாகவே தன்னை உருமாற்றிக்கொள்ளும் மரங்கள் (Pink Poui) இருக்கின்றன. இளவேனிலில் பூக்கும் மஞ்சள் கொன்றை, சரக்கொன்றைகளும், இளவேனிலின் நிறமே மஞ்சள்தான். என்றாவது ஒரு நவம்பர் மாதத்தில் இளஞ்சிவப்பு மலர்களும், இளவேனிலில் கொன்றைகளும் மலராமல் போனால் நாம் பருவ காலங்களுக்காகக் காத்திருக்கத் தேவையில்லை. கையிருப்பிலிருக்கும் கடைசிப் பணத்தையும் சூதாட்டத்தில் பந்தயம் வைக்கலாம். சூதாட்ட விடுதியிலிருந்து வெளியே வரும்போது நாம் பெல்லா தாரின் (Bella Tarr) டூரின் குதிரைத் திரைப்பட நிலத்திலே இருப்பதைக் காண்போம்.

The race was dying, the collective death-wish, the fatal impulse to self-destruction, though perhaps human life might survive – Ice p.142

இந்த நாவல் எனக்கு எந்தவித ஆச்சரியத்தையும் அளிக்கவில்லை. இந்நாவல் சமீப காலமாக, குறிப்பாக காலநிலை மாற்றம், சூழல் அழிவைப் பற்றி விவாதிக்கும் குழுக்களிடையே பேசப்படுகிறது. எனக்கு ஏன் இந்நாவல் ஆச்சரியமளிக்கவில்லை என்றால் நான் பிறந்த ஊரில் முப்பதாண்டுகளுக்கு முன்பு நிலவிய மிதமான தட்பவெப்ப நிலை மாற்றமடைந்து எந்நாளும் கோடையைப் போலிருக்கிறது. கண்முன்னே கண்ட நீர் மறைந்துவிட்டது.

பனிக்காற்று மூக்கை வறண்டுபோகச் செய்து சுவாசிப்பதை கத்தியால் அறுபடும் அனுபவமாக மாற்றும். வெய்யிலைப் பற்றி நாம் புதிதாக ஒன்றும் சொல்லத் தேவையிருக்கவில்லை. ஆயினும் நாம் நமது எதிர்காலத்தின் பளபளப்பின் மீது மையலுற்று இருக்கிறோம். மனிதர்களால் தொழில்நுட்பத்தின் உதவியோடு அனைத்தையும் கடந்துபோக முடியுமென்று விவாதிக்கிறோம்.

காலநிலை மாற்றத்தை, சூழலியல் அழிவைப் பற்றிப் பேசுபவர்களை நாம் நவ இடதுசாரிகள் என்று ஒதுக்குகிறோம். ஆனால் நாம் மெதுவாக இறந்துகொண்டிருக்கிறோம். மூலதனத்தின் மாபெரும் பாய்ச்சலில் மனித ஆன்மாவின் வீழ்ச்சியை நவீன இலக்கியம் பேசினால், இன்றோ இலக்கியம் மனித உயிரினத்தின் அழிவையும், உயிர்க்கோளத்தின் நெருக்கடியையும் பேசுகின்ற இடத்தில் நிற்கிறது. ஆனாலும் நாம் சூழலியல் படைப்புகளில் அக்கறையற்று இருக்கிறோம். அவை அனைத்தும் ஒன்றையே சொல்கின்றன. பேசுவதையே திரும்பப் பேசுகின்றன என சலித்துக்கொள்கிறோம். இந்தச் சலிப்பு அவநம்பிக்கையின் வெளிப்பாடு. அழிவின் தவிர்க்கவியலாமையை நாம் ஏற்றுக்கொண்டிருக்கிறோம் என்பதின் வெளிப்பாடு. இலக்கியத்திலிருந்து ஒருபோதும் செயல்திட்டம் உருவாகாது. இலக்கியத்திலிருந்து உளச்சான்று ஒன்று உருப்பெறும். அது நம்மிடம் உண்மையைப் பேசும். அன்னா கவனின் `பனி` அவ்வாறுதான் உண்மையைப் பேசுகிறது.

I got the impression that birds and animals were seeking us out for protection against the unknown danger we had unloosed – Ice p.102

நம்மிடம் பேசுவதற்கு பறவைகளிடமும், விலங்குகளிடமும், தாவரங்களிடமும் மொழியில்லை. அவற்றின் உயிர்ப்பும் பெருக்கமுமே அவை நம்மோடு பேசும் சங்கேதங்கள். நாம் இப்போது அவற்றின் சங்கேதங்கள் உரத்து ஒலிக்கும் ஒரு சூழலைக் கட்டவிழ்த்து விட்டிருக்கிறோம். ஆனால் அதற்கு பொறுப்பு ஏற்க மறுக்கிறோம். கூடவே யார் பொறுப்பு ஏற்பதென்று சுட்டு விரலை நீட்டுகின்றோம். இனி புவிக்கோளத்தில் என்ன நடந்தாலும் மனிதர்கள் மட்டுமே பொறுப்பு. அனைத்தையும் மெதுவாக அழிப்பதில் எவ்வளவு ஆனந்தம். ஆக்கத்தின் அழகிலே சலிப்படைந்து, அழிவின் வசீகரத்தில் வாய் பிளந்திருக்கிறோம். அப்படியொரு வசீகரத்தை நமக்கு வழங்கிய அன்னா கவன், பனிசூழ் உலகின் வருகையை முன்னறிந்து சொன்ன ஒரு தீர்க்கதரிசியாக, தான் மறுவாழ்வு முகாமில் கண்ட கனவாகவே இந்நாவலைப் படைத்தாள். நாம் ஒரு கொடுங்கனவிலிருந்து கண்விழிக்க கைகால்களை அசைத்து காற்றோடு சண்டையிடுகிறோம்.

கனலி.இன்

அலங்காரத்தமாள் வந்தாள்

In most of the cases adultary is purely accidental. அதன் பின்விளைவுகளும் விபத்தைப் நிரந்தரமாக ஒரு வலியாகவோ, ஊனமாகவோ எஞ்சிவிடுகிறது. ஒரு தனிமனிதனின் ஆன்மாவில் அல்ல, நம்பிக்கைகுரிய ஓர் உறவின் ஆன்மாவில் ஏற்படும் உடைவே அடல்ட்ரி. ஒரு பெண், எங்காவது ஓர் ஆணை மிஞ்சிவிட முடியுமென்றால் அடல்ட்ரியின் வழியாக அவனை வீழ்த்துவதின் மூலமாகவே சாத்தியம். இந்த வீழ்ச்சியை ஏற்றுக்கொள்ள முடியாத ஆண்கள் வன்முறையைக் கையாள்கிறார்கள். அதே சமயம் ஓர் ஆண் வகிக்கும் பாத்திரங்களிலே ஆகப் பரிதாபகரம்மானது அவன் ஒரு Cuckold ஆக இருப்பதன்றி வேறேதுவும் அல்ல. `ஆண், ஆண்` என்று ஒலிக்கும் உடுக்கையோசையால் உருவேற்றப்பட்ட அவனது ஆளுகையின் வீழ்ச்சியே அதில் இருக்கிறது. தனது `புனித` நிலையை கைவிடத் துணியும் ஒரு பெண்ணின் பரிதாபத்திற்குரிய அதே சமயம் ஆத்திரமூட்டும் ஒரு மீறலைக் காட்டிலும் தந்தைவழிச் சமூகம் அளித்திருக்கும் வானில் தொங்கும் சிம்மாசனத்திலிருந்து வீழும், அதுவும் தான் வீழ்ந்துவிட்டோமென்று அறிந்தேயிருக்கும் ஆண், தோல்விக்கு மிகத்துல்லியமான உதாரணமாகவே திரிகிறான். அவன்மீது பதியும் கண்கள் அனைத்தும் ஏளனத்தின் ஊசிகளால் அவனுடலைத் துளைத்து ஓயாது உதிரம் சுரக்கும் அவன் காயத்தின் ஊற்றுக்கண்களை அகலப்படுத்துகின்றன. தி. ஜானகிராமனின் அலங்காரத்தம்மாளின் கணவரும் வேதாந்த விற்பன்னரும்

அவளது ஆறு குழந்தைகளில் முதல் மூன்றுக்கு மட்டுமே `உயிரியல்` தந்தையாகவும் இருக்கும் தண்டபாணியின்மீது நான் மிகுந்த கவலை கொள்கிறேன். நம்மில் ஏறக்குறைய எல்லோருமே ஏற்றுக்கொள்ள விரும்பாத ஒரு பாத்திரத்தை வகிக்கிறார் அவர். ஆனால் அவரை அலங்காரத்தம்மாள் ஞானச்சூரியன் என்கிறாள். என்னால் அதை நம்ப முடியவில்லை. காரணம் அது உண்மையல்ல, மாறாக கழுவாய் தேடிச்செல்லும் முன்பு தன்னால் ஏமாற்றப்பட்டவருக்கு தானாக முன்வந்து அளிக்க முனைந்த சிறிய கௌரவம், பிரிவுச் சமயத்தில் ஒரு காதலன் அவனது காதலிக்கு வைர மோதிரமொன்றை அன்பளிப்பதைப் போல. ஆனால் அடல்ட்ரியில் ஈடுபட்டிருக்கும் ஒரு பெண்ணின் மகனது நிலையை அணுகிப் பார்க்க நமக்கு தமிழ் இலக்கியத்தில் கிடைத்திருக்கும் ஒரேயொரு வாய்ப்பு தி. ஜாவின் `அம்மா வந்தாள்` மட்டுமே என்பதிலேயே ஊன்றி நிற்கின்றன அந்நாவலின் குன்றாப் பெருமையின் கொடி படர்ந்திருக்கும் பந்தற்கால்கள்.

அடைத்து வைக்கப்பட்டிருக்கும் ஒரு கமண்டலத்திலிருந்து வெளியேறி வந்தவளும் இந்தியாவின் பெண்பாற் பெயர் வைக்கப்பட்ட ஆறுகளில் ஒருத்தியான காவிரியின் கரையிலே கயிற்றரவுச் சிந்தனையால் பீடிக்கப்பட்டு வெகுநேரமாக இருக்கிறான் அப்பு. நாவலின் இறுதியிலும் அவன் அங்கேயே நிற்கிறான். காவிரிக்கு கங்கையைப் போல உலகப் பாவத்தையெல்லாம் போக்கும் ஒரு பணி வழங்கப்பட்டிருக்கவில்லை. இந்த விதத்தில் அவள் உலோகாதயப் பண்புகள் மட்டுமே உடைய ஓர் ஆறு. சோழ நாடு சோறுடைத்துப் பெரும்பேர் பெறுவதற்கானவள், உயிர் வளர்ப்பவளாக அமைந்திருக்கிறாள். அலங்காரத்தம்மாள் அப்புவிற்கு கங்கையென்றால் இந்து காவிரியாக வலம் வருகிறாள். அம்மாவின் தசைகளுக்கும் இதர பெண்களின் தசைகளுக்குமான வேறுபாடு உயிரியல் ரீதியாக ஏதுமில்லாவிட்டாலும் வழிவழியாக நமது மனதில் நின்று நிலைத்துவிட்ட அமைப்பு ரீதியான வேறுபாடுகள் நிறைய உண்டு.

பிளாட்டோவிய பாணியில் சொன்னால் அம்மா என்பவள் பெண்ணின் ஒரு மீபொருண்மை வடிவம். அந்த வடிவத்திலிருந்தே மற்ற வடிவங்கள் பிறந்திருக்கின்றன. நாம் காதலிகளை

அம்மாவைப் போன்றவள் என்கிறோம். சகோதரிகளை உயர்த்திப் பிடிக்கவும் அவர்களை அம்மாவைப் போன்றவர்கள் என்கிறோம். நாம் நமது அம்மாக்களின் உதிர்ந்த இறகுகளாக அங்குமிங்கும் அலைந்து ஒவ்வொரு பெண்ணின் சிறகுகளிலும் முந்தைய வாழிடத்தின் நினைவுகலுடன் நம்மைப் பொருத்திக்கொள்ள விழைகிறோம். ஓர் ஆண் மகப்பேறின் வழியாக ஒரு பெண்ணிற்கு அவளுடைய தாயின் இடத்தை அளித்து அதன் வழியாகவே அவன் தந்தையின் இடத்தையும் அடைகிறான். இதன் மூலம் நோவாவின் கப்பல் கரைதட்டிய நாளிலிருந்தே ஒவ்வொரு ஆணும் பெண்ணும் அவர்களது பெற்றோர்களின் நகல்களாவே பிறக்கிறார்கள்.

இந்து, அலங்காரத்தம்மாளின் பார்வையில் ஒரு `பழையது`. அவளை அப்பு நாடிச் செல்கிறான் என்பதை அவள் அறிகிறாள். இந்துவிற்கோ தான் ஒருபோதும் மணமுடிக்கப்பட்டவள் அல்ல. சென்னைக்குச் சென்று திரும்பவரும் அப்புவின் கைபடும் வரை அவள் ஒரு கன்னிகை. அவள்தான் அப்புவிடம் சொல்கிறாள் ஒரு பெண்ணின் மனதை ஆள்பவனே அவளது கணவனென்று. இதையேதான் கடற்கரையில் வெகுநேரமாக அமர்ந்து கடலைப் (அலங்காரத்தமாள் கடலே, அம்மாவும் ஒரு கடலே) பார்த்திருக்கும் அப்புவிடம் தண்டபாணியும் சொல்கிறார், ஒரு பெண்ணிற்கு ஆணென்பவன் எல்லாமுமாக இருக்க வேண்டுமென்றும், அதில் ஒன்று குறைந்தாலும் அவள் மனதை ஆள முடியாதென்றும். ஆண்களில் பலரும் ஒரு பெண்ணின் உடலை ஆள்வதிலேயே தங்கள் ஆளுகை அடங்கியிருக்கிறதென்று நம்புவதோடு, அதன்வழியாகவே ஒரு பெண்ணின் அறிய முடியாததென்ற மூடாக்கைப் போர்த்தியிருக்கும் அவளது மனதை ஆளவும் முடியுமென்று நம்புகிறார்கள்.

ஆண்களின் பல மூட நம்பிக்கைகளில் அதுவும் ஒன்றே என உரைக்கிறாள் இந்து. ஆண்களின் தயக்கம் எங்கே துவங்குகிறதென்றால் ஏற்கனவே தனது உடலை ஒருவனுக்கு அளித்துவிட்ட ஒரு பெண் மற்றொருவனுக்கு பகிர்ந்தளிப்பதால் உண்டாகும் சமநிலைக் குலைவை எப்படிக் கையாள்வதென்று கற்றுக்கொள்ள இதுவரையிலும் ஒரு பயனர் கையேடு தயாரிக்கப்படவில்லை என்பதிலிருந்தே.

இருளும், இருட்டும், அமைதியும், நிசப்தமும், ஒலிகளும் ஓசைகளுமாக மிக நுட்பமாக அப்புவின் மனதிலே நிகழும் அசைவுகளுக்கு ஓர் அற்புதமான பின்புலத்தை வழங்கியிருக்கிறார் தி.ஜா. இரவு அணுக, குருக்களின் குரலால் பாடசாலை வீட்டிற்கு திரும்பும் அப்பு ஏற்றப்படும் விளக்குகளின் ஒளியில் இந்துவைப் பார்க்கிறான். அதுவேதான் சென்னையில் பதினாறு வருடங்களுக்குப் பிறகு வீடேகி, ஒரு தீராத நிசப்தத்தின் இருளிலே குமைந்து பின்பு இந்துவின் விளக்குகளின் ஒளிக்குத் திரும்புவதும். இம்முறை கடலின் அறியமுடியாத (அம்மாவின்) ஆழ இருட்டிலிருந்து பலமுறை பார்த்தும், அணுக்கமாகவும் இருந்த நம்பத்தகுந்த ஓர் ஆற்றின் (இந்து) வெளிச்சக் கரைக்குத் திரும்புகிறான். ஆறோ, கடலோ ஆண்கள் வெறுமனே பார்த்துக்கொண்டிருக்க வேண்டியவர்கள் மட்டுமே என்கிறார் தண்டபாணி. அதுவே சமநிலைக்கான அவரது சூத்திரம். அதை நாம் சாதாரண மக்களின் மொழியில் கையாலாகாத்தனம் என்றே பொருள் கொள்வோம். ஒரு படைப்பு மனிதச் சிக்கலொன்றை சாதாரணப் பொருளிலிருந்து வேறொரு பொருளுக்கு நகர்த்துவதிலேயே பொருட்படுத்தத்தக்கதாக மட்டுமன்றி ஓர் இலக்கியப் படைப்பு என மெச்சத்தகுந்த அங்கீகாரத்தையும் பெறுகிறது.

தி.ஜாவைப் பொறுத்தவரையில் ஆண்கள் கரையில் நிற்பவர்கள், எவ்வளவு முறைகள் மூழ்கியிருந்தாலும் காவிரி ஓர் ஆச்சரியம்தான். அலங்காரத்தம்மாள் ஓர் ஆணின் முழு வடிவத்தை (தண்டபாணியின் தர்க்கத்திற்கு ஏற்ப) தேடியே சிவசுவிடம் தன்னை ஒப்படைக்கிறாள். சிவசுவிற்கு மூன்று குழந்தைகள் பெற்றுத் தருகிறாள். முதல் மூன்று குழந்தைகளுக்குப் பிறகு தண்டபாணிக்கான கதவுகளை அடைத்துவிடுகிறாள். மொட்டை மாடியில் நட்சத்திரங்களுக்குக் கீழே நிகழும் கலவி தண்டபாணிக்கென்றால், சிவசுவுடன் மதிய நேரங்கள். ஒரு நாளின் இரண்டு அங்கங்களாக பெண் இருக்கிறாள். இரவைக் கண்ட ஆண்கள் பகல் காண்பதில்லை. பகல் கண்டவர்களோ, நட்சத்திர ஒளியின் கீழே பெண்ணைக் காண்பதில்லை.

அலங்காரத்தம்மாள் ஒரு பெண்ணாக முழுமைக்கான தேடலில் இடம்பெயர்ந்து சிவசுவை அடைய, அப்புவோ `அம்மா` எனும்

முழுமையின் சரிவைக் கண்ட பிறகு இந்துவை அடைகிறான். இவ்விதத்தில் இருவரின் தேடலும் ஒரே சாயலோடிருக்கின்றன. எதிர் பாலினத்தின் முழுமையான வடிவத்திற்கான தேடலே அது. ஓர் ஆண் ஒரு பெண்ணின் முழுமையை அம்மாவிடன் காண்கிறான், ஒரு பெண் ஆணின் முழுமையை தந்தையிடம் அல்ல தனது கணவனிடம் தேடுகிறாள். இந்துவிற்கு அவளுடைய கணவன் இறந்துபோய், அப்புவை அடைவதற்கு ஒழுக்கம்சார் தடையை நீக்கிவிட (இந்துவின் தர்க்கத்தின்படி), அலங்காரத்தம்மாளுக்கு அந்த வாய்ப்பு கிடைக்காமலே போய்விடுகிறது. இந்து தனது சமூகம்சார் நிலையை மீறுகிறாள் என்றால், அலங்காரத்தம்மாளோ ஒழுக்கம்சார் அறம்சார் தடையை மீறுகிறாள். இந்துவின் மீறலைத் தவிர்க்கும் அப்பு, அலங்காரத்தம்மாளின் மீறலின்முன் அவனது தந்தையைப் போலவே ஏதும் செய்ய முடியாமல் திரும்புகிறான்.

இப்போது இந்துவைத் தொடும் தடை அப்புவிற்கு நீங்கிவிடுகிறது. அப்பு இந்துவிடம் முழுமையைக் காண்பதில்லை, அவன் அலங்காரத்தம்மாளின் மீறலையே அவளிடம் கண்டு தன்னை ஒப்புக் கொடுக்கிறான். ஒரு பெண்ணின் மீறலால் உறவில் இருக்கும் ஆணும் பெண்ணும் அவதியுறும் காலத்தில் அதைக் கண்ணுற்றுத் திரும்பும் அப்புவைக் காட்டிலும், சிவசு வீட்டிற்கு வந்துசென்ற பின்னும் அவன் நிழல் வீட்டிலே படிந்திருப்பதைப் பார்த்தும் சகித்துக்கொள்ளும் தண்டபாணியின் நிலை பொறியில் சிக்கியிருக்கும் எலியை ஒத்திருக்கிறது. இங்கே அவர் சிக்கியிருக்கும் பொறிக்குப் பெயர் குடும்பம்.

அப்புவைப் போலவே அலங்காரத்தம்மாளும் ஏமாற்றமடைகிறாள். அவளுடைய கணவனான தண்டபாணியிடமோ, சிவசுவிடமோ அல்ல, அவளால் ஒரு ரிஷியாக வாயிலில் வந்து நிற்பான் என எதிர்பார்க்கப்பட்ட அவளது குழந்தைகளிலேயே தொட்டிலை நிறைத்து வளர்ந்த அப்புவிடம். அவள் சொல்கிறாள்,

`ஒரு ரிஷியாக வந்து நிற்பாய் என்று பார்த்தால் நீயோ அம்மா பிள்ளையாக வந்து நிற்கிறாய்` என. அப்புவிடம் கழுவாய் தேடிக்கொள்ளும் வாய்ப்பும் இல்லாது போக அவள் கங்கைக் கரைக்கு சென்று மனிதர்களுக்கு கிடைத்ததிலேயே பெரிய கழுவாயான மரணம் வரைக்கும் காத்திருப்பேன் என்கிறாள். அவளன்றி ஒருநாளும் உயிர்த்திருக்க முடியாதென்று

நம்பப்படும் தண்டபாணியை ஒரு ஞானியின் இடத்திற்கு நகர்த்திவிட்டு, தன்னால் ஏற்கனவே `கைவிடப்பட்டவனான` ஒரு போலி முகப்பாவத்தை அவனைக் காணும்போதெல்லாம் கொண்டிருக்கிறாளோ எனச் சந்தேகிக்கும் அப்புவை மீண்டுமொருமுறை கைவிடுகிறாள். சிவசுவோ அவளிடமோ, அவள் வழியாகப் பெற்ற குழந்தைகளிடமோ கூட எவ்வித உரிமையும் பாராட்டிவிட முடியாத இடத்திலே நிற்கிறான். அவனைக் கைவிடுவதில் அலங்காரத்தமாளுக்கு ஒன்றும் தயக்கமில்லை. தனது முழுமையை அனுபவமாகப் பெற்றுத் தான் உணர்ந்த ஒரு நிறைவு, பின்விளைவுகளின் காரணமாக இப்போது பாவமெனக் கருதத் துவங்கிவிட்ட அலங்காரத்தம்மாளுக்கு இந்திய மரபு ஒரு கழுவாயாக கங்கையை வழங்கியிருக்கிறது. `எதை அறிந்தால் அனைத்தையுமே அறிந்ததாக` க் கருதப்படும் வேதத்தை பதினாறு வருடங்கள் கற்ற பின்னும் வெறும் அம்மா பிள்ளையாக வந்து நிற்கும் அப்புவிடம் அலங்காரத்தம்மாள் அடைந்த ஏமாற்றமே அவளை கங்கைக்கு செல்லும் முடிவை எட்டச் செய்கிறது. ஒரு பெண்ணாக அடைந்த ஏமாற்றமல்ல ஒரு தாயாக அடைந்த ஏமாற்றமே அவளது இறுதிக்காலத் துக்கமாகக் கவிந்திருக்கும்.

ஹெலனிலிருந்து துவங்கிய அடல்ட்ரியின் இலக்கிய வரலாற்றில், கொல்லப்பட்ட, தற்கொலை செய்து கொண்ட சீமாட்டி பௌவரி, அன்னா கரினீனா, கணவனோடு சமரசம் செய்து கொண்ட டெய்சி இவர்கள் யாருக்கும் இல்லாத ஒரு மீட்பை இந்திய மரபில் அலங்காரத்தம்மாள் காண்கிறாள். கங்கைக் கரைக்கு சென்ற பின்னும் அவள் தொடர்ந்து அவளது பிள்ளைகளுக்கு குற்றமும் தாழ்வுணர்ச்சியும் கொண்ட நினைவாகவே எஞ்சியிருப்பாள். தன்னைச் சுற்றிலும் அடிக்கப்பட்டிருக்கும் குடும்ப அமைப்பின் மரப்பலகைகளில், தனது உடலையே கருவியாக்கித் துளையிட்டு வெளியே செல்லும் ஒரு பெண் அதுவும் ஒரு தாய் தனது எல்லாப் பாத்திரங்களின் ஒப்பனைகளையும் களைத்துவிட்டு ஒரு பெண்ணாக, குறிப்பாக தான் கொண்டிருக்கும் பெண்ணுடலின் எதன் காரணமாகவோ எழுந்துவிடும் ஒரு நெருக்கடியைத் தீர்க்கும் விதமாக, அவ்வாறு தீர்ப்பதின் மூலம் ஆதியுணர்வு ஒன்றிற்கான நீதியை செய்கிறாள். அலங்காரத்தம்மாள் எல்லாப் பெண்களைக் காட்டிலும் கூடுதலான பெண்ணாகத் தெரிகிறாள்.

மரபின் பார்வையில், அவள் உள்ளே நிறைந்திருக்கும் சக்தியின் வெளிப்படையாகத் திரண்டிருக்கும் வடிவத்திலே இருக்கிறாள். அப்படியொரு பெண்ணின் வடிவத்தை எங்கோ ஒன்று குறைந்திருக்கும் தண்டபாணியால் கையாள முடியாமல் போகிறது. அடல்ட்ரிக்கு ஓர் உறவின் குறைபாடுகள் மட்டுமே நூறு சதவீதப் பொறுப்பல்ல என்பதோடு தண்டபாணியின் கடற்கரையோர தர்க்கத்தைக் காட்டிலும் வேறு சிலவும் இருக்கக்கூடும் என விவாதிக்க தி.ஜா நமக்கு வாய்ப்பு வழங்கியிருக்கவில்லை.

பெண்ணுடலின் புனிதத்துவம், திருமண உறவின் புனிதத்துவம் இரண்டையுமே உடைத்தவளான அலங்காரத்தம்மாள் ஒரு பெண்ணாக மட்டுமே வாழத் துணிந்திருக்கும் இந்துவைப் போலவே, ஒரு பெண்ணாக மட்டுமே வாழ்ந்த ஒரு பெண். அப்புவோ ஒரு பெண் வகிக்கும் தாயெனும் இலட்சிய வடிவிற்கும் (கங்கை), இயல்பான வடிவிற்கும் (காவிரி) இடையிலே கயிற்றரவு சிந்தனையோடு அதேயிடத்தில் நிற்கிறான் தன்மீது பொழியும் கூகையின், பறவைகளின் ஒலியிலும், இருளின், மாட விளக்குகளின் ஒளிக் கலவையின் மத்தியிலும்.

வாழ்வே இலட்சிய வடிவங்களின் வீழ்ச்சியும் இயல்பான வடிவங்களின் எழுச்சியும் என்றும், உறவே பல ஏமாற்றங்களின் கூட்டுத்தொகையும், சமரசங்களின் இரசாயனக் கலவையும் என நாம் முன்பே அறிந்தவர்களாக இக்குறுநாவலின் இறுதியில் நிற்கிறோம்.

திரு.கல்யாணராமன் அவர்கள் தொகுத்த ஜானகிராமம் எனும் தொகுப்பிற்காக எழுதப்பட்ட கட்டுரை

விளாதிமிர் நபக்கோவ்
– நல்ல வாசகரும் நல்ல எழுத்தாளரும்

நேசத்தோடும் விவரங்களை நீட்டித்தும் பல ஐரோப்பிய பெரும்படைப்புகளை நேசத்தோடு அணுகும் என்னுடைய திட்டத்திற்கு, பல்வேறு ஆசிரியர்களைக் குறித்த இந்த பல்வேறுபட்ட கலந்துரையாடல்களுக்கு, "நல்ல வாசகராக இருப்பது எப்படி" அல்லது "ஆசிரியர்களிடத்திலான கனிவு" - இதுபோல ஏதோவொன்று ஒரு துணைத் தலைப்பை வழங்கும் பணியாற்றும். நூறாண்டுகளுக்கு முன்பு ஃபிளபர்ட் அவருடைய மனைவிக்கு எழுதிய கடிதத்தில் பின்வரும் குறிப்பைச் சொல்கிறார்: *Comme l'on serait savant si l'on connaissait bien seulement cinq a six livres:* "அரை டஜன் புத்தகங்களை மட்டுமாவது ஒருவர் நன்கு அறிந்திருந்தால் அவர் எப்பேர்ப்பட்டதொரு அறிஞராக இருப்பார்."

வாசிக்கும்போது ஒருவர் விவரங்களை கவனித்து, சீராட்டவும் வேண்டும். புத்தகம் நேசத்துடன் சேகரித்து வைத்திருக்கும் வெய்யிலாகக் காயும். அற்பமானவைகளுக்குப் பிறகு பொதுமைப்படுத்தல்களின் நிலவொளி வருவதில் தவறேதுமில்லை. ஆயத்த பொதுமைப்படுத்தலோடு ஒருவர் (*வாசிக்கத்*) துவங்கினால், ஒரு புத்தகத்தைத் புரிந்துகொள்ளத் துவங்குவதற்கு முன்பாகவே, தவறான முனையில் ஆரம்பித்து அதனிடமிருந்து விலகிப் பயணிப்பவராகிறார். உதாரணத்திற்கு *மேடம் போவரியை*, அது

பூர்ஷ்வாக்களைக் கண்டனம் செய்கிற ஒன்று என்ற முன்கூட்டிய கருத்தோடு வாசிக்கத் துவங்குவதை விடவும் அதிகமாகச் சலிப்பூட்டிக்கூடிய அல்லது ஓர் ஆசிரியருக்கு இழைக்கப்படும் அநீதி வேறெதுவுமில்லை. நாம் ஏற்கனவே அறிந்திருக்கும் உலகங்களோடு வெளிப்படையான தொடர்பில்லாத, மாறாத ஒரு புத்துலகத்தின் உருவாக்கமே கலைப்படைப்பென்பதால், புத்தம்புதியதான ஏதோவொன்றை அணுகுவதைப் போல ஆக நெருக்கத்தில் அப்புதிய உலகத்தை ஆய்வு செய்வதே முதல் காரியமென்பதை எந்நாளும் நினைவில் கொள்ள வேண்டும். இப்புதிய உலகை நெருக்கமான ஆய்வுக்கு உட்படுத்திய பின்பே, அதன் பிறகு மட்டுமே, வேறு அறிவுத் துறைகளோடும், வேறு உலகங்களுடனுமான அதன் இணைப்புகளை நாம் ஆராயப் புகுவோம்.

மற்றொரு கேள்வி: ஒரு நாவலிலிருந்து இடங்களை, காலகட்டங்களைக் குறித்த தகவல்களை நம்மால் சேகரிக்க முடியுமா? வரலாற்று நாவல்கள் என்ற தலைப்பின்கீழ் புத்தகக் கிளப்புகளால் கூவி விற்கப்படும் தடிமனான பெஸ்ட்-செல்லர்களில் இருந்து கடந்த காலத்தைக் குறித்து எதையாவது கற்றுக்கொள்ள முடியுமென்று அவனோ அல்லது அவளோ நினைக்குமளவிற்கு அவ்வளவு அப்பாவியாக ஒருவர் இருக்க முடியுமா? ஆனால் பெரும்படைப்புகள் என்பவை என்ன? மதகுருவின் பார்லரை மட்டுமே அறிந்திருந்த ஜேன் ஆஸ்டினின் சித்திரமான இளங்கோமான்களாகவும், தோட்டமாக்கப்பட்டிருக்கும் நிலங்களாகவுமேயுள்ள நிலவுடைமை இங்கிலாந்தை நாம் நம்ப முடியுமா? மற்றுமந்த பிளீக் ஹவுஸ், அதியற்புத இலண்டனுக்குள் (நிகழும்) அந்த அதியற்புத ரொமான்ஸை, நூறு வருடங்களுக்கு முன்பிருந்த இலண்டனைக் குறித்த ஆய்வென்று நம்மால் அழைக்க முடியுமா?

நிச்சயமாகக் கிடையாது. இந்தத் தொடரிலிருக்கும் இவற்றைப் போன்ற மற்ற நாவல்களுக்கும் இது பொருந்தும். உண்மை என்னவென்றால் பெரும் நாவல்கள் பெரும் தேவதைக் கதைகளாக இருக்கின்றன – அதுவும் இந்தத் தொடரிலிருக்கும் நாவல்கள் உச்சபட்சமான தேவதைக் கதைகள்.

காலமும் வெளியும், பருவக் காலங்களின் நிறங்கள், தசைகளின், மனங்களின் அசைவுகள், இவையனைத்தும் மேதமைமிக்க எழுத்தாளர்களுக்கு (நம்மால் ஊகிக்க முடிகிற அளவிற்கு, நாம் சரியாகத்தான் ஊகிக்கிறோம் என்று நம்புகிறேன்), பொதுப்படையான உண்மைகளின் புழக்கத்திலிருக்கும் நூலகத்திலிருந்து கடனாக வாங்கப்பட்டிருக்கக் கூடிய வழமையான கருத்துக்களல்ல, மாறாக பெரும் கலைஞர்கள் தனித்துவமான அவர்களுடைய வழியில் வெளிப்படுத்தக் கற்றுக்கொண்ட தனித்துவமான ஆச்சரியங்களின் தொகுப்பு. பொது இடங்களை அலங்கரிப்பதோ அற்ப எழுத்தாளர்களுக்கு விடப்பட்டிருக்க, உலகை மறுகண்டுபிடிப்புச் செய்வதைக் குறித்து கவலைப்படாத இவைகள் வழமையான புனைவின் அமைப்பிலிருந்தும் அளிக்கப்பட்டிருக்கும் விசயங்களின் ஒழுங்கிலிருந்து சிறப்பானதை, அவர்களால் முடிந்த அளவிற்கு பிழிந்தெடுப்பதை மட்டுமே செய்கின்றனர். அற்ப வாசகர்கள் அவர்களுடைய சொந்தக் கருத்துக்களை, மகிழ்ச்சியளிப்பதான (இந்த) தோற்றமாற்றத்தில் கண்டுகொள்வதால், அற்ப எழுத்தாளர்கள் நிர்மாணிக்கப்பட்ட எல்லைகளுக்குள்ளாக உற்பத்திசெய்ய முடிகிற பல்வேறு இணைப்புகள், ஒரு மெல்லிய தாற்காலிகமான வழியில் உல்லாசமளிப்பவையாக இருக்கலாம். ஆனால் கோள்களைச் சுழல அனுப்புகிற உண்மையான எழுத்தாளருக்கு, தூங்கும் மனிதனை உருப்படிவமாக்கி, தூங்குகின்றவனின் விலாவைக் கொண்டு ஆர்வத்தோடு மட்டடப்படுத்துகிற அந்த ஆசிரியருக்கு, அளிக்கப்பதற்கென்று வழங்கப்பட்டிருக்கும் மதிப்பீடுகளென ஏதுமில்லை என்பதால் மதிப்பீடுகளை அவரேதான் படைத்தாக வேண்டும். இவ்வுலகு புனைவுக்கான சாத்தியக்கூறுகள் கொண்டதெனப் பார்ப்பதை, வேறனைத்திற்கும் முதலாவதாக வெளிப்படுத்தவில்லை என்றால் எழுத்துக் கலை ரொம்பவே வீணானது. இவ்வுலகின் பொருட்கள் போதுமான அளவிற்கு எதார்த்தமானதாக இருக்கலாமானாலும் (எதார்த்தம் செல்லக்கூடிய தொலைவிற்கு) ஏற்றுக்கொள்ளப்பட்ட முழுமையென ஓர் இருப்பைக் கொண்டதில்லை: இது (ஒரு) பெருங்குழப்பம், இந்தப் பெருங்குழப்பத்திற்கே ஆசிரியர் "போ" எனச் சொல்லி இவ்வுலகை மினுங்கவும் கலக்கவும் அனுமதிக்கிறார். பார்க்கப்படக்கூடிய, மேலோட்டமான உறுப்புகளில் அல்லாமல் உலகம் இப்போது

அதன் அணுக்களில் ஒருங்கிணைக்கப்படுகிறது. உலகைத் துடைத்து, அது உள்ளடக்கியிருக்கும் இயற்கைப் பொருட்களை வனையும் முதல் மனிதன் எழுத்தாளன்.

அங்கேயிருக்கும் அந்நெல்லிகள் உண்ணத் தக்கவை. எனது பாதையில் குறுக்கிடும் புள்ளிகளுடைய அவ்வுயிரினம் அடக்கப்பட்டேயாக வேண்டும். மரங்களுக்கு இடையே உள்ள அந்த ஏரி, ஓபல் ஏரி அல்லது கூடுதல் கலாப்பூர்வமாக, டிஷ்வாட்டர் ஏரியென்று அழைக்கப்படும். அப்பனி ஒரு மலை- அந்த மலை வெற்றிகொள்ளப்பட வேண்டும்.

தடமில்லாத சரிவில் ஏறுகிற பெருங்கலைஞன் உச்சியில், காற்றடிக்கும் முகட்டில் யாரைச் சந்திப்பானென்று நீங்கள் நினைக்கிறீர்கள்?

மூச்சிரைத்துக் கொண்டிருக்கும் மகிழ்ச்சியான வாசகரைச் (*சந்தித்து*) அங்கே தன்னிச்சையாக தழுவிக்கொள்ளும் அவர்கள், புத்தகம் என்றென்றைக்கும் நீடித்திருக்கும் பட்சத்தில் என்றென்றைக்கும் இணைந்திருப்பார்கள்.

ஒரு மாலை நேரத்தில், தொலைதூர மாகாணக் கல்லூரியொன்றின் வாயிலாக, நான் சீரோட்டத்திலிருக்க நேர்ந்த வழக்கத்திற்கு அதிமாக நீண்ட உரைச் சுற்றுலாவில், வாசகருக்கான பத்து வரையறைகளை ஒரு சிறிய வினாடி வினாவாகப் பரிந்துரைத்தேன் - அந்தப் பத்து வரையறைகளிலிருந்து மாணவர்கள் ஒரு நல்ல வாசகரை உருவாக்கும் நான்கு வரையறைகளை இணைக்க வேண்டும். நான் தற்காலிகமாகத் தொலைத்துவிட்ட அப்பட்டியலின் வரையறைகள், நான் நினைவுகூர முடிகிற வரை இவற்றைப் போலிருக்கும். ஒரு வாசகரை நல்ல வாசகராக்கும் நான்கு வரையறைகளைத் தேர்தெடுக்கவும்:

1. அந்த வாசகர் ஒரு புத்தகக் கிளப்பை சேர்ந்தவராக இருக்க வேண்டும்.
2. அந்த வாசகர் நாயகன் அல்லது நாயகியுடன் அவனையோ அல்லது அவளையோ அடையாளப்படுத்திக் கொள்பவராக இருக்க வேண்டும்.

3. அந்த வாசகர் சமூக-பொருளாதாரக் கோணத்தில் கவனம் செலுத்த வேண்டும்.

4. அந்த வாசகர் ஒன்றுமில்லாததைவிட உரையாடலும், அதிரடியும் உள்ள கதையை விரும்பித் தேர்ந்தெடுப்பவராக இருக்க வேண்டும்.

5. அந்த வாசகர் ஒரு திரைப்படத்தில் புத்தகத்தைப் பார்த்திருக்க வேண்டும்.

6. அந்த வாசகர் முகிழ்த்துக் கொண்டிருக்கும் ஆசிரியராக இருக்க வேண்டும்.

7. அந்த வாசகர் கற்பனை உடையவராக இருக்க வேண்டும்.

8. அந்த வாசகர் நினைவுத்திறன் உள்ளவராக இருக்க வேண்டும்.

9. அந்த வாசகர் ஓர் அகராதியை வைத்திருக்க வேண்டும்.

10. அந்த வாசகர் ஓரளவிற்காவது கலையுணர்வு உடையவராக இருக்க வேண்டும்.

உணர்ச்சிபூர்வமாக அடையாளங் காணுதல், அதிரடி, சமூக-பொருளாதார அல்லது வரலாற்றுக் கோணத்தின் மீதே அந்த மாணவர்கள் வெகுவாகச் சாய்ந்தனர். நிச்சயமாக, நீங்கள் ஊகித்திருப்பதைப் போலவே நல்ல வாசகரென்பவர் கற்பனை, நினைவுத்திறன், ஓர் அகராதி, என்னுள்ளும், மற்றவரிடமும் வளரட்டுமென்று வாய்ப்புக் கிடைக்கும் போதெல்லாம் நான் முன்வைக்கும் உணர்வான-ஓரளவிற்காவது கலையுணர்வும் உடையவராக இருக்க வேண்டும்.

தற்செயலாகத்தான் வாசகர் என்ற சொல்லை தளர்வாகவே நான் பயன்படுத்துகிறேன். போதுமான ஆர்வத்துடன், ஒருவர் ஒரு புத்தகத்தை வாசிக்க முடியாது, மறுவாசிப்புதான் செய்ய முடியும். ஒரு நல்ல வாசகர், ஒரு மேஜர் வாசகர், ஒரு துறுதுறுப்பான, படைப்பூக்கமுள்ள வாசகர் மறுவாசிப்பு செய்பவராகவே இருக்கிறார். ஏனென்று நான் சொல்கிறேன். கண்களை இடப்பக்கத்திலிருந்து வலப்பக்கத்திற்கு நகர்த்தி புத்தகத்தை முதன்முறையாக வாசிக்கும் கடினமான செயல்முறையில், வரிவரியாக, பக்கம் பக்கமாக, புத்தகத்தின்மீது நிகழும் சிக்கலான உடல்ரீதியான பணியில், காலம் வெளியின் அடிப்படையில் ஒரு

புத்தகம் எதைப்பற்றியதென்று அறியும் செயல்முறையில், நமக்கும், கலாப்பூர்வமாகக் கூடும் மதிப்பிற்கும் இடையே நிற்கிறது வாசிப்பு. ஓர் ஓவியத்தைப் பார்க்கையில், புத்தகத்தில் உள்ளதைப் போலவே அப்படம் ஆழத்தின், வளர்ச்சியின் கூறுகளைக் கொண்டிருந்தாலும் நமது கண்களை ஒரு தனிச்சிறப்பான வழியில் நகர்த்த வேண்டியதில்லை. உண்மையாகவே காலக்கூறு, ஓர் ஓவியத்துடனான முதல் தொடர்பிலே நுழையாது. ஒரு புத்தகத்தை வாசிக்கையில், அதனை அறிமுகப்படுத்திக்கொள்ள நாம் அவகாசமெடுத்துக் கொள்ள வேண்டும். முழுச் சித்திரத்தை உள்வாங்கிய பிறகு அதன் விவரங்களை அனுபவிக்க முடிகிற (ஓவியத்தைப் பொறுத்தமட்டில் நமக்கு இருக்கும் கண்ணைப் போல) ஓர் உடலுறுப்பு நமக்கு இல்லை. ஆனால், இரண்டாவது, மூன்றாவது அல்லது நான்காவது வாசிப்பில் ஒரு புத்தகத்திடம், ஓர் ஓவியத்தைப் பார்க்கையில் செய்வதைப் போலவே நடந்துகொள்ள ஆரம்பிக்கிறோம். எப்படியிருந்தாலும், பரிமாணத்தின் பூதாகரப் பெரும்படைப்பான ஸ்தூலக் கண்ணை, அதை விடவும் பூதாகரச் சாதனையான மனதோடு இணைத்து நாம் குழப்பிக்கொள்ள வேண்டாம். ஒரு புத்தகம், அது எதுவாக இருந்தாலும் - புனைவுப் படைப்பாக, அறிவியல் படைப்பாக (இரண்டிற்கும் இடையிலான எல்லைக்கோடு பொதுவாக நம்பப்படுவதைப் போல இணக்கமானதில்லை) - ஒரு புனைவுப் புத்தகம் மனதிற்கே முதலாவதாகப் படுகிறது. மனம், கூச்சவுணர்வுள்ள முதுகெலும்பின் உச்சியிலிருக்கும் மூளையே, புத்தகத்தின் மீது பிரயோகிக்கும் ஒரே கருவியாக இருக்கிறது அல்லது இருக்க வேண்டும். இது இவ்வாறிருக்க, இப்போது நாம் கடுகடுப்பான வாசகர், சுள்ளென்றெரிக்கும் புத்தகத்தால் எதிர்கொள்ளப்படுகையில் மனது எப்படி வேலை செய்யுமென்ற கேள்வியை ஆழச் சிந்திப்போம். முதலில், கடுகடுப்பான மனநிலை உருகி விலக நல்லதிற்கோ கெட்ட திற்கோ வாசகர் விளையாட்டின் ஸ்பிரிட்டிற்குள் நுழைகிறார். ஒரு புத்தகத்தை ஆரம்பிக்கும் முயற்சி, குறிப்பாக இளம் வாசகர் யாரையெல்லாம் பழைய பாணிக்காரர்கள் அல்லது அதி தீவிரமானவர்களென்று இரகசியமாகக் கருதுகிறாரோ அவர்களால் புகழப்பட்டதாக அப்புத்தகம் இருந்தால் இம்முயற்சியைத் தொடர்வது அடிக்கடி கடினமடைந்தாலும், ஒருமுறை துவங்கிவிட்டால், (அதன்) பலன்கள்

வகைவகையானதாகவும், ஏராளமானதாகவும் இருக்கின்றன. பெருங்கலைஞன் அவனுடைய புத்தகத்தைப் படைக்க கற்பனையை பயன்படுத்தியிருப்பதால், புத்தகத்தை நுகர்பவர் அவருடைய கற்பனையையும் பயன்படுத்த வேண்டுமென்பது இயல்பானதும், நியாயமானதுமாகும்.

எப்படியிருந்தாலும், வாசகரைப் பொறுத்தவரையில் இரண்டு வகையான கற்பனைகள் உண்டு. புத்தகத்தை வாசிக்கையில் இரண்டில் எதைப் பயன்படுத்துவது சரியாக இருக்குமென்று பார்ப்போம். முதலாவது, உறுதியான தனிப்பட்ட இயல்புடைய, சாதாரண உணர்ச்சிகளையும் ஆதரிக்க விழையும் ஒப்பீட்டளவில் கீழானது (உணர்ச்சிகர வாசிப்பின் முதல் பகுதியில் மேலும் பல துணை வகைமைகள் இருக்கின்றன). நமக்கோ அல்லது நாம் அறிந்த யாரோ ஒருவருக்கு அல்லது அறிந்திருந்த ஒருவருக்கு நிகழ்ந்த ஏதோவொன்றை நினைவூட்டுவதால் புத்தகத்திலிருக்கும் ஒரு சூழ்நிலை நம்மால் ஆழமாக உணரப்படுகிறது. அல்லது, மறுபடியும் ஒரு நாட்டை, நிலக்காட்சியை அவனால் நாஸ்டால்ஜிக்கலாக நினைவுகூரப்படும் அவனுடைய சொந்தக் கடந்த காலத்தின் அங்கமாக இருந்த ஒரு வாழ்நிலையை நினைவூட்டுவதால் ஒரு புத்தகத்தை ஒரு வாசகன் மதித்துக் காக்கிறான். அல்லது இதுதான், புத்தகத்திலிருக்கும் ஒரு கதாபாத்திரத்தோடு அவனை அடையாளம் காண்பதே ஒரு வாசகன் செய்ய முடிவதிலே மோசமானது. வாசகர்கள் பயன்படுத்த வேண்டுமென்று நான் விரும்புகிற கற்பனை வகை, இந்த அடிமட்டமான வகையல்ல.

என்றால், எதுதான் ஒரு வாசகரால் பயன்படுத்தத்தக்க நம்பகமான கருவி?

கலாப்பூர்வமான உவகை, தனிப்பட்ட முறையில் அல்லாத கற்பனையே அக்கருவி.

ஆசிரியரின் மனதிற்கும், வாசகரின் மனதிற்கும் இடையில் கலாப்பூர்வமான ஒத்திசைவுள்ள சமநிலையே இங்கே நிறுவப்பட வேண்டுமென்று நான் நினைக்கிறேன். வழங்கப்பட்டிருக்கும் ஒரு பெரும்படைப்பின் உட்புற நெசவை கவனமாக அனுபவிக்கும்-பேரார்வத்துடன் அனுபவிக்கும், கண்ணீருடனும் நடுக்கத்துடனும் அனுபவிக்கும்-அதே வேளையில் நாம் கொஞ்சம்

ஒட்டாமலிருப்பதோடு அவ்வாறு ஒட்டாமல் இருப்பதில் மகிழ்ச்சி அடைகிறவர்களாகவும் இருக்க வேண்டும். இம்மாதிரியான விவகாரங்களில் அதிகப்படியாக புறவய நிலையிலிருப்பது நிச்சயமாக முடியாது. மதிப்புக்குரியவை அனைத்துமே

ஓரளவிற்காவது அகவயப்பட்டவை. உதாரணத்திற்கு, ஒருவேளை நான் உங்களுடைய துர்க்கனவாக இருக்க, அங்கே அமர்ந்திருக்கும் நீங்கள் ஒருவேளை வெறுமனே என்னுடைய கனவிலிருக்கலாம். ஆனால் நான் இங்கே சொல்லவருவது வாசகன் அவனுடைய கற்பனைக்கு எங்கே எப்பொழுது கடிவாளமிட வேண்டுமென்று அறிந்திருப்பதும், ஆசிரியர் அவன் (துய்த்து) ஒதுக்குவதற்கு முன்வைக்கும் திட்டவட்டமான உலகை துலக்கமாக அறிய முனைவதினால் அவ்வாறு செய்கிறான் என்பதே. ஓர் ஆசிரியருடைய மக்களின் நடத்தைமுறைகளை, ஆடைகளை, அறைகளை அகக்காட்சியாகக் காண்பதோடு பொருட்களைப் பார்க்கவும், கேட்கவும் வேண்டும். மென்ஸ்ஃபீல்ட் பார்க்கில் வரும் ஃபென்னி பிரைஸுனுடைய கண்களின் நிறமும், அவளுடைய குளிர்ச்சியான சிறிய அறையின் தட்டுமுட்டுச் சாமான்களும் முக்கியமானவை.

நாம் அனைவரும் வேறுவேறு மனோநிலைகளை உடையவர்களாக இருக்க, ஒரு வாசகர் கொண்டிருக்க வேண்டிய அல்லது வளர்த்தெடுக்க வேண்டிய ஆகச்சிறந்த மனோநிலை கலாப்பூர்வ மானதின், அறிவியல்பூர்வமானதின் கூட்டுக்கலவையான ஒன்றாகவே இருக்கிறதென்று நான் இப்போது சொல்ல முடியும். பேரார்வமிக்க கலைஞன் மட்டுமே ஒரு புத்தகத்தை அகவயப்பட்டதாக அணுகும் மனப்பான்மைக்குப் பொருத்த மானவனாக இருப்பதனால், அறிவியல்பூர்வமாக மதிப்பிடுதலின் குளிர்ச்சி உள்ளுணர்வின் வெப்பத்தைப் பதமாக்கிவிடும். எது எப்படியிருந்தாலும், பெருவிருப்பமும் பொறுமையும் – ஒரு கலைஞனின் பெருவிருப்பமும், அறிவியலாளரின் பொறுமையும் – அறவேயில்லாதவனாக எதிர்கால வாசகன் ஒருவன் இருந்தால் பேரிலக்கியங்களை அரிதாகவே அனுபவிப்பவனாக அவன் இருப்பான்.

ஒரு பெரிய பழுப்பு ஓநாய் துரத்த, நியாண்டர்தால் பள்ளத்தாக்கிலிருந்து ஒரு சிறுவன் ஓநாய் ஓநாயென்று

கூக்குரலிட்டு வெளியே வந்த நாளில் பிறந்ததில்லை இலக்கியம்: ஓநாய், ஓநாயென்று கூக்குரலிட்டு வரும் சிறுவனின் பின்னே ஓநாயே இருந்திராத நாளில் பிறந்ததே இலக்கியம். இறுதியில், அந்தப் பாவப்பட்ட சிறுவன் அடிக்கடி பொய் சொன்னதால் தற்செயலாக ஓர் உண்மையான விலங்கால் உண்ணப்பட்டு விடுவான். ஆனால் இங்கே முக்கியமானதாக இருப்பது இதுவே. நெடிய புல்வெளியில் இருக்கும் ஓநாய்க்கும், நெடிய கதையில் வரும் ஓநாய்க்கும் இடையே மினுமினுக்கும் ஓர் இடைவழி இருக்கிறது. அந்த இடைவழியே, அப்பட்டகமே, இலக்கியக் கலை.

இலக்கியம் (ஒரு) கண்டுபிடிப்பு. புனைவென்பது புனைவே. ஒரு கதையை உண்மைக் கதை என்று அழைப்பது உண்மைக்கும் கலைக்கும் அவமானம். ஒவ்வொரு பெரும் எழுத்தாளரும் ஒரு பெரும் ஏமாற்றுக்காரர், ஆனால் தலையாய ஏமாற்றுக்கார இயற்கையும் அவ்வாறேயிருக்கிறது. இயற்கை எப்போதுமே ஏமாற்றும். ஒரு பதியத்தின் சாதாரணமான மோசடியிலிருந்து, பறவைகள் அல்லது பட்டாம்பூச்சிகளின் தற்காப்பு வண்ணங்களின் அதிசயக்கத்தக்க டாம்பீக மாயத்தோற்றம் வரை, வசியத்தின், சூதின் அற்புதமான அமைப்பொன்று இயற்கையில் இருக்கிறது. புனைவெழுதும் எழுத்தாளன் இயற்கையின் தடத்தேயே பின்பற்றுகிறான்.

ஓநாயென்று கூக்குரலிடும் கானுறைகிற, கம்பளியணிந்த நம்முடைய குட்டிப் பையனிடம் ஒருகணம் திரும்பி, நாம் இப்படி முன்வைப்போம்: கலையின் மாயம், அவன் வேண்டுமென்றே புனைந்த ஓநாயின் நிழலில், ஓநாயைக் கண்ட அவனுடைய கனவில் இருக்க, அவனுடைய தந்திரங்களின் கதை பின்பு ஒரு நல்ல கதையை உருவாக்கிவிடுகிறது.

இறுதியில் அவன் அழிந்துபோக, அவனைப்பற்றிச் சொல்லப்பட்ட கதையோ கூடார நெருப்பைச் சுற்றியிருக்கும் இருளில் ஒரு நல்ல பாடத்தை ஈட்டிவிடுகிறது. ஆனால் அவனோ ஒரு சிறிய மாயக்காரனாக இருந்தான். அவனே புனைவாளன்.

ஓர் எழுத்தாளரைப் பொருட்படுத்த முடிவதற்கு மூன்று விதமான பார்வைகள் இருக்கின்றன: அவரை ஒரு கதைசொல்லியாக,

ஓர் ஆசிரியராக, ஒரு வசியக்காரனாகப் பொருட்படுத்தலாம். ஒரு பெரும் எழுத்தாளர் இம்மூன்றையும் இணைத்தாலுமே– கதைசொல்லி, ஆசிரியர், வசியக்காரன்–அவருள்ளேயிருக்கும் வசியக்காரனே ஆதிக்கம் செலுத்துபவனாகவும் அவரை ஒரு பெரும் எழுத்தாளராகவும் ஆக்குகிறான்.

கேளிக்கைக்காகவும், ஆகச் சாதாரண வகை மன எழுச்சிக்கும், உணர்ச்சிகரமான பங்கேற்பிற்கும், காலத்தில் அல்லது வெளியில் எங்கேயோ தொலைதூர பிரதேசங்களில் பயணிக்கும் மகிழ்ச்சிக்காகவும் ஒரு கதைசொல்லிக்குத் திரும்புகிறோம். சற்றே மாறுபட்டதாக இருப்பினும் மேம்பட்டதாக இருக்கத் தேவையில்லாத மனம், எழுத்தாளரிடத்தில் ஆசிரியரைத் தேடுகிறது. பரப்புரையாளர், ஒழுக்கவாதி, தீர்க்கதரிசி–இதுவே மேலெழும் தொடர்ச்சி.

அறக்கல்விக்காக மட்டுமேயல்ல, ஆனால் நேரடியான அறிவிற் காகவும் சாதாரண நிஜங்களுக்காகவும் கூட ஆசிரியரிடம் செல்லலாம். அந்தோ! பிரெஞ்சு, இரஷ்ய நாவலாசிரியர்களை வாசிப்பதில், சோகமான இரஷ்யாவிலும், அலட்டிக்கொள்ளாத பாரிஸிலும் நிலவும் வாழ்க்கையைக் குறித்து கொஞ்சமாவது கற்றுக்கொள்வதை நோக்கமாகக் கொண்டவர்களை எனக்குத் தெரியும். இறுதியாக, அனைத்திற்கும் மேலாக, ஒரு பெரும் எழுத்தாளன் என்றுமே ஒரு பெரும் வசியக்காரனாக இருக்க, அவனுடைய கவிதையின் அல்லது நாவலின் அமைப்பை, கற்பனையை, பாணியை ஆராயவும், அவனுடைய மேதமையின் தனிச்சிறப்பான மாயத்தை நாம் உள்வாங்கவும் முயற்சிக்கையில், அங்கேதான் நாம் உண்மையாகவே மனவெழுச்சி அடையச் செய்யும் பகுதிக்கு வருகிறோம்.

கலையின் மாயம், கதையின் மூல எலும்பிலும், சிந்தனையின் மூல மஜ்ஜையிலும் இருக்கக் கூடுமென்பதால் பெரும் எழுத்தாளனின் இந்த மூன்று முகப்புகளும் – மாயம், கதை, பாடம் – ஒன்றுகலந்ததும் தன்னிகரில்லாத பிரகாசமும் உடையதான ஒற்றை அச்சில் கலக்கும் சாத்தியமுள்ளவை.

டிக்கென்சிய புலனெழுச்சிகரமான கற்பனையாற்றலின் வளமான பெருக்கெடுப்பு அல்லது மென்ஸ்ஃபீல்ட் பார்க் போன்ற நாவல்

செய்வதைப் போல வலிமையானதொரு கலாப்பூர்வமான நடுக்கத்தைத் தூண்டுகிற ஒழுங்குபடுத்தப்பட்ட சிந்தனையும், தெளிவும், வறட்சியுமுள்ள பெரும்படைப்புகளும் இருக்கின்றன. அறிவியலின் உள்ளுணர்வையும் கவிதையின் துல்லியத்தையும் கலப்பதே நீண்ட காலத்திற்கு, ஒரு நாவலின் தரத்தைப் பரிசோதிக்கும் நல்ல சூத்திரமென்று எனக்குப் படுகிறது. அறிவார்ந்த வாசகனொருவன் அந்த மாயத்தில் குளிர்காய்வதற்காக மேதைமை மிக்க புத்தகத்தை அவனுடைய இதயத்தால் அல்ல, அதிகப்படியாக அவனுடைய மூளையாலும் அல்ல, மாறாக அவனுடைய முதுகெலும்பால் வசிக்கிறான். என்னதான் வாசிக்கும்போது கொஞ்சமாக விலகியும், கொஞ்சமாக ஒட்டாமலும் நம்மை வைத்தேயிருப்பினும், அங்கேதான், கூச்செறிதலின் குட்டுடைப்பு நிகழ்கிறது. பின்பு, புலன்சார்ந்த, அறிவார்ந்த மகிழ்ச்சியோடு கலைஞன் அவனுடைய சீட்டுக்களாலான கோட்டையைக் கட்டுவதை, அந்தச் சீட்டுக்கோட்டை, அழகான கண்ணாடியாலும், எஃக்காலுமான கோட்டையாக மாறுவதையும் கவனிக்கிறோம்.

குறிப்பு: அடைப்புக்குறிகளுக்குள் சாய்வாக இருக்கும் சொற்கள் வாசிப்பிற்கு தடை யில்லாமலிருக்க மொழிபெயர்ப்பாளர் சேர்த்தவை. மற்ற சொற்கள் நபக்கோவிற்கு சொந்தம்.

தமிழினி.இன்

இசை

ரேடியோஹெட்
– மிகைப்பதட்டத்தின் கலை

அ

ராக் இசை ஒரு கிழட்டு யானையைப் போல ஒரே இடத்தில் சுற்றிச்சுற்றி வந்து அந்திமக் காலத்தின் கலங்கலான நிறங்களில் கண் மயங்கியிருந்த நாட்களில், ஓர் உயர்ரக மதுபான விடுதியில் கரோகே பாடவரும் பையன்களைப் போலிருக்கும் ஆக்ஸ்ஃபோர்ட் பள்ளியின் முன்னாள் மாணவர்களான் ஐவர், ரேடியோஹெட் எனும் பெயரில் *பாப்லோ ஹனி* எனும் ஆல்பத்தின் வழியாக ஏற்கனவே பலரும் நடந்த ஒரு திசையில் தங்களது பயணத்தை துவக்குகிறார்கள். *கிரீப்* எனும் பாடலைத் தவிர அந்த ஆல்பத்தில் குறிப்பிட்டுச் சொல்ல ஏதுமில்லை. அது மற்றொரு ராக் ஆல்பம் என்பதற்கும் மேலாக நாம் அதற்கு ஏதாவது மதிப்பளிக்க முனைந்தால் ரேடியேஹெட்டிற்கு ஓர் ஆரம்பத்தைக் கொடுத்த ஒன்று என்ற அங்கீகாரத்தை மட்டுமே வழங்கலாம். குழுவின் துவக்கமே அன்றி, அவர்களது இசையின் துவக்கமல்ல. மிகச்சரியாக மதிப்பிட வேண்டுமானால் ரேடியோஹெட்டின் இசை அவர்களது மூன்றாவது ஆல்பத்திலிருந்தே துவங்குகிறது.

இரண்டாவது தொகுப்பான '*பெண்ட் ஸி*'ல் மொத்தம் பன்னிரெண்டு பாடல்கள். அவற்றில் *போலி பிளாஸ்டிக் மரங்கள், வளைவுகள், எனது இரும்பு நுரையீரல்* ஆகிய பாடல்கள் பின்னாட்களில் ரேடியொஹெட்டின் இசையில் ஏற்படப்

போகும் மாற்றங்களின் முதல் அசைவுகளைத் தாங்கியிருந்தன. இருப்பினும் ரேடியோஹெட் இன்னும் கர்ப்ப காலத்திலேயே தங்கியிருந்து மின்கிதார் தந்திகளின் வழமையான இசை ஒலிகளை எழுப்பிக்கொண்டிருந்தது. போலி பிளாஸ்டிக் மரங்கள் பாடல் தனித்துப் பேசப்பட வேண்டிய ஒன்று என்றாலும், அடுத்து எழுந்த வெள்ளத்தில் இழுக்கப்பட்டு கொஞ்சம் பின்வாங்கிவிட்டது.

ரேடியோஹெட் பின்வரும் ஐவரை உள்ளடக்கியது:

1. தாம் யார்க்
2. கோலின் கிரீன்வுட்
3. ஜானி கிரீன்வுட்
4. எட் ஓ`பிரெய்ன்
5. பில் செல்வே

நாம் அதிகமாக தாம் யார்க்கை குறிப்பிடப் போவதற்கான காரணம் அவரே இக்குழுவின் முகம், குரல், மூளை.

பாரனாய்ட் ஆண்ட்ராய்ட்

இதுவரையில் வெளிவந்துள்ள ரேடியோஹெட்டின் ஒன்பது ஆல்பங்களுக்கும் சேர்த்து ஒரு பெயரை அளிக்கச் சொன்னால் சற்றும் தயங்காமல் நான் அந்த இசைத்தொகுப்பிற்கு *பாரனாய்ட் ஆண்ட்ராய்ட்* என்றே பெயரிடுவேன்.

ரேடியோஹெட்டின் மூன்றாவது ஆல்பமான ஓகே கம்ப்யூட்டர் ஒரு மாபெரும் உருமாற்றம். மாபெரும் என்று சொல்வதற்கு பதிலாக முழுமையான உருமாற்றம் என்பதே பொருத்தமானது. அத்தொகுப்பிற்கு பின்பு, ரேடியோஹெட் இருபது ஆண்டுகால உச்சத்திற்குப் பிறகு ராக் இசையின் அனாதரவான காலத்தில் அதன் கிளையில் வந்தமர்ந்த ஒரு பறவையாக இல்லை. மாறாக அதன் கிளையில் தனது அலகைத் தீட்டி, கையசைப்பைப் போல இறகசைத்து விடைபெற்றுக் கொண்ட ஒரு பறவையாக ராக்கின் உச்ச டெசிபல் அரங்குகளிலிருந்து வெளியேறி மின்னணு இசையின் எதிர்கால ஒலிகளின் பள்ளத்தாக்கில் மிதவையிடக் கிளம்பிவிட்டது.

படபடக்கும் அங்கியோடு சரியும் ஒரு நூற்றாண்டின் விளிம்பிலே நின்று, மேலெழுந்துவரும் தகவல் தொழில்நுட்பப் பேரலையின் இராட்சதத் துடிப்பை தானே ஒரு பண்டமாக நுகரப்படப் போவதின் பயத்தை, எளிதில் புரிபடாத கனிணி நெட்வொர்க்குகளில் ஒரு தரவாக மட்டுமே மனிதன் எஞ்சப்போவதை, தன்னோடு சேர்ந்து தனது உயிர்க்கோளமும் அல்லலுறுவதை, மின்னணு இசை ஒலிகளின் சங்கேத மொழியில் மனித குலத்தின் எளிதில் திறந்துகொள்ளாத காதுகளில் உரக்கச் சொல்லும் ஒரு ஸ்டாயிக் தத்துவவாதியாக ரேடியோஹெட் உருமாற்றமடைந்திருந்தது. முதலில் ரேடியோஹெட்டிற்கு குகையிலிருந்து வெளியேவரும் ஜாரதுஷ்ட்ராவின் உருவத்தையே அளிக்க நினைத்தேன். அதிமனிதக் கற்பனையில் மூழ்கிக் கிடக்கும் அந்தக் கிழவரோடு ரேடியோஹெட்டை ஒப்பிடுவது பொருத்தமற்றதும் தவறாக வழிநடத்துவதுமாகும்.

தொழிற்சாலை, போக்குவரத்து ஒலி(மாசு)யைக் கட்டுப்படுத்துவதற்கான சட்டமியற்றச் சொல்லி 1928ம் ஆண்டில் *`டூரிங் கிளப் ஆஃப் ஃபிரான்ஸ்`* எனும் அமைப்பினர் அரசிடம் கேட்டுக்கொண்டதே ஒலிக்கு எதிரான முதல் குறிப்பிடத் தகுந்த இயக்கம். அந்த அமைப்பின் குறிக்கோள்:

“ஒவ்வொருவரின் அமைதி எல்லோருக்குமான ஓய்வு”. அந்த அமைப்பின் ஆக இளவயது உறுப்பினர் யாராவது உயிருடனும் கேட்கும் திறனுடனும் இருந்து ரேடியோஹெட்டின் பாரனாய்ட் ஆண்ட்ராய்ட் பாடலைக் கேட்டிருந்தால், இருபதாம் நூற்றாண்டின் முடிவிலும் ஒரு குரல் தங்களது தொடர்ச்சியாக ஒலிக்கிறதென்று மகிழ்ந்திருப்பார். ஆனால் தாம் யார்க் வெளிப்புறத்திலிருந்து ஒலிக்கும் ஒலிகளை அல்ல மாறாக அகப்பரப்பின் ஒலிகளை நிறுத்தச் சொல்லிப் பாடுகிறார். ஒரு நூற்றாண்டின் முடிவில் எல்லா ஒலிகளும் நமது அகப்பரப்பை மாசுபடுத்தியிருக்கின்றன.

> *`எனது தலைக்குள் ஒலிக்கும் பிறந்திராத அனைத்துக் கோழிக்குஞ்சுகளின்*
> *குரல்களிலிடமிருந்து கொஞ்சம் ஓய்வெடுக்க விரும்புகிறேன்*
> *தயவுசெய்து உங்களால் அந்த ஒலியை நிறுத்த முடியுமா?`*

இதுதான் பாரனாய்ட் ஆண்ட்ராய்ட் பாடலின் துவக்க வரிகள். இந்தப் பாடலில் இயங்கும் ஆழ்ந்த உறக்கமற்ற ஒரு தன்னிலை தனது அகத்திலே ஒலிக்கும் தன்னால் கட்டுப்படுத்த முடியாத குரல்களை நிறுத்தச் சொல்லி உலகிடம் கேட்கிறது. கடந்த நூற்றாண்டின் கடைசி பத்தாண்டுகளில் தொடர்ந்து அலை அலையெனப் பொங்கி கரையின் சிறுமணற் துகள்களை மூச்சுமுட்டச் செய்யும் தகவல்களால் தனது அமைதியை இழந்து தடுமாறும் ஒரு மனம் இந்தப் பாடலின் வழியாக நமது காலத்தின் அழிக்க முடியாத ஒரு பதிவை பதிந்து வைத்திருக்கிறது.

ரேடியோஹெட் அல்லது பாப் இசையின் தத்துவம் எனும் கட்டுரையில், *மார்க் கிரீஃப்* மனித வரலாற்றின் இந்தத் கட்டத்தைக் கச்சிதமாகத் தருகிறார்:

`மில்லினியத்தின் முடிவில் ஒவ்வொரு தனிமனிதனும் தொலைக்காட்சி, வானொலி, தொலைபேசி, அலைபேசி, விளம்பரப் பலகை, விமான நிலைய தகவல் திரை, உள்பெட்டி மற்றும் ஜங்க் மின்னஞ்சல்களின் உரத்த கட்டளைகளின், கோரிக்கைகளின் சந்திப்புப் புள்ளியில் அமர்ந்திருக்கிறான். பதிவு செய்யப்பட்ட குரல்கள், எழுதப்பட்ட தகவல்கள், ஒலிபரப்புக் கருவிகள், பொழுதுபோக்கு அலைவரிசைகள் மற்றும் தேர்வுசெய்வதற்கான மார்க்கங்களின் எண்ணிலடங்காத தகவல்களுடன் ஒவ்வொருவரும் அவர்களுடைய ஒப்புதலின்றியே பிணைக்கப்பட்டு, நெட்வொர்க்கின் ஒரு முடிச்சில் வாழ்வதை கண்டறிந்தார்கள்.`

சுருங்கச் சொன்னால் இந்த `ஒலிபரப்புக் கலாச்சாரம்` அமைதிக்காலப் பறவைகள் ஓய்வெடுக்கும் நமது அகப்பரப்பின் சதுப்பு நிலங்களில் பல்லாயிரம் டன் தகவல் குப்பைகளைக் கொட்டுகிறது. பாடலின் பிரார்த்தனைக்கு ஒப்பான ஒரு பகுதியில் தாம் யார்க் இவ்வாறு பாடுகிறார்:

> *`மழையே பொழி, பேருயரங்களிலிருந்து*
> *என் மீது பொழி`*

திரும்பத் திரும்பக் கேட்டால்தான் அது பிரார்த்தனையே. மேலும் பிரார்த்தனை என்பது நம்மைத் தொந்தரவூட்டும், அத்தியாவசியமான ஒன்றைக் கண்டுபிடிக்கும் முயற்சியும்

கூட. பாடலின் மேற்சொன்ன வரிகள் நீண்டு ஒலித்து இந்த உலகின் குப்பைகளோடு சேர்த்து தன்னுள்ளே சேர்ந்திருக்கும் குப்பைகளையும் கழுவச் சொல்கிறது. இந்தப் பகுதியைக் கடந்ததும் பாடலின் இசை சற்றும் தளர்ந்திராத இறுக்கத்திலிருந்து விடுபட்டு, வெளியேறும் முனைப்பில் உச்சத்தில் ஒலிக்கிறது.

`பயம், வாந்தி
பயம், வாந்தி
கடவுள் அவருடைய குழந்தைகளை அன்பு செய்கிறார்
கடவுள் அவருடைய குழந்தைகளை அன்பு செய்கிறார்`

– எனும் ஏளனத்துடன் முடியும் இப்பாடல் ரேடியோஹெட்டை பாப் இசை உலக குட்டிக் கடவுள்களின் தர்பாரில் தனியொரு சிம்மாசனத்தில் அமர்த்துகிறது. சிறிதும் ஆர்ப்பாட்டமில்லாத ரேடியொஹெட் குழுவினர் தங்களது காலத்தின் அதிமுக்கிய சிக்கல்களுக்கான எதிர்வினையாக, அமைதியாக்கப்பட்ட சமூகப் பிரஜைகளின் முனகலுக்கும் மேலே எழாத எதிர்ப்பை மிகைப்பதட்ட மனநிலையாக அடையாளங் கண்டு தங்களது பாடல்களை படைக்கிறார்கள்.

இசையைத் தீவிரமாகக் கருதுபவர்கள் பாப் ஒரு செக்கின் நிலையை அடைந்திருப்பதை உணர்வார்கள். அதற்கென்று சில முறைப்படுத்தப்பட்ட உள்ளடக்கங்கள் மட்டுமே உண்டு. ஒரு தேய்வழக்கின் பரிச்சயம் உண்டாக்கும் பழகிய உணர்வை எழுப்புவதைத் தவிர பாப் வேறொன்றையும் அளிப்பதில்லை. நான்கு நிமிடத் தற்காலிகத் துள்ளல் என்பதற்கும் மேலாக பாப் இசைக்கு என இன்றைக்கு தனித்த ஒரு குணாம்சமும் இல்லை. பாப் ஒரு சூப்பர் மார்கெட் இசை. அது ஒரு பொதுச்சதுக்கம். ஆயிரக்கணக்கானோர் உள்ளே நுழைந்து தடயங்களாக, வெறும் குப்பைகளை மட்டுமே கொட்டிவிட்டுச் செல்லும் ஒரு பொதுச்சதுக்கம். வெப்பமும் குப்பையும் மட்டுமே கூடியிருக்க, அந்தச் சதுக்கத்தின் ஓரத்தில் நின்று தொலைந்த அமைதியைத் தேட முடியாது. அரசியல் பாடல்கள் உண்டு என்றாலும் உட்ஸ்டாக் பண்டிகைக் காலத்தின் பாப் இசையோடு ஒப்பிட முடியாது. தவிர இன்றைக்கு பாப், இந்த நூற்றாண்டின் ஆன்மீகத்தைப் போல மகிழ்ச்சியை விற்கும் ஒரு நிறுவனம். மகிழ்ச்சியைத் தவிர வேறொன்றை வழங்கும் எதற்குத்தான்

இன்றைக்கு மதிப்பிருக்கிறது?. ஆனால் ஒரு ஸ்டாயிக், வாழ்வின் குறிக்கோள் மகிழ்ச்சியல்ல என்றே சொல்வார். ரேடியோஹெட் மகிழ்ச்சியை விற்கும் பாப் இசைக்குழுவல்ல. மாறாக தொலைந்த மகிழ்ச்சியை, ஓய்வுநிலைக்கான ஏக்கத்தை துக்கத்தின் வழியாக உருவாக்குபவர்கள். அவர்களது பாடல்கள் உருவாக்கும் துக்கம் நிச்சயமாக பாப் இசையின் உள்ளடக்கத்திற்கும் ஏன் அதன் நோக்கத்திற்கும் கூட எதிரான நிலையில் நிற்கிறது.

ஏன் ரேடியோஹெட்டின் பாடல்களில் பெரும்பாலானவை டிப்ரஸிவாக இருக்கின்றன எனும் கேள்விக்கு, தாங்கள் குரலற்றவற்றின் குரலாக இருப்பதாகவும், குரலற்றவற்றில் பெரும்பாலானவை எதிர்மறையானவை என்றும் பதிலளிக்கிறார் தாம் யார்க். உண்மையில் பேரியலக்கியங்களில் பெரும்பாலானவை டிப்ரஸிவானவை. உண்மையில் எதார்த்தமே கூட டிப்ரஸிவானதே. உண்மையில், உண்மையே கொஞ்சம் டிப்ரஸிவானது. விழிப்புணர்வு பெற்ற காலத்தில் வாழ்வதாக நம்பும் நாம் உண்மையில் மகிழ்ச்சியற்று இருக்கிறோம். நமது வாழ்வின் உள்ளடக்கமோ பாப் பாடல்களின் கருக்களைப் போல முறைப்படுத்தப்பட்டது. நமது வாழ்வின் தசைகளை நீக்கி உடலை ஒரு பையாகச் சுருக்கி பிளாஸ்டிக், வேதிக்கழிவுகளை, தகவல் குப்பைகளைச் சுமக்கச் செய்தது யார்? அரசு, ஊடகம், முதலாளித்துவம்... ரேடியோஹெட் இந்த மூன்று அமைப்புகளையும் நமது இன்றைய நிலைக்கு பொறுப்பாக்குகிறது. சூழல் அழிவு, கண்காணிப்பு, பதட்ட உருவாக்கக் கருவியான ஊடகம், அதிஉற்சாகமான அதேசமயம் பொறுப்பேற்கத் தயங்கும் அரசு, தேர்தல் முறைகேடு, கட்டுப்பாடற்று வளங்களைச் சுரண்டும் முதலாளித்துவம் என ரேடியோஹெட் குழுவின் பாடல்களில் பெரும்பாலானவை எதிர்மறைகளைப் பாடுபவை. பாப் இசையின் கொண்டாட்டத் துள்ளலுக்கு எதிராக ஒடுக்கத்தை, விலகலை முன்வைப்பவை. ரேடியோஹெட்டின் பாடல்களைக் கேட்கும் யாராவது ஒருவர் மகிழ்ச்சியாக உணர்வதாகச் சொன்னால் நாம் அவரை நம்ப வேண்டியதில்லை. அவர்களது பாடல்கள் எவ்வித உணர்வுகளை உருவாக்கக் கூடியவை என்பதை பின்னர் விளக்குகிறேன்.

சமகால பாப் இசையிலிருந்து ரேடியோஹெட் விலகி நிற்கும் இன்னொரு அம்சம் காதல். ரேடியோஹெட்டின் ஒரு

பாடலிலாவது ஆண் பெண் உறவின் சிக்கல்களோ, காமமோ வெளிப்படுவதில்லை. சமீபத்திய ஆல்பமான `*நிலவின் வடிவிலான குளத்தின்*` ஒரு பாடலான `*உண்மைக் காதல் காத்திருக்கும்*` மெலிதான தளத்தில் காதலைப் பாடினாலும் அப்பாடல் காதலைத்தான் பேசுகிறதா என்கிற சந்தேகமும் எழுகிறது. ரேடியோஹெட் காமத்தைப் பாடுவதேயில்லை. நானும் ஆல்பங்கள் தோறும் தேடிப்பார்க்கிறேன், தீர்த்தக்கரையில் தெற்கு மூலையில் காத்திருக்கும் ஓர் ஆணையும் பார்க்க முடியவில்லை. ரேடியோஹெட்டின் பாடல்களில் `பெண்` இல்லையா என்றால் இல்லை என்றுதான் பதிலுரைக்க முடியும். தனது சூழலின் எதிர்மறைக் கூறுகளை முழுதுமாக உள்வாங்கிய அவை உருவாக்கும் அகஉணர்வுகளை பின்னிரவு நேரத்தில் அக்கொவ்ஸ்டிக் கிதாரில் இசைக்கும் ஒரு பெருநகர இளைஞன் மட்டுமே அவற்றில் தெரிகிறான். ஆச்சர்யகரமாக அவனுக்கு உடலே இல்லை. ஆனாலும் அவனும் இப்போது நடுத்தர வயதை எட்டியிருக்கிறான்.

ரேடியோஹெட்டை பிங்க் ஃபிளாய்ட் குழுவினரோடு, யூ2வோடு ஒப்பிடுகின்றவர்களும் இருக்கிறார்கள். முற்போக்கு ராக்கின் தலைமைக்குழுவான *பிங்க் பிளாய்ட்* இயந்திர யுகத்தின் இறுதிக்கால ஒலிகளின் இசைக் கலைஞர்களென்றால், ரேடியோஹெட் மின்னணு வீட்டு உபயோகச் சாதனங்கள் எழுப்பும் ரீங்கார ஒலியின் பாணர்கள். ராக் இசை கேட்பவர்களிடம் எல்லையற்ற அதிகாரத்தை எடுத்துக்கொள்வது. நமது உணர்வுகளை, அமைதியை உடைத்துப் பிளக்கும் அதிகாரத்தை நாம் ராக் இசைக்கு வழங்கினாலன்றி அதனோடு நம்மால் பிணைத்துக்கொள்ள முடியாது. நமது முதுகெலும்பையே ராக் இசை மின்கிதாராக இசைக்கிறது.

ரேடியோஹெட் நமது இரத்த நாளங்களில் குதிக்கும் சிவப்பு மற்றும் வெள்ளை இரத்த அணுக்களின் உரையாடலை நமக்குக் கேட்கத் தருகிறது. ராக் எலும்புகளின் ஓசை என்றால், ஒரு ராக் குழுவாகத் துவங்கி பின் பாப் குழுவாக மாறிவிட்ட ரேடியோஹெட்டின் இசை உடலின் பல உறுப்புகளும் எழுப்பும் சமிக்ஞைகளின் கலவை. மேலே விவாதித்த குழுக்களோடு ரேடியோஹெட் முரண்படும் இடம் - நம்மை செயலில் இறங்கச்

சொல்லும் முன்னவர்களைப் போலன்றி, அதற்கான காலம் முடிந்துவிட்டதென்று சொல்வதே. *`ஹெய்ல் டு தி தீஃப்`* ஆல்பத்திலிருக்கும் பாடலான *2+2=5*, *`நிலவின் வடிவிலான குளத்தின்`* பாடலான *`பகல்கனவு காண்பவர்கள்`* பாடல் இவ்விரண்டையும் ஒப்பிட்டால் இரண்டுமே ஒரு கருத்தை முன்வைப்பவை என்பது தெரியவரும்.

முதல் பாடல்,

`எங்கே இரண்டும் இரண்டும் ஐந்தாகவே முடியுமோ
(அந்த) உலகை சரியான இடத்தில் வைக்கும்
கனவைக் காண்பவனா நீ?
`நான் தடங்களை அமைத்துத் தருகிறேன்
மணல் மூட்டை, ஒளிந்துகொள்
ஜனவரியில் ஏப்ரல் மழை
இரண்டும் இரண்டும் எப்போதுமே ஐந்துதான்`
`தீமையின் வழியே இப்போது
வெளியேற வழியே இல்லை
நீ ஓலமிடவும், சத்தமிடவுமே முடியும்
காலம் கடந்து விட்டது இப்போது`
ஏனெனில் நீ
கவனம் செலுத்தவில்லை
கவனம் செலுத்தவில்லை (பதினாறு முறை இவ்வரிகள் ஒலிக்கும்)

என்னைப் பொறுத்தவரையில் ரேடியோஹெட் உற்சாகமாக இசையமைத்திருக்கும் ஆல்பம் என்றால் அது *`ஹெய்ல் டூ தீஃப்`* மட்டுமே. அதன் ரிதமும் இசை அமைப்பும் தீவிரமான கருத்துக்களை பாடல்களில் வைத்திருந்தாலும் இசையில் அளவுக்குட்பட்ட துள்ளலை உருவாக்குகிறது. இப்போது *`பகல்கனவு காண்பவர்கள்`* பாடலை நோக்குவோம்.

`கனவு காண்பவர்கள்
அவர்கள் ஒருபோதும் கற்றுக்கொள்ள மாட்டார்கள்
அவர்கள் ஒருபோதும் கற்றுக்கொள்ள மாட்டார்கள்
அப்பால்,
திரும்பவே முடியாத

> `திரும்பவே முடியாத இடத்திற்கு அப்பால்`
> `ரொம்பவே தாமதமாகிவிட்டது
> பாதிப்புகள் ஏற்படுத்தப்பட்டுவிட்டன
> பாதிப்புகள் ஏற்படுத்தப்பட்டுவிட்டன`
> `இது உன்னையும், என்னையும் தாண்டிச் செல்கிறது`.....

பதிமூன்று ஆண்டுகள் இடைவெளியுள்ள இந்த இரண்டு பாடல்களும் உலகைச் சரிசெய்வதற்கான காலம் கடந்து விட்டதென்றே பாடுகின்றன. ரேடியோஹெட்டால் 2003, 2016 ஆண்டுகளுக்கு இடையே ஒரு வேறுபாட்டையும் காண முடியவில்லை. 2026ஆம் ஆண்டிலும் கூட ஒன்றையும் காண முடியாது. அப்போது பகல் கனவு காணும் ஒருவரிடம் *தாம் யார்க்* இன்னும் மெலிந்து ஒலிக்கும் குரலில் காலம் கடந்துவிட்டதென்று பாடுவார். அவர் உடனே ரேடியோஹெட் கல்ட்டின் ஒரு நிரந்தர உறுப்பினராகிவிடுவார். உலகை மறந்து, பாடலின் உலகில் தனது கற்பனைகளை நிறுத்துவார்.

ஜான் லெனான் சுடப்படாமல் இருந்திருந்தால், அவரும் இந்தப் பாடலில் தன்னை இணைத்திருப்பார். `கற்பனைசெய்` எனும் அவரது பாடல் திரும்பவே முடியாத ஓரிடத்தைக் கனவு காண்பவர்களுக்கானது. இருபதாம் நூற்றாண்டின் முழுமலர்ச்சி நிகழ்ந்த ஆண்டுகளின் பாடல்களில் அவையும் ஒன்று. அதை அரசியல் யுகம் என்று அழைக்கலாம். இயேசு கிறிஸ்துவைப் போல அந்தப் பாடலும் இப்போது சிலுவையில் தொங்குகிறது.

முற்றிலுமாக மறைவது எப்படி?

Anxiety : A feeling of worry, nervousness, or unease about something with an uncertain Outcome - இது மிகைப்பதட்டம் எனும் சொல்லிற்கு (நிலைக்கு) ஆக்ஸ்போர்ட் அகராதி வழங்கும் பொருள்விளக்கம். அகராதி சுட்டும் கவலை, பதட்டம், விளைவைப் பற்றி படபடப்பாக உணர்தல் ஆகியவை கட்டுப்படுத்த முடியாதவையாக ஆனால் மிகைப்பதட்டம் மனநோயாக மாறுகிறது. தூக்க மாத்திரைகளின் நிரந்தர குத்தகைதாரர்களான மனநோய் மருத்துவர்களின் நிரந்தர குத்தகை செலுத்துபவர்களாகும் நிலை. நோயாக முற்றாத மிகைப்பதட்ட நிலையை அடைவதற்கான சாலைப்பொறியாளர்களாக (Sappers)

அரசும், ஊடகமும், முதலாளித்துவமும் இருக்கின்றன. நமது காலத்தை பெயரிட முடியாத காலம் என்கிறார் *ராபர்ட்டோ கலஸோ*. ஆனால் டபுள்யு.ஹெச். ஆடனின் `*மிகைப்பதட்ட காலம்*` இன்னமும் முற்றிலுமாக நீங்க விடவில்லை. நமது காலத்தின் மிகைப்பதட்ட நிலையை அவ்வளவு எளிதாக வரையறுக்க முடியாது என்பதே அது பெயரிப்பட முடியாததாக இருப்பதற்கான காரணம். கடந்த நூற்றாண்டு `புரட்சி` எனும் சொல்லில் துவங்கி `வளர்ச்சி` எனும் சொல்லில் முடிந்தது. ரேடியோஹெட் அது வெளியேறும் சமயத்து இசையைப் பாடியவர்கள்.

ரேடியோஹெட்டின் தன்னிலை மிகைப்பதட்ட காலத்தின் உலகிலிருந்து முற்றிலுமாக மறைய விரும்புகிறது. இறப்பதற்கு அல்ல, மறைந்து போவதற்கு. நான்காவது ஆல்பமான `*கிட் ஏ*` அதன் முன்பு வந்த ஆல்பத்தின் தொடர்ச்சியே. அந்த ஆல்பத்தின் முக்கியமான பாடலான `*முற்றிலுமாக மறைந்து போவது எப்படி?*` இவ்வாறு துவங்குகிறது:

`அங்கே அங்கே
அது நானேயில்லை
நான் போகிறேன்
நான் எங்கே விரும்புகிறேனோ...`
இசையோடு தாம் யார்க்கின் அ-மனித குரலும் சேர்ந்து, பின்,
`கொஞ்ச நேரத்தில்
நான் தொலைந்திருப்பேன்
அத்தருணம் ஏற்கனவே கடந்துவிட்டது` என்கிறது.

ராக் இசையைப் போல நம்பிக்கை மிக்கதல்ல ரேடியொஹெட்டின் இசை. அவர்களது இசை அச்ச உணர்வை அடிப்படையாகக் கொண்டது. ஆகவேதான் `முற்றிலுமாக மறைவது எப்படி` என்று பாட முடிகிறது. பாப் உலகில் பாடவே முடியாத வரிகள் இவை. ரேடியொஹெட் ஒரு கட்டத்தில் தங்களது இணைய இருப்பையே அழித்தார்கள். பாப் உலகில் புரட்சிகரமானதென்று கொண்டாடப்பட்ட, எவ்வளவு விலை கொடுத்து வேண்டுமானாலும் பாடல்களை தரவிறக்கம் செய்துகொள்ளலாம் எனும் அவர்களது முயற்சி முற்றிலும் பாப் உலக விதிமுறைகளுக்கு எதிரானது. தங்களைத் தனித்துக் காட்டுவதற்கான அசட்டு

முயற்சியாக என்னால் அதை மதிப்பிட முடியவில்லை. அதைத் தொடர்ந்து, ஒலிபரப்புக் கலாச்சாரக் காலத்தில் தங்களது இணைய இருப்பை அழித்ததும் முக்கியமானது என்றாலும் அவர்களது முயற்சிகள் நீடித்தவையல்ல. எந்த எதிர்ப்பும் இன்றைக்கு ஒரு குறிப்பிட்ட கால அளவிற்கும் மேலாகத் தொடர முடியுமா என்பது சந்தேகமே. ரேடியோஹெட்டின் டிப்ரஸிவான பாடல்களில் ஒன்றான `*முற்றிலுமாக மறைவது எப்படி*` விலகல் உணர்வின் உச்ச வெளிப்பாடு. இங்கே இனிமேலும் செய்வதற்கு ஒன்றுமே இல்லை. இங்கே இனிமேல் நன்மையின் பொருட்டு எதுவுமே நிகழ்ந்துவிடாது. *தாம் யார்க்* யாரும் மணிக்கட்டை அறுத்துக்கொள்வதற்காக பாடவில்லை, தாங்கள் மற்றொரு பாப் இசைக்குழு மட்டுமே என்று சொன்னாலும், இவ்வளவு தீவிரமான உணர்வினை எழுப்பும் ஒரு பாடலை பொறுப்பின்றி உருவாக்க வாய்ப்பில்லை.

ரேடியோஹெட்டிற்கு மிகைப்பதட்டத்தை கலையாக்கும் கலை கைவந்திருக்கிறது. எதிர்மறை உணர்வுகளைப் பாடல்களாக்கி, ஒரு காலகட்டத்தின் விமர்சனக் குரலாக, விஷயங்களைத் தீவிரமாக அணுகுபவர்களுக்கான இசைக்குழுவாக அல்லது இதற்கு முற்றிலும் எதிராக, முராகமி `*கடற்கரையில் காஃப்கா*` நாவலில் ஓர் அடையாள உருவாக்கக் குறியீடாக `*ஓகே கம்ப்யூட்டர்*` ஆல்பத்தைப் பயன்படுத்தியிருப்பதைப் போல ரேடியோஹெட்டின் இசை மேலாடையில் ஒட்டிக்கொள்ளும் ஓர் அடையாளமாகவும் எஞ்சலாம். பாப் உலகில் எதிர்ப்பே ஒரு சேகுவேரா டி-ஷர்ட் மட்டுமே. அது அவரது துப்பாக்கியல்ல. கலவையான காலகட்டத்தில் ஓர் தனித்த இடத்திற்கான ஏக்கமும், அப்படியொரு இடமேயில்லாமல் ஓசைகள் சூழ உறங்க முடியாமல் தவிக்கும் ஏற்கனவே தன்னை ஒரு பாரனாய்ட் ஆன்ட்ராய்டாக உணர்ந்த ஒரு தன்னிலை முற்றிலுமாக மறைந்து போவது எப்படியென்று தனக்குத்தானே சொல்லிக்கொள்கிறது. அது எல்லாவற்றையும் மறுக்கச் சொல்கிறது. தான் எதனின் அங்கமும் அல்ல என்று சொல்கிறது. எதன் அங்கமுமாக இல்லாதவர்களை ஏதாவது ஒன்றின் அங்கமாக்கும் முயற்சியை புறவுலகை இயக்கும் சக்திகள் ஓயாது நிகழ்த்த, திரட்டலுக்கு எதிராக தனது இருப்பைக் கரைத்து மறைந்து போக விரும்பும் அல்லது பாடலின்படி ஏற்கனவே அந்தத் தருணத்தைக் கடந்து

போய்விட்ட ஒரு தன்னிலையே நம்மில் உருவாகியிருக்கிறது. இதன் மற்றொரு முனை விளைவே சலிப்பும். ரொலாண்ட் பார்த்தின் சொற்களில் சொன்னால், இது ஓர் ஆக்டிவ் நியூட்ரல் நிலை. விலகியிருத்தல் என்பதை எதிர்ப்பின் ஒரு வடிவமாகப் பாவித்தல்.

ரேடியொஹெட் பிரபஞ்சத்தில் இல்லாத மற்றொரு விஷயம் கடவுள். கிறிஸ்துவ சாயலை எங்கேயும் நம்மால் பார்க்க முடியாது. கிறிஸ்துவைக் குறைந்தபட்ச குறியீடாகக் கூட அவர்கள் பயன்படுத்துவதில்லை. டேவிட் போவியைப் போல (*அண்டர் பிரஸ்ஸர்* பாடல்) அன்பிற்கு இன்னொரு வாய்ப்பு கொடுங்கள் என்று பாடவில்லை. அன்பு எனும் சொல்லையே மிகக்குறைவாக உபயோகிக்கும் ரேடியோஹெட் வெறுப்பு சூழ்ந்திருக்கும் இக்காலகட்டத்திற்கான ஓர் எதிர்நிலையாக அன்பை முன்னிறுத்தும் ஒரு பாடலையும் உருவாக்கியிருக்கவில்லை. என்றாலும் அவர்களது பாடல்களின் உள்ளார்ந்த ஏக்கமாக அன்பே விரவியிருப்பதாக தர்க்க அளவுகளைத் தாண்டி உணர முடிகிறது. இது ஒரு தவறான புரிதலாகவும் இருக்கலாம்.

திருமணத்தில் ஒரு கைகலப்பு

நமது நேரத்தைத் திருடும் ஊடகப் பிம்பங்களின் வசியக் கவர்ச்சியில் கட்டுண்டவர்களாக, 24*7 சூனியக்காரிகளின் கீழிறங்கவே முடியாத எட்டடுக்கு மாளிகையின் உச்சாணி அறையில் சிறைப்பட்டிருக்கிறோம். சீனப்பொருட்களை விற்கும் கடையில் கண்ணாடித் தடுப்பிற்கு வெளியே நின்று வேடிக்கை பார்க்கும் நம்மை ரேடியோஹெட்டின் `*திருமணத்தில் ஒரு கைகலப்பு*` பாடல் திரும்பச் செய்கிறது.

`ஹிப்போகிரைட், சந்தர்ப்பவாதி
என்னை உனது விடத்தால் தொற்றாதே
சீனக் கடையில் வேடிக்கை பார்ப்பவன்
உன்னைத் திருப்பிய போது நீ அவ்விடத்தில் உறைந்து
போயிருந்தாய்`

ஊடகம் உருவாக்கும் பதட்டத்தை நாம் எதைக்கொண்டு தணிப்பது? முடிவேயில்லாமல் தனித்த நேர ஒதுக்கீடு ஏதுமின்றி ஊடகங்கள் இன்று நம்மை ஆக்கிரமித்திருக்கின்றன.

இடைவெளியில்லாத இடையீட்டை நிகழ்த்தும் ஊடகங்கள் நம்மை மேலும் மேலும் அமைதியாக்குகின்றன (Mute). நமது எதிர்வினையாக பதட்டமுறுவதைத் தவிர வேறொன்றையும் செய்ய முடிவதில்லை. பதட்டம் muted சமூகத்தின் இயல்பான எதிர்வினை.

ஊடகங்களைத் தொடர்ந்து விமர்சிக்கும் மற்றொரு பாடல் நம்மை *மைக்ஸோமிடாஸிஸ்* நோயால் தாக்குண்டவர்களாக உருவகிக்கிறது. நமது திவான்களின் கருந்துளையில் அசைவின்றி உறைந்தவர்களாக ஊடகங்களின் முன்னே அமர்ந்திருக்கிறோம். ரேடியோஹெட்டால் மைக்ஸிமிடாஸிஸ் போன்ற நோய்களைக் குறித்த சொற்களையும் பாலிஎத்திலீன் போன்ற வேதிச் சொற்களையும் பாடல்களாக்கி விட முடியும்.

ஊடகங்களை விமர்சிக்கும் அல்லது ஊடகங்கள் நமது மனவெளியில் உற்பத்தி செய்யும் உணர்வுகளைச் சொல்லும் மேலும் சில பாடல்கள் ரேடியோஹெட்டிடம் உண்டு. மைக்ஸிமிடாசிஸ் மிக உற்சாகமான இசையமைப்பு உள்ள பாடல். அதைப் போலவே `*சூனியக்காரியை எரி*` பாடலில் ஊடகங்களின் பிடியிலிருந்து தப்பிக்க நமக்கு ஒரு வழி கிடைக்கிறது. மிக அரிதாகத்தான் தாம் யார்க் நமக்கு அறிவுரைகள் சொல்லுவார், வழி காண்பிப்பார். ‘*சூனியக்காரியை எரி*’ பாடல் அப்படிப்பட்ட ஒன்றே.

`மரக்தவுகளின் மேலே செஞ்சிலுவைகள்
நீ மிதந்தால் நீ எரிவாய்
மேஜைகளில் பேசும் வெட்டிப் பேச்சு
எல்லாப் பகுத்தறிவையும் கைவிடு
கண்களை நேருக்குநேர் சந்திப்பதைத் தவிர்
எதிர்வினையாற்றாதே
தூதனைச் சுடு`

`சூனியக்காரியை எரி
சூனியக்காரியை எரி
எங்களுக்குத் தெரியும் நீ எங்கே வசிக்கிறாய் என்று
எங்களுக்குத் தெரியும் நீ எங்கே வசிக்கிறாய் என்று`

நம்மை ஊடகங்களிடமிருந்து அல்லது தகவல்களிடமிருந்து விலகியிருக்கச் சொல்லும், அவை எவற்றை விவாதிக்கின்றனவோ அவற்றை நமது உணவருந்தும் மேஜைகளில் விவாதிக்க வேண்டாமென்று அறிவுறுத்தும் இப்பாடலின் இசை, `நிலவின் வடிவிலான குளம்` ஆலபத்தின் மற்ற பாடல்களுக்கு முற்றிலும் எதிரான அமைப்பைக் கொண்டிருக்கிறது. ரேடியொஹெட்டின் வழக்கத்திற்கு எதிரானதாக உற்சாகமாக இருக்கிறது.

நாங்கள் இளம் இரத்தத்தை உறிஞ்சுவோம்

மிக மெதுவான, அதே சமயத்தில் டிப்ரஸிவான இன்னுமொரு பாடல் `நாங்கள் இளம் இரத்தத்தை உறிஞ்சுவோம்` முற்றிலும் முதலாளித்துவத்தை விமர்சிக்கும் ஒன்று. இந்தப் பாடலின் சில வரிகள் திரும்பத் திரும்ப பாடப்படுகின்றன. ஒரு குறிப்பிட்ட வரிகளை கணக்கற்ற முறைகள் பாடப்படுவதான அதாவது முடிவில்லாமல் ஒலிக்கும் தோற்றத்தை உருவாக்குவதற்காக தாம் யார்க் இவ்வாறு பாடுவதுண்டு. உதாரணத்திற்கு மேற்சொன்ன பாடலின்,

`நாங்கள் இளம் இரத்தத்தை உறிஞ்சுவோம் (16 முறை)`

`உவப்பான தசையே எங்களுக்கு வேண்டும் (8 முறை)

`எங்களுக்கு இளம் இரத்தமே வேண்டும் (8 முறை)` எனும் வரிகள் தொடர்ந்து பாடப்படுவதின் மூலம் சூழ்நிலையின் தீவிரம் நம்முள் மூள்கிறது. மகிழ்ச்சி என்பது எளிதில் விளக்கிச் சொல்ல முடியாத ஒரு நிலை. அது மொத்த மனித சமூகத்திற்கும் ஒரு காலத்தில் இருந்ததாகக் கற்பனை செய்வதே பொற்காலங்களுக்கான தனிமனித ஏக்கத்தையும், அரசியல்வாதிகளின் வாக்குகளுக்கான வாக்குறுதியையும் இணைக்கிறது. அதுகாறும் நிலவிய சமூக அமைப்புகளிலேயே புரட்சிகரமானது முதலாளித்துவம் என்கிறார் கார்ல் மார்க்ஸ். ஆனால் அதே சமயம் consumer fetishism குறித்தும் எச்சரிக்கிறார்.

ஒரு மனிதன் வெறும் நுகர்வோனாக எஞ்சுவது அவனது ஆத்மிக நிலையின் வீழ்ச்சி என்றே மார்க்ஸ் மதிப்பிடுகிறார். பத்தொன்பதாம் நூற்றாண்டின் ரொமாண்டிஸக் காற்றில் இந்தக் குரல் மாபெரும் அதிர்வலைகளை எழுப்பியிருக்கலாம். ஆனால் பிந்தை முதலாளித்துவம் என ஃபிரெட்ரிக் ஜேம்சன்

வரையறுக்கும் முதலாளித்துவத்தின் மற்றொரு கட்டத்தில் மகிழ்ச்சி சிறுசிறு பண்டங்களாக்கப்பட்டு நம்முன்னே விற்பனைக்கு வைக்கப்பட்டிருக்கிறது. மகிழ்ச்சி, விடுதலை போன்ற அரூபமான கருத்துருக்கள் சீனத் தொழிற்சாலைகள் உற்பத்தி செய்யும் பொருட்களில் அவற்றின் உருவங்களைப் பெறுகின்றன. பொருட்களின்றி நமது வாழ்விற்கென்று தனித்த மதிப்பிருக்கிறதா? மதத்திற்கு விக்கிரகங்கள் என்றால் முதலாளித்துவத்திற்கு சந்தைப் பொருட்கள்.

`ஆப்டிமிஸ்டிக்` எனும் மற்றொரு பாடல் நமது சூழலும் சமூகமும் எவ்வளவு சுரண்டலுக்கு உள்ளானாலும் நம்மை நேர்மறையாகச் சிந்திக்கச் சொல்லும் நிறுவனங்களைக் கேலி செய்கிறது.

`பெரிய மீன் சின்ன மீனை உண்ணும்
பெரிய மீன் சின்ன மீனை உண்ணும்`

எனும் பாடலின் வரிகள் முதலாளித்துவ பண்பாட்டு மதிப்பீட்டை முன்வைக்கின்றன. சமூக டார்வினிய சித்தாந்தத்திற்கு மிக நெருங்கியதாக இருக்கும் இவ்வரிகள் சிறிய மீன்களான நம்மை பெரிய மீன்கள் உண்ண விழைந்தாலும் நமக்கு ஒன்றுமே ஆகாதென்று கண்களை மூடிக்கொள்ளச் சொல்கிறது. நாமும் கண்களை மூடியவாறு மிக நேர்மறை உணர்வுள்ளவர்களாக இருக்க விரும்புகிறோம். இன்றோ, நாம் மட்டுமே நுகர்வதில்லை, நாமும் நுகரப்படுகிறோம். நமக்கான பங்கர்களைத் தோண்டச் சொல்லும் ரேடியோஹெட்டின் `இடியோடிக்` பாடல் இவ்வாறு தொடர்கிறது:

`பனி உறைக்காலம் வருகிறது
பனி உறைக்காலம் வருகிறது
என்னைத் தீயில் தூக்கி வீசு
என்னைத் தீயில் தூக்கி வீசு`

`நாங்கள் பயமுறுத்துபவர்கள் அல்ல
இது உண்மையாகவே நிகழ்கிறது`
`செல்பேசிகள் வேலை செய்கின்றன
செல்பேசிகள் கீச்சிடுகின்றன

பணத்தை எடுத்துக் கொண்டு ஓடு

அச்சவுணர்வும் அதனால் எழும் பதட்டமும் ரேடியோஹெட்டின் கலைக்கான கச்சாப்பொருட்கள். பாடல்கள் தோறும் அச்சவுணர்வைக் கட்டமைத்து அதனின்று நம்மை விடுவித்துக் கொள்ளும் வழிகளை யோசிக்கச் சொல்கிறார்கள்.

ஆ

எதிர்மறையான ஒன்று விடுதலை உணர்வை அளிக்க முடியுமா? ரேடியோஹெட்டின் எந்தப் பாடலைக் கேட்டாலும் என்னால் இந்த எண்ணத்தைக் கடக்க முடிவதில்லை. ஏறக்குறைய ஆறு ஆண்டுகள் ரேடியோஹெட் பாடல்களோடு எனது நேரத்தைச் செலவிட்டிருக்கிறேன். இந்த அளவிற்கு வேறெந்த இசைக்குழுவின் இசையையும் நுகர்ந்ததில்லை. எனினும் பல்லடுக்கு இசை அமைப்பைக் கொண்ட பாடல்கள் ஒவ்வொன்றையும் நினைவில் இருத்திவைக்கச் சிரமப்பட்டிருக்கிறேன். எளிதில் வசப்படுத்திவிட முடியாத வகையில் அமைக்கப்பட்டிருக்கும் பாடலுக்கான இசை நம்மை வேறொரு தளத்தில் வைக்கிறது. பாடல் வரிகள் உருவாக்கும் அச்ச உணர்விற்கும், பதட்டத்திற்குமான சூழலை உருவாக்கும் இசை அதன் சிடுக்குகள் நிறைந்த அமைப்பால் வேறொரு அனுபவத்தை அளிக்கிறது. அதுவே கலை செயல்படும் இடமும் கூட.

இசைக்கு நம்மை விடுவிக்கும் ஆற்றல் உண்டு என்று நாம் நம்புவதால் மட்டுமே இலக்கியம், கலை, ஓவியத்திற்கும் மேலாக நாம் இசையின்பால் ஈர்ப்பு குறையாமல் இருக்கிறோம். இசை நமது மனதில் நிகழ்த்தும் பினாமிலாஜிகல் அனுபவத்தை அவ்வளவு எளிதாக நம்மால் சொற்களில் பிரதிபலித்துவிட முடியாது. ரேடியோஹெட்டின் `மைக்ஸிமிடாஸிஸ்` பாடலை சென்னையின் சந்தடி மிக்க ஒரு தெருவில் ஹெட்போனிலும், `எண்கள்` எனும் பாடலை ஒரு விமானப் பயணத்திலும் கேட்டிருக்கிறேன். பின்னிரவிலும், அதிகாலையிலும், மாலையிலும் வெவ்வேறு ஊர்களில், வெவ்வேறு தருணங்களில் கேட்டிருக்கிறேன். காஃப்காவின் *விசாரணை* நாவல் அளவிற்கு அவை என்னை சோர்வுறச் செய்திருக்கின்றன, யுலிஸிஸை வாசித்த அளவிற்கு அவை என்னைச் சிதைவுறவும் செய்திருக்கின்றன.

இவையெல்லாம் பெரும்படைப்புகள் உருவாக்கும் மனநிலைகள். கொஞ்சமாக நீட்டித்துச் சொன்னால் உண்மை உருவாக்கும் மனநிலைகள். பாடலின் முடிவில் சோர்வும் இசை ஒலிகளால் எழும் எழுச்சியும் ஒன்றாகக் கலந்த உணர்வே எப்போதும் மிஞ்சுகிறது. ஏறக்குறைய கனவில் கட்டுண்டு கிடக்கும் நிலை. ஒரே சமயத்தில் அச்சமும் அமைதியையும் அளிக்கும் இசை. மனம் அதன் இயல்பில் கொஞ்சம் சோர்வுற்றது.

மகிழ்ச்சி என்பது புறத்தூண்டுதலின்றி சாத்தியமற்றது. ரேடியோஹெட்டின் இசை நமது மனதின் இயல்பைத் தூண்டுவதோடு, புறவயத்திலிருந்து ஒலிக்கும் இசையால் ஒரு தற்காலிக விடுதலையுணர்வை அளிக்கிறது. தொழிநுட்ப மொழியில் சொன்னால், இறுக்கத்தை உருவாக்கி அதைத் தளர்த்தவும் செய்கிறது. பெரும்பாலான பாடல்கள் எளிதான இசையமைப்பில் துவங்கி, பின் பல்லடுகுகளாக விரிந்து முடிவில் அந்தரத்தில் துண்டாகின்றன அல்லது நீண்ட outroக்களோடு (மார்னிங் மிஸ்டர். மெக்பி பாடல்) நம்மைத் தளர்த்துகின்றன. ஏறக்குறைய கால்பந்தாடுவதற்கு ஒப்பானது. துவக்கத்திலிருந்தே நம்மை இறுக்கத்தில் வைத்திருக்கும் ஒரு விளையாட்டு. ஆனால் கால்பந்தின் உள்ளார்ந்த பொருள் எளிதான ஒரு விடுதலை உணர்வே. அதுவே ரேடியோஹெட்டின் இசையிலும் தொழிற்படுகிறது.

ஐம்பதுக்கும் மேற்பட்ட பாடல்களில் மிகப்பெரும்பாலானவை மிகச்சில பொருள் குறித்தே பேசுகின்றன என்றாலும் ஒவ்வொரு பாடலின் இசையமைப்பும் விரிவான இடத்தில் வைத்து விவாதிக்கப்பட வேண்டியவை. இசை பற்றிய ஞானமிக்கவர்களால் அல்லது விற்பன்னர்களால் மட்டுமே அது சாத்தியம். ஒருசில வினாடிகளே ஒலிக்கும் ஒரு riffல் நித்தியக் காலத்திற்கும் கட்டுண்ட உணர்வை நான் அனுபவித்ததை இசை அதன் மாயமொழியில் படைத்தளிக்கும் கவித்துவத் தருணம் என்றே அழைப்பேன். தனிப்பட்ட அனுபவங்களை விவாதிக்க விற்பன்னரின் தொழில்நுட்ப மொழி தேவையில்லை. இசையைப் பொறுத்தவரையிலும் அப்படியொரு சாத்தியம் உண்டு.

யாருக்கெல்லாம் இசை தங்களது இருப்பின் தீவிரத்தை அதிகரிக்கும் ஒரு மார்க்கமாக இருக்கிறதோ, ஆழமென்ற

ஒன்றின் மீது பற்றிருக்கிறதோ அவர்களுக்கு இந்தக் குழுவைப் பரிந்துரைப்பேன். ரேடியோஹெட்டின் பாடல்களைக் கேட்பதும், அவற்றின் இசையின் பல்லடுக்குச் சிடுக்குகளின் சிலந்தி வலையில் சிக்குவதும் ரோலாண்ட் பார்த் இசையைப் பற்றிச் சொல்வதைப் போல அது ஒரு 'Drug Consciousness'.

`உண்மையினால் அழிந்து போகமலிருக்கவே நமக்கு கலை இருக்கிறது` - நீட்ஷே. ரேடியோஹெட் நமது சமகாலத்தின் உண்மைகளைப் பாடி, நம்மைச் சோர்வுறச் செய்தாலும் நாம் அழியாமலிருக்க அவர்களது இசையே ஒரு கலைப்படைப்பின் அளவில் தீராது கிடைக்கிறது. ஸ்டாயிக் தத்துவத்தின்பாலும், பௌத்த துக்க தத்துவத்தின்பாலும் ஈர்ப்புள்ளவர்கள், ரேடியோஹெட்டை பாப் இசையின் பௌத்த பிட்சுகளாகப் பார்ப்பார்கள். மேலும்…

விகடன் தடம்

சோக வனங்களும் இறந்த பெருங்கடல்களும்

பாப் இசைக்குப் பின்பான தலைமுறை பெரிதும் அமெரிக்க நாட்டார் இசைக் கலைஞராக அறியப்பட்ட ராபர்ட் ஆலன் ஜிம்மெர்மன் எனும் பாப் டிலனின் பாடல்களைக் கேட்பதை ஏறக்குறைய நிறுத்தியிருக்கும். பல்வேறு அமெரிக்க கிளாசிக் பாடல்களின் தொகுப்பான "*வீழ்ந்த தேவதைகள்*" எனும் பெயரிடப்பட்ட டிலனின் ஆல்பம் இவ்வாண்டு வெளியான போதிலும் நாற்பத்தி இரண்டு ஆண்டுகளுக்கு முன்பு வெளியான "*காலங்கள் மாறிக் கொண்டிருக்கின்றன*" எனும் ஆல்பம் எழுப்பிய சலனங்களை இசை உலகில் உருவாக்கியிருக்கவில்லை.

இவ்வாண்டு இலக்கியத்திற்காக வழங்கப்பட்ட நோபல் பரிசு ஏறக்குறைய மறக்கப்பட்டவராகி விட்ட எதிர்(ப்பு)க்கலாச்சாரத்தின் தேவதைகளில் (அல்லது கேருபீன்) ஒருவரின் மீது உலகின் கவனத்தை படியவைத்திருக்கிறது.

மார்ட்டின் லூதர் கிங்கின் கணக்கற்ற முறை சுட்டப்பட்ட "*எனக்கொரு கனவு இருக்கிறது*" எனும் உரை நிகழ்த்தப்பட்ட மேடையில் அவருடைய உரை துவங்குமுன்பாக டிலன் இரண்டு பாடல்களை இசைக்கிறார். அவற்றில் ஒரு பாடலின் தலைப்பு "*அவர்களுடைய விளையாட்டில் (நாம்)வெறும் சிப்பாய் மட்டுமே*". லூதரின் உரைக்குப் பொருத்தமான பாடல். அவருடைய உரைக்குப் பின்னணியாக கிதாரும் ஹார்மோனிகாவும்

இசைக்கப்பட்டிருந்தால் பாப் டிலனின் பாடலைப் போலவே இருந்திருக்கும். இதுவே பாப் டிலனின் முக்கியத்துவம்.

அவருடைய இசையின், பாடல்களின் பாதையும், வடிவமும் இதுவே. பொருட்களின் உற்பத்திப் பெருக்கத்தால் தொந்தரவுற்று வாழ்வின் உள்ளீட்டைத் தேடிய தலைமுறையினருக்கான பாதைத் திறப்பாக பாப் டிலனின் பாடல்கள் ஒலித்திருக்கின்றன. சே குவேராவையும், பாரிஸ் மாணவர் எழுச்சியையும், வியட்நாம் போரையும், ஹிப்பிகளையும், பீட்டில்ஸ் குழுவினரையும், நீள கார்களையும், பனிப்போரையும், மாவோவின் சிவப்புப் புத்தகத்தையும், மால்கம் எக்ஸையும் ஒருசேர சிந்தித்துப் பார்த்தால் கொந்தளிப்புகள் மிகுந்த 1960களின் அகக்கட்டமைப்பு புரியும். நாட்டார் இசையும், சமூகச் செயல்பாடும் இணைந்து செல்பவை என்று சொல்லியிருக்கிறார் டிலன்.

பல்லாண்டுகளாகத் தொடரும் நாட்டார் மரபிசையை நவீன காலத்தின் அரசியலுடனும், உரிமைகளுக்கான செயல்பாட்டிற்காகவும், தனிநபரின் தொந்தரவுக்குள்ளாகும் மனதிற்கான ஆத்மீக நம்பிக்கையோடும் இணைத்த டிலன் அந்த இதிகாசக் காலத்தின் ஒரு நாயகன். அந்நினைவுகளை மீட்டெடுத்ததே அவருக்கு வழங்கப்பட்ட நோபல் பரிசின் நேர்மறை விளைவு.

“பீட்” தலைமுறை இலக்கியவாதிகளான *வில்லியம் பர்ரோஸ், ஆலன் கின்ஸ்பெர்க்* ஆகியோருடன் தொடர் உரையாடலிலும், இணைந்தும் பணியாற்றியிருக்கிறார். டிலன் இயக்கிய “*ரெனால்டோவும் கிளாராவும்*” திரைப்படத்தில் பங்களிக்க *வில்லியம் பர்ரோஸ்* அழைக்கப்பட்டார். பர்ரோஸ் இரண்டு முறை டிலனைக் குறித்த கனவுகள் கண்டதாக சொல்லியிருக்கிறார்.

முதல் கனவு “ஜங்கி”களுக்காக டிலனைக் கொண்டு ஓர் இசை நிகழ்ச்சியும், இரண்டாவது கனவில் அத்திட்டத்தை கைவிடுவதாகவும் பதிவு செய்திருக்கிறார்.

1965ம் ஆண்டு *ஆலன் கின்ஸ்பெர்க்* டிலனை வில்லியம் பர்ரோஸிற்கு அறிமுகம் செய்து வைக்கிறார். அவர் இசைத்த நாட்டார் பாடலைக் கேட்டு கின்ஸ்பெர்க் கண்ணீர் வடித்திருக்கிறார்.

டிலனுடைய முன்னோடியான *வுட்டி கத்ரி* இரண்டாம் உலகப்போர்க் காலத்தில் இசைத்த பாடலின் தலைப்பு "இவ்வியந்திரம் பாசிஸ்ட்டுகளைக் கொல்லும்". இயந்திரமென்று அவர் சொன்னது கிதார். மாபெரும் மந்தநிலைக் காலத்தில் ஒரு செயற்பாட்டாளராக அறியப்பட்டவர் கத்ரி. டிலனின் அரசியலுணர்வு அவரைப் போன்ற முன்னோடிகளிடமிருந்தே வந்தது. டிலனின் கிதார் வியட்நாம் போர்க்காலத்தில் எதிர்ப்பரங்குகளில் ஒலித்தது. அமெரிக்க இசை வரலாற்றில் அது ஒரு தொடர்ச்சி.

எளிமையான கிதார் இசையும், ஹார்மோனிகாவும் இணைந்த டிலனின் பழைய பாடல்களைக் கேட்பவர்களுக்கு அவை கவிதை வாசிப்பை நினைவூட்டலாம். எளிமையின் அழகில் மிளிர்வதே நாட்டார் இசை வடிவம். கிறிஸ்துவுக்கு முன்பான பாணர்களின் கோட்டணிந்த உருவமே டிலன். நவீன கவிதைகளுக்கு நிகராக சில பாடல்களை எழுதியிருந்தாலும் கவிதைகளுக்கான மதிப்பை அவைகளுக்கு வழங்கினால் இலக்கிய சமரசமாகக் கூட முடியலாம். என்றாலும் வெறும் பாப்புலர் பாடலாசிரியராக டிலனை மதிப்பிடுவதும் குறைவானதே. அவருடைய புகழ்பெற்ற பாடல்களில் ஒன்றான *"It's alright Ma"* பாடலை இசையை விடுத்து தனியாக வாசித்துப் பார்த்தால் மெச்சத்தக்க கவிதைகளில் ஒன்றாகவே எந்த இலக்கிய வாசகருக்கும் தோன்றும். அப்பாடலின் ஒரு வரி: *"சில சமயங்களில் அமெரிக்க அதிபரும் ஆடையின்றி நிற்க வேண்டியிருக்கும்".*

*"கொடும் மழை பெய்யப் போகிறது" என்ற பாடலில் இருக்கும் ஒரு வரியே இக்கட்டுரைத் தலைப்பு.

இந்து தமிழ்

பாலசுப்ரமணியன் பொன்ராஜ்

இசை – தத்துவமும் அழகியலும் அதிகாரமும்

பண்பாட்டுத்தளத்தில் பழங்குடியின சமூகங்கள் முதலாக அனைத்து சமூகங்களிலும் நிலவுகின்ற பொதுமைகளில் இசையும் ஒன்று. இசை உருவாக்கமும் அதை அனுபவித்தலும் மிகப் பழமையான காலத்திலிருந்து இன்றுவரை தொடர்ந்து நிகழ்ந்துவருகிற, எவ்விதக் கல்வியும் அறிவும் தேவைப்படாத, அதனாலேயே சமூகத்தின் ஓர் அடுக்கிற்கு மாத்திரம் உடைமையானதாக இல்லாத சுதந்திரமும் கொண்டதாக உள்ளது. நவீன ஓவியத்தின் ஒரு கோட்டைக்கூட புரிந்துகொள்ள முடியாத, கவிதைகளில் ஒரு வரியைக்கூட புரிந்துணராமல் போகக்கூடிய சாத்தியங்கள் நிலவும்போது இசை, கருவிகள், அதன் நுட்பங்கள் குறித்து எவ்விதக் கவனமும் இன்றி இசையின் அழகியலைப் புரிந்துணர முடிவது கலை வடிவங்களில் சில அறிவோடும் சில ஆன்மாவோடும் உரையாடலை நிகழ்த்துபவை என்கின்ற முடிவிற்கு வர வாய்ப்பளிக்கிறது. இசை எவ்வாறு மானுட சமூகத்தின் வரலாற்றில் ஓர் அம்சமோ அதே போல இசைக் கருவிகளுள் பலவும் நூற்றாண்டுகள் வரலாறு உடையவை. பல சமூகங்களின் இசை பரிவர்த்தனைகளில் வடிவங்களை விடவும் இசைக்கருவிகள் அதிகம் கொடுக்கல் வாங்கலுக்கு உள்ளாகியுள்ளன.

இசை வடிவத்திற்கு உட்பட்டதாக இருக்கும்போது இசைக் கருவிகள் பல்வேறு ஒற்றுமைகள் இல்லாத வடிவங்களுக்கும்

பங்களிக்கும் தன்மையைக் கொண்டுள்ளதானது, கருவிகள்தான் இசை வடிவங்களை உற்பத்தி செய்திருக்க முடியும் எனும் முடிவிற்கு நம்மை நகர்த்துகிறது. கருவி ஒன்று புதிதாகக் கண்டுபிடிக்கப்பட்டால் புதிய வடிவங்களை உருவாக்க முடியுமா என்பதும் எளிமையாக பதில் அளிக்கின்ற வகையில் இல்லை. எனினும் மின் கிதாரை உருவாக்கியது ராக் இசை வடிவத்தின் தோற்றத்திற்கும் வளர்ச்சிக்கும் உதவியது. இன்று மின் கிதாரின் பங்களிப்பில்லாமல் போகும்போது ஒரு பாடலை நாம் ராக் பாடல் என வகைப்படுத்த முடியாது. இசை வடிவங்களை வகைமைப்படுத்துவதில் கருவிகளும் கவனத்திற்குரியதாக உள்ளது.

வடிவங்களைச் சார்ந்திராதவை

இசைக்கருவிகள் ஆயினும் வடிவங்கள் கருவிகளை சார்ந்துள்ளன *(Instruments are form independent but music forms are instrument dependent).* இசைக்கருவிகள் தேவையில்லாத பாடல் வடிவங்களும் உண்டு என்றாலும் பாடல்களின் வெறுமையை - ஒருவகையில் பேசுவற்கான மொழியின் வார்த்தைகளைப் பாடுவதற்காக உபயோகிக்கும் போது நேரும் கடினத் தன்மையை இலகுவாக்குவதும், மொழியின் வெற்றிடத்தை நிரப்புவதாகவும் இசை உள்ளது. மொழி அதன் பேச்சுக்கான தன்மையிலிருந்து விடுபட்டு பாடுவதற்கானதாக மாறும்போது மாத்திரை மாற்றங்கள் நிகழ்கின்றன. ஒருவேளை இந்த மாத்திரை மாற்றங்கள்தான் இசை வடிவங்களின் மூலமோ என்னவோ? ஒரு சொல் அதன் மாத்திரை அளவை குலைப்பதின் மூலம் பாடுவதற்குரிய வடிவத்தை அடைவது போலத்தான் ஓர் ஒலி அதன் கால அளவைக் குலைப்பதின் மூலம் இசையாக வாத்தியங்களில் ஒலிக்கிறது. ஒலியிலிருந்துதான் மொழியும், இசையும் பிறக்கின்றன என்றாலும் மொழி பாவிக்கப்பட்டு எழுகின்ற உணர்வுகளும் இசை உண்டாக்குகிற உணர்வுகளும் வேறாகவும் தோன்றுகின்றன.

இசையனுபவம் என்பது சமயங்களில் கருத்துக்களால் சுட்டிவிட முடியாத வெளியை ஏற்படுத்தி விடுகிறது. வாக்கியங்கள் பேசப்பட்டோ, எழுதப்பட்டு வாசித்து முடித்த உடனோ எதிர்வினைகளை எண்ணங்களில் உருவாக்கி விடுகிறது.

ஒருவேளை அதற்கான எதிர்வினையை வெளிப்படுத்த முடியாமல் போவதில் தொடர்புச் சிக்கல் இருக்கலாம். ஆனால் இசையனுபவம் நேரடியாக மனதில் உணர்வு நிலைகளை உருவாக்கி விடுகிறது. இவ்வித உணர்வு நிலைகளுக்கான எதிர்வினையை மொழியின் துணையின்றிக் கூட நிகழ்த்த முடியும். பெரும்பாலும் இது மௌனத்தால் கூட சாத்தியமாகிறது. இசைக்கான எதிர்வினையாக மௌனம் இருந்தாலும் இசையின் நோக்கமே மௌன வெளியை உற்பத்தி செய்வதாகவும் கருதலாம். இசைக்கு எந்தவித நோக்கங்களும் இல்லை. வெளிப்பாடு, அனுபவித்தல் போன்ற கட்டுப்பாடுகளும் அற்றது. மேலும் இசையனுபவம் என்பது இசையைக் கட்டுப்படுத்த முடியாததும் கூட. வடிவம் ஒன்றைத் தவிர அதற்கு எவ்வித கட்டுப்பாடுகளும் கிடையாது. அதன் கருத்துரு எதுவாக வேண்டுமானாலும் இருக்கலாம். இசையும்

அதிகாரமும் குறித்து பின்னர் விவாதிக்கலாம். சில சமயம் இசை எவ்வித அர்த்தங்களும் இல்லாததாகவும் இருக்கலாம். மொழிக்கு அப்பாற்பட்ட உணர்வுநிலைகளும் இருக்கும் சாத்தியங்கள் உண்டு என்பதை இசை மட்டுமே நிரூபிக்கிறது.

சமயங்களில் இசை, உணர்வு நிலையை உணர்ந்துகொள்வதற்கும், அந்த நிலைகளைப் புரிந்துகொண்டு மொழியின் மூலம் வெளிப்படுத்துவதற்குமான கால இடைவெளியில் மையம் கொள்கிறது அல்லது அந்தக் கால இடைவெளியில் உணர்வு நிலையை மொழி வரை கடத்துவதற்காகவும் உதவுகிறது.

அர்த்தமற்ற வெளியை காலத்தின் பொருள்மைய (Meaning Centric)தருணங்களில் உருவாக்குகிறது இசை. ஒரு குறிப்பிட்ட வரலாற்றுக் காலகட்டத்தில் கேட்கப்படும் இசை அதன் அர்த்தத்தை அடையாளப்படுத்துவதாக இருந்தாலும் அந்த தருணத்தில் இசை உருவாக்குகின்ற வெளி அனுபவ நிலைகளை காலத்திலிருந்து பிரித்துவிடுகிறது. சிலசமயம் வரலாற்றுக் காலகட்டத்தின் அடையாளமாகவும் இசை இருக்கிறது. வரலாறு முடிவுக்கு வந்துவிட்டது, அறிவியல், தத்துவத்தின் இடத்தை எடுத்துக் கொண்டுவிட்டது, இனி தத்துவத்திற்கு இருப்பதெல்லாம் மொழிச்சிக்கல் மட்டுமே என விவாதிக்கப்படுகிற காலத்திலும் கூட இசை இன்னும் கூட அதன் வசீகரம் குன்றாததாக உள்ளது. சிலசமயம் இலக்கியம் கூட சலிப்பை உண்டாக்கிவிடுகிறது.

இசையின் அழகியல் அது உருவாக்கும் மனநிலைகளையும் சித்திரங்களையும் கடந்து அதன் நுடபங்களால் பயிலப்படு கிறதாகவும் இருக்கிறது. இசைத்துண்டை கேட்பது, அது எழுப்பும் உணர்வு நிலைகளை தியானிப்பது என்பது இசையின் அழகியலை தோற்றப்படுத்தினாலும் அதன் வடிவ நுட்பங்களை அறிந்துகொள்வதன் மூலம் – முறையான (முறையற்ற) பயிற்சி உதவியுடன் – அதன் அழகியல் வேறொரு அல்லது பல்வேறு தோற்றங்களை உருவாக்கிவிடுகிறது. நுட்பங்களை அறிந்துகொள்வது இசை கேட்பதற்கு கட்டாயமான முன்பயிற்சி இல்லை எனினும் நுட்பமறிந்து கேடகப்படும் இசை அதன் வெளிப்புற மற்றும் அகவயப்பட்ட அழகியல் கூறுகளையும் அறிய உதவும். அனுபவிப்பதோடு முடிந்துவிடாமல் அறிந்துகொள்வதற்குமான வாய்ப்பை இசை வடிவங்கள் அளிக்கின்றன. இந்நிலை இசையை அறிவு என்பதாகவும் மாற்றுகிறது.

இதுவே இசையிலும் இரண்டு பிரிவுகளை ஏனைய கலைகளைப் போலவே உருவாக்கிவிடுகிறது. கலையின் முதன்மை நோக்கமான அதனை அனுபவிப்பது, கலை அறிவாகும் மாறும் இடத்தை நோக்கி நகர்வது இரண்டுமே இசையிலும் சாத்தியமாகின்றன. இசையை அறிவாக அணுகுதல் கோட்பாடுகளையும், விமர்சனங்களையும் உருவாக்குகிறது. இது மற்ற கலைகளுக்கும் இசைக்கும் இருக்கும் பொதுவான கலையின் நோக்கம் மற்றும் எல்லையைத் தாண்டிய இன்னொரு பரிமாணம். அறிவும் கலையும் மனித இருப்பின், இயங்கியலின் இரு வெளிப்பாட்டு வடிவங்கள். இதில் கலை மட்டுமே தீவிர சிந்தனையிலிருந்து முளைக்க வேண்டிய நிலைமை இராதது. ஒருவகையில் கலை அறிவுக்கு எதிரானது.

கலை உருவாக்கும் அனுபவம் அறிவு உருவாக்கும் வெளிப் படையான, முடிவான பதில்களுக்கும் அப்பாற்பட்டு உண்மைத்தன்மை, அதன் நிரூபணம் போன்ற தேவைகள் இல்லாதது. அறிவென்பது உண்மைத் தன்மையால் கட்டுப்படுத்தப்படுவதாக இருக்கும்போது கலை கற்பனை வழங்கும் சுதந்திரத்தை – அதுவே மனித மனத்தின் ஆதாரங்களில் ஒன்றாகவும், எண்ணங்களால் எளிதாக உருவாக்கக் கூடியதாகவும் உள்ளது – மிக சுலபமாக உபயோகிக்கிறது.

அறிவுசார் துறைகளில் நிகழும் பரிசோதனைகளுக்கு இணையாககலைகளிலும் பரிசோதனைகள் நிகழ்கின்றன. இந்தப் பரிசோதனைகள்தான் கலையின் இயங்கியலாகவும், புதுப்புது அழகியல் விதிகளையும் உருவாக்குவதாகவும் உள்ளது. கலை மனித மனத்தின் அடிப்படைகளுக்கு நெருக்கமானது. இசை கலை வடிவங்களில் இன்னும் மனதுக்கு நெருக்கமானது.

அழகியல் இசையைப் பொறுத்தவரை அதன் நுட்பங்களின் சிக்கலான அமைப்பால் (Complexities) உருவாகிறது. எவ்வளவுக்கு எவ்வளவு சிக்கலானதாக அதன் நுட்பங்கள் அமைகின்றனவோ இசையின் பரிமாணங்களும் விரிவடைகின்றன. ஒரு படிமத்தை உருவாக்க இசை அதன் அமைப்பில் சிக்கல்தன்மையைக் கொண்டிருக்க வேண்டியிருக்கிறது. இசையின் நுட்பங்கள் கூடக்கூட அந்த வடிவங்களின் அழகியலும் விரிவடைகிறது.

இசை அடையாள உருவாக்கத்திலும் பங்கு வகிக்கிறது. சமூகத்தில் நிலவுகின்ற வகுப்புகளின் பண்பாட்டு அடையாள உருவாக்கத்தில் இசையும் ஒரு கூறாகும். இங்கிருந்துதான் இசையும் அதிகாரமும் குறித்துப் பேச வேண்டியுள்ளது. இசை அதன் வடிவ சாத்தியங்களாலும் நுட்பங்களாலும் வகுப்புகளின் அடுக்கில் மேல்கீழ் பாவிப்பிற்கு உள்ளாகிறது. செவ்வியல் மற்றும் நுட்பங்கள் நிறைந்த இசை மேல்வகுப்பினரால் பாவிக்கப்படுவதோடு ஒவ்வொரு வகுப்பும் தங்கள் அடையாளங்களை வெளிப்படுத்துவதற்கும் பயன்படுத்தப்படுகிறது.

தனிநபர்களின் இசை இரசனையிலும் நுட்பங்கள் நிறைந்த மற்றும் செவ்வியல் இசை நோக்கிய நகர்வே இரசனைத் தேர்ச்சியாகவும் இசையில் மேல்நோக்கிய வளர்ச்சியாகவும் பார்க்கிற பார்வை நிலவுகிறது. ஓர் இசை வடிவத்தை பாவிப்பது சுதந்திரத்தின் அடையாளமாகவும், அதிகாரத்திற்கு எதிராகவும் இருந்திருக்கிறது. இசை வடிவங்கள் அதிகார எதிர்ப்பு, அதிகார உருவாக்கம் இரண்டிற்கும் பங்களிப்பதாக இருந்தாலும் இசையை அதிகாரத்திலிருந்து பிரித்தும் பார்க்க முடியும். இசை உருவாக்கம், விநியோகம், பரவலாக்கத்தில் நிலவும் அதிகாரம் இசையையும் பண்டமாக மாற்றிவிடுகிறது. இசை உருவாக்கம்

அதிகாரத்திலிருந்து வெளியே இருக்கலாம் ஆனால் அதன் விநியோகமும், பரவலாக்கமும் முழுக்க முழுக்க அதிகாரம் சம்பந்தப்பட்டது. அதிகாரத்தால் கட்டுப்படுத்தப்படுவது, இசை பண்டமாக மாறுவது, பழங்குடியினர் அல்லாத சமூகங்களிலேயே நிகழ்கிறது. நாகரிக சமூகங்களில் இசையும் அதிகாரத்தால் கட்டுப்படுத்த முடிகிறவற்றில் ஒன்றாக உள்ளது. அதுவும் நிலவுகின்ற நுகர்வுமய உலகில் இசை கலைவடிவம் என்பதைக் கடந்து பண்டம் எனும் அளவில் உருவாக்கத்திற்கு பதிலாக உற்பத்தி செய்யப்படுவதாக மாறிவிட்டது. இங்கே பழங்குடி மற்றும் கிராமிய வாழ்க்கை முறை மற்றும் நாகரிக, நகர்ப்புற வாழ்க்கை முறை என்கின்ற எதிர்மைகளுக்கு இசையும் உள்ளாகிறது. நம் காலத்தின் அதிகாரம் கிராமப்புற வாழ்க்கை முறையைக்கூட நாகரிகத்திற்கு வெளியே நிறுத்திவிட்டது தனித்து பேசப்பட வேண்டிய விஷயம். ஆனாலும் கிராமப்புறங்களில் நிலவும் இசை வடிவங்களும், இசை உருவாக்கங்களும் பாவிக்கப்படுவது, அதிகாரம் பரவலாக்குகிற இசை வடிவங்களால் சிதைவுக்குள்ளாவது கிராமிய வாழ்க்கை முறையின் சிதைவுக்கும் அடையாளக் குழப்பங்களுக்கும் உதாரணமாக எடுத்துக்கொள்ள முடியும். இன்று நகரங்களில் அடையாளங்களை உருவாக்குவதில் இசை எவ்விதப் பங்கு வகிக்கிறதோ அதே அளவிற்கு கிராமங்களிலும் வகிக்கிறது.

மலைகள்.காம்

நெளிக்கோடுகளும் அசையாப் புள்ளிகளும்

நாம் செயல்பட முடிகிற எல்லைக்கு வெளியே ஓர் உலகமே (பெரும்பாலும் நமக்கு எதிராகவே) இயங்கிக் கொண்டிருக் கிறதென்பதை மிக விரைவில் உணர்வது மனச்சமாதானத்திற்கான எளிய வழி. சில பொருளில்லாத தருணங்களுக்குப் பிறகு நான் எனக்காக ஏற்படுத்திக்கொண்ட ஒரு விதி *FAT*. உதாரணத்திற்கு, பாரத வங்கியின் ஏடிஎம் அட்டையை முதலில் தென்படும் வேறெதாவது வங்கியின் இயந்திரத்தில் நுழைப்பதைத் தவிர்த்து பாரத வங்கியின் ஏடிஎம்மைத் தேடிப் பிடித்தால் அவ்வியந்திரம் மலரிதழ்களைப் போலத் தூவப்பட்ட

காகிதக் குப்பைகளுக்கு நடுவே பிணமாகியிருக்கும். முடிந்தால் கேமராவைப் பார்த்துவிட்டு அதற்கு ஓர் உதை கொடுக்கலாம் அல்லது அதன் அம்மாவைத் திட்டலாம். இரண்டிற்குமே அது அசைந்து கொடுக்காது. தனது கடமையைக் கண்ணாகச் செய்வதில் மார்வாடிகளுக்கு ஒப்பானது. அன்றாட வாழ்க்கைக்கான விதிகளை உருவாக்கிக்கொள்வதற்கு ஆராய்ச்சிகள் எதுவுமே தேவையில்லை. எனது விதியை விவரிக்கிறேன்.

FAT: First Availablity Theory

தவறுதலாக *Fist Availablity* என வாசித்துவிட வேண்டாம். இவ்விதி எளிமையானது. நாம் ஒரு செயலைச் செய்ய நினைத்தால்

அதற்கான முயற்சியின் துவக்கத்திலேயே கிடைக்கக்கூடிய வாய்ப்பைப் பயன்படுத்திக் கொள்வது. ஆனால் இது நூறு சதவீதம் வெற்றிகரமானதென்பதற்கு நான் உத்திரவாதமளிக்க முடியாது. ஒரு சட்டையின் மீது கவனம் குவிந்து பின் வெகுநேரம் தேடிச் சலித்து கவனத்திலிருக்கும் சட்டையை வாங்குவதற்கு ஒப்பானது.

மலைகள் இணைய இதழுக்கு ஒரு பத்தி எழுதுவதென்று ஒப்புக்கொண்ட பிறகு எங்கிருந்து துவங்குவதன்று அதிகமும் யோசிக்காமல் இப்பத்தியை எழுத அமர்ந்திருக்கும் வேளையில் ஒலிக்கும் EDM எனப்படும் மின்னணு நடன இசையிலிருந்து துவங்கிவிடலாமென்ற முடிவை எட்டியதற்கு மேற்சொன்ன என்னுடைய சொந்தத் தியரியதைத் தவிர வேறொரு காரணமுமில்லை.

டெட்மவுஸின் (DeadMou5) *அவரிசியா* எனும் இசைத்துண்டு ஓடிக்கொண்டிருக்கிறது. ஆனால் டெட்மவுஸிற்கு வருவதற்கு இரண்டு மூன்று மாதங்களுக்கு முன்பே, *டஃப்ட் பங்க்* (Daft Punk) இசையமைத்த *Tron: Legacy* திரைப்படத்திற்கான இசையைக் கவனித்த பிறகு மின்னணு இசையைக் கேட்கத் துவங்கியிருந்தேன். என்ன ஓர் ஆரம்பம். சோர்வுற்ற நாளின் தலையில் தண்ணீரை ஊற்றிச் சிலிர்க்க வைத்து, உடையும் நிலைக்கு உற்சாகத்தை உயர்த்திய இசை. பாடலுடனும், வெறும் இசைக்கோர்ப்பாகவும் மின்னணு நடன இசை படைக்கப்படுகிறது. டஃப்ட் பங்க் இசையமைத்து பேரல் வில்லியம்ஸ் (Pharrel Williams) பாடிய "*கெட் லக்கி*" பாடலில் இருந்தே துவங்கியது நன்றாக நினைவிருக்கிறது. ஆனால் அது ஒரு பாப் பாடலைப் போன்றிருக்கும். கறுப்பர்களின் முகத்திலிருக்கும் வசீகரத்தால் நாம் ஈர்க்கப்பட்டால் வசீகர வெள்ளை முகங்களும் கூட பின்னுக்குப் போய்விடும். அப்படியொரு முகம் வில்லியம்ஸிற்கு. வாயை இறுக்கமாக மூடினாலும் புன்னகைக்க வைக்கும் முகம்.

மின்னணு இசையின் மூலகங்கள் ஆச்சரியமானவை. Kraftwerk எனும் ஜெர்மானிய இசைக்குழுவினர் அல்லது ஜியார்ஜியோ மோரடோர் ஆகியோரிடமிருந்து துவங்குவதாக என்னால் முடிவுக்கு வரமுடியவில்லை. நாம் அறுதியிட்டுக் கூறமுடியாத ஆரம்பநிலை முயற்சிகளும் தொடர்ச்சியும் ஜாஸ் இசைக்காலத்திலிருந்தே துவங்கிவிட்டதாக மின்னணு இசைக்கருவிகளின் வரலாறு

சொல்கிறது. *ஹென்றி கோவெல்* எனும் இசைக்கலைஞரும், *லியோன் தெரெமின்* எனும் இரஷ்யரும் இணைந்து Rhythmicon எனும் முதல் டிரம் மெஷினை உருவாக்கிய வருடத்தில் காந்தி உப்பு சத்தியாகிரம் செய்துகொண்டிருக்க, முதல் தமிழ் டாக்கியான காளிதாஸ் தென்னிந்தியாவில் தயாரிக்கப்பட்டது. டிஸ்கோவும் மின்னணு நடன இசையும் ஒட்டியே வளர்ந்தவை. *டோனா சம்மர்* பாடிய *ஹாட் ஸ்டஃப்* பாடலுக்கான இசை *ஜியார்ஜியோ மோரடோர்.* டிஸ்கோ இசைக்கு கச்சிதமான உதாரணம் இப்பாடல். இருவரும் சேர்ந்து பணியாற்றிய நாட்களில் டோனா பாடிய "*ஐ ஃபீல் லவ்*" *(1977)* பாடலே மின்னணு நடன இசையின் சரியான தொடக்கம் என்கிறார் ஜியார்ஜியோ. ஆனால் Kraftwerk குழுவினரின் *ஆட்டோபான், டிரான்ஸ் யூரோப் எக்ஸ்பிரஸ்* ஆல்பங்கள் இதற்கு முன்பே வெளியாகியிருக்கின்றன. அதிலும் ஆட்டோபான் *(1974)* ஆல்பத்தின் இசை நேற்றுதான் இசைக்கப்பட்டதைப் போலிருக்கும். இன்னுமொரு ஐம்பது ஆண்டுகள் கழித்துக் கேட்டாலும் இதே உணர்வுதான் எழக்கூடும். நிச்சயமாக ஒரு *T-800* எதிர்காலத்திலிருந்து ஒலிகளைச் சேகரித்து அவர்களுக்கு அளித்திருக்க வேண்டும்.

ரஹ்மானின் சில இசைக் கோர்வைகள் Kraftwerkன் பாதிப்பில் எழுந்தவையாக ஊகிக்க முடிகிறது. டஃப்ட் பங்க்கின் "*டெக்னலாஜிக்*" பாடலையும் அவர் எந்திரன் திரைப்படத்தில் பயன்படுத்தியிருக்கிறார். ஜியார்ஜியோ நடன இசைக்கு வழிவகுத்தவர் என்று ஒப்புக்கொண்டால் Kraftwerkஐ தாராளமாக மின்னணு இசையின் செவ்வியல் மூதாதை எனலாம். அவர்களுடைய ஆல்பங்கள் இன்றும் கூட புத்துணர்ச்சியுடனிருக்கின்றன. டஃப்ட் பங்க்கின் இசையை விட எனக்கு இவர்களைக் கேட்பதே பிடித்திருக்கிறது.

பௌத்தர்கள் மந்திரம் ஓதுவதைப் போன்றொரு Meditative Quality *ஆட்டோபான்* ஆல்பத்திலிருக்கிறது. பறவைகள் கூட்டமாக நிலம் நோக்கிச் சரியும் சாயங்காலத்தின் அலையடிப்பையும், உயர எழும் கட்டிடங்களின் ஒழுங்கையும் மின்னணு இசை அளிக்கிறது. வெறும் நான்கைந்து மின்னணு கருவிகளைக் கொண்டு வெவ்வேறு இசை ஒலிகளைக் கோர்த்து விதவிதமான இசைக்கோர்ப்புகளையும் பாடல்களுக்கான இசையையும் எப்படி

தொடர்ந்து உருவாக்க முடிகிறதென்று எனக்கு ஆச்சரியமாகவே இருக்கிறது. பல்வேறு இசைக்கருவிகளின் கலவையான தமிழ் சினிமாப் பாடல்களின் இசையைக் கேட்டு வளர்ந்த எனக்கு மின்னணு கருவி இசையின் விரிவடையும் கற்பனை வியப்பளிக்கிறது. *Nothing will be endless.* ஆனால் வாழ்வைப் போலத்தான் இசையும் நம்மால் புரிந்துகொள்ள முடியாத வெளிகளில் இயங்கிக்கொண்டிருக்கிறது. என்னைப் போலவே சில சொந்த தியரிகள் உள்ள ஒரு கதாபாத்திரத்தை *Arturo Perez-Reverte* நாவலொன்றில் சந்தித்தேன். தீவிர இலக்கிய வகை நாவல் அல்ல. ஷெர்லாக் ஹோம்ஸின் தந்தையின் மீது உங்களுக்கு ஆர்வமிருந்தால் அல்லது ராபர்ட் லூயி ஸ்டிவென்சனின் "லாங் ஜானை"[1] உங்களுக்குப் பிடித்திருந்தால் இந்நாவலும் உங்களுக்குப் பிடிக்கும். *நாட்டிகல் சார்ட்* எனும் அந்நாவலின் பாத்திரம் *Coy* சில சொந்த தியரிகளை உற்பத்தி செய்வான்.

அவற்றில் ஒன்று: *LBTAFFD: Law of Buttered Toast Always Falls Face Down.* இங்கே இதனை அளிப்பதற்காக வாசிக்கையில் ஒருவேளை இக்கட்டுரையைத்தான் இது குறிக்கிறதோ என்கிற சந்தேகத்தோடு...

1 லாங் ஜான் – டிரஸர் ஐலண்ட் நாவலின் ஒரு பாத்திரம்.

டஃபேட் பங்கின் டெக்னோலாஜிக் பாடலும் Kraftwerkன் தி ரோபோட்ஸ் பாடலும் ரஹ்மானின் எந்திரன் திரைப்பட இசையில் பயன்படுத்தப்பட்டதாக உணர்கிறேன்.

மலைகள்.காம்

மெட்டீரியலிஸ்ட்டுகளின் ஆன்மா

Just an attention to the activity of the sounds - John Cage

வசந்தத்தின் உள்வெடிப்பை ஓர் அனுபவமாகக் கடத்த முனையும் இகோர் ஸ்ட்ராவின்ஸ்கியின் 'Rite of Spring' இசைக்கோர்வையை ஒரு மெடீரியலிஸ்ட் அவருடைய தத்துவார்த்தப் பின்புலத்தோடு எப்படி அணுகுவார் என்று எனக்கு எப்போதுமே ஒரு கேள்வி உண்டு. போர்க்காலங்களின் ஒழுங்கின்மையை உட்பொதிந்ததே வசந்தம் எனும் எண்ணத்தை உருவாக்கக் கூடியது மேற்குறிப்பிட்ட இசைக்கோர்வை. நவீன இசை தன்னைப் பெருக்கிக்கொள்வதற்காக மின்சாரத்தைப் பயன்படுத்திக் கொண்டது. நம்முடைய இசை நுகர்வே மின்சாதனங்களின் வாயிலாகக் கிடைத்தது. நவீன இசை பாப்புலர் கலாச்சாரத்தின் அங்கமாகவும் அதன் இயங்கு விசைகளில் ஒன்றாகவும் இருக்கிறது. ஓர் இசைத்துணுக்கின் அல்லது விரிவான இசைக்கோர்வைகளில் நிகழும் இயக்கமும், அசைவும், அறுந்து போதலும், தொடர்ச்சியும், இணைப்பும், சுழற்சியும் ஒரு கண்ணியாகச் செயல்படுகிறது. அக்கண்ணியில் நமது பிரக்ஞை அகப்பட்டு மீள முடியாமல் சரணடைந்து, அவ்வாறு உணர்ந்ததும் மீள எத்தனிக்கிறது. கலாச்சாரம் உருவாக்கி வைத்திருக்கும் எல்லைகளுக்குள்ளாக நின்று இசையைக் கேட்கின்ற ஒருவருக்கு அந்நியமான ஒலிகளின், வடிவங்களின் மீது பரிச்சயமின்மையால் எழும் ஒவ்வாமை இசை கேட்கும் சமயத்தில் நமது பிரக்ஞையின் வாளாகச் செயல்பட்டு நமக்கும்

அவ்விசைக் கோர்வைக்குமாக எழும் தற்காலிகப் பிணைப்பை வெட்டிவிடுகிறது. நாம் வெளியேறி விடுகிறோம்.

பிடிவாதமாகவோ, பரிச்சயத்தின் காரணமாகவே நாம் அதனுள் தங்கினால் நமது பிரக்ஞை முதலில் ஓர் உலுக்கலுக்குத் தயாராகி பின்பு அதன் அதிர்வுகளை அனுமதித்தோ அல்லது மறுத்தோ எதிர்வினையாற்றுகிறது. நாம் அதனோடு நேர்மறையாக அல்லது எதிர்மறையான உறவைப் பேணத் துவங்குகிறோம். அமைதி, ஓசை என்கிற இரண்டு எதிர்நிலைகளை உள்ளடக்கிய இசை உணர்வுகளைக் கட்டியெழுப்புவதையும், பிரதிபலிப்பதையுமே நோக்கமாகக் கொண்டதென்ற பொதுமைப்படுத்தல் உண்மையற்றது. மாறாக உணர்வுநிலைகளைக் குலைப்பதையும், சீரற்றுப் போகவும் செய்கிறது. சில சமயங்களில் எவ்வித உணர்வையும் எழுப்பாமல் (கலாச்சாரத்தைக் கருத்தில் கொள்ளாமலேயே) வெறுமனே கடந்துபோகிறது. External ஆக ஓர் இசைக்கோர்வையை நாம் வெளியேதான் நிற்கிறோம் என்கிற உணர்வோடு அணுகுவதற்கும் உள்ளிருந்து (Internal) அதனை நம்மீது வினையாற்றிக் கடந்து போவதற்கு அனுமதிப்பதற்கும் உள்ள இடைவெளியே குறிப்பிட்ட இசை நமக்கு விருப்பமானதாகவும், விருப்பமற்றதாகப் போவதற்கான காரணமாக இருக்கிறது.

நமது அனுபவக் குவியலின் ஒரு கண்ணாடியை அணிந்துகொண்டு, அறிவின் துலாக்கோல்களைக் கையிலெடுத்து ஓர் இசைக் கோர்வையோடு நம்மைப் பிணைத்துக்கொள்ளத் துவங்கினால் நாம் எப்போதுமே இசைக்கு அந்நியமானவர்களாகும் சாத்தியமும் உண்டு. முதலில் நாம் ஞாபகத்தையும், அறிவையும் ரத்து செய்துவிட்டு இசையை அணுகினால் அதன் மூலச்சாரத்தை நெருங்கிவிட முடியுமென்று நம்புகிறேன். ஆனால் நமது பிரக்ஞையே ஞாபகத்தாலும், அறிவாலும் கட்டமைக்கப்பட்டிருக்க நம்மால் ‘மெய் மறந்து’ போகின்ற நிலையை எட்ட முடிவதில்லை. அதனையும் மீறி நம்மை அந்நிலையை எட்டச் செய்வதே ஒரு மிகச்சிறந்த இசையாக உள்ளது. அது கலாச்சாரங்களின் இடைவெளிகளை இல்லாததாக்கி எல்லைகளால் பிரிவுபடாத ஓர் உலகில் நம்மை நிறுத்துகிறது. நாம் கேட்கும் திறனுள்ள ஓர் உயிரியாக ஒலி உடலின் பல்வேறு அசைவுகளைப் ‘பார்க்கிறோம்’. இதுவெல்லாம் பழைய அணுகுமுறையாக இருக்கலாம். ஆனால்

ஒருவித கலாச்சாரத் தாழ்வு மனப்பான்மையுள்ள நமக்கு உலகளாவிய இசையை அணுகுவதில், நிகழ்ந்துள்ள மாற்றங்களை, செலுத்தப்பட்டுள்ள சிந்தனைகளை உள்வாங்கிக்கொள்வதிலுள்ள சிக்கல்கள் நம்மை மேலும் அதனின்று விலக்கி வைக்கின்றன. மாறாக சிறிய அனுபவமே நமது கலாச்சாரத்திலுள்ள இசை குறித்து போதாமையுணர்வையும், கல்விப்புலத்திலுள்ள பற்றாக்குறையையும் வெளிப்படுத்துவதாக அமைகிறது. இதன் பக்க விளைவு நமது கலாச்சாரத்திலுள்ள இசையிலிருந்து நாம் தள்ளிப்போவதோடு உலகளாவிய இசையையும் வியப்பின் காரணமாக தூரத்தில் வைக்கிறோம். இந்த இரட்டை விலகல் நம்மை எங்கேயும் ஒட்டாதவர்களாக்கி விடுகிறது. கால்களும் இல்லாமல் சிறகும் இல்லாமல்.

ஒவ்வொரு காலகட்டமும் குறிப்பிட்ட இசை ஒலிகளை தனது தனிச்சிறப்பான அடையாளமாக உருவாக்குகிறது. அப்படித்தான் மேற்கு இசையை அதன் நாகரிகத்தின் நகர்வோடு இணைத்து புதுப்புது வடிவங்களை ஒன்றை மறுத்தோ அல்லது அதனைத் தொடர்ந்தோ பிறப்பிக்கிறது. நாம் தேங்கிக் கிடப்பதாக உணர்வதை சினிமா இசை சரிசெய்து விடுகிறது எனறாலும், சினிமா இசை ஒரு முழுமையான இசை அனுபவமல்ல.

ஜாஸ் அல்லது சிம்பொனி?

ரொமாண்டிசிஸம், எதிர்காலவாதம், கன்ஸ்ட்ரக்டிவிஸம் ஆகியவற்றின் காலம் ஓடி முடிந்தும், ஜாஸ் அல்லது சிம்பொனி? என்கிற கேள்விகள் விவாதிக்கப்பட்டும், பிரம்மாண்டத்திற்கான மேனியாவின் பின்விளைவாக கலைஞர்களின் பிரக்ஞை இடதுசாரி சூத்திரங்களிலிருந்து விலகி அரசியல், சமூக காரணங்களுக்காக எளிமையாக்கம், பாப்புலிசம், நாட்டாரியலைத் தேர்ந்துகொண்டதென்று ஸ்ட்ராவின்ஸ்கி இரண்டாம் உலகப்போரின் துவக்க வருடங்களில் சொன்னார்.

அவருடைய உரையில் குறிப்பிட்ட அதிகாரப்பூர்வ சோவியத் இதழொன்றில் வெளியான ஒரு கருத்து இப்படியிருக்கிறது:

Here we have the "Symphony of Socialism". It begins with the Largo of the masses working underground, an Accellerando corresponds to the subway systmem; the Allegro in its turn symbolizes gigantic factory machinery and its victory over nature. The Adagio represents the synthesis of Soviet culture, science, and art. The Scherzo reflects the atheletic life of the happy inhabitants of the Union. As for the Finale, it is the image of the gratitude and the enthusiasm of the masses.

ஸ்ட்ராவின்ஸ்கி இதை ஒரு ஜோக் என்று புறம் தள்ளுவதோடு "A complete disorientation in the recognition of the fundamental values of life" என்கிறார். கம்யூனிஸ பரிசோதனை ஒரு புதிய மனிதப் பிரக்ஞையை எழுப்ப முனைந்ததன் அடையாளமே மேற்சொன்ன பரிந்துரை. ஒருவகையில் கம்யூனிஸ்ட்டுகள் மனிதப் பிரக்ஞையைத் திரட்டி, அவர்கள் வெட்டிய வாய்க்கால்களின் வழியாகப் பாய்ச்சிவிட முடியுமென்று நம்பியதன் விளைவே மனித இனத்தின் மாபெரும் பரிசோதனை. நாஜிக்களின் இசைக் கருத்தாக்கங்களையும் வாசிக்க வேண்டும். அவை இதனைவிட இன்னும் நகைச்சுவையாக இருக்க வாய்ப்புகள் அதிகம். இசையை அரசியல், சமூகவியல் ரீதியாகவும் அணுகுவதற்கான வாய்ப்புகளை இசை வடிவங்களின் தோற்றமும், வளர்ச்சியும் உருவாக்கியிருப்பதை ஒப்புக்கொள்ள வேண்டியிருக்கிறது. அவை ஒரு குறிப்பிட்ட கலாச்சாரத்தினால் வார்க்கப்பட்ட பிரக்ஞையின் வெளிப்பாட்டு விளைவு என்று பார்ப்பதற்கு இருக்கும் வாய்ப்பை நாம் அவ்வளவு எளிதாக ஒதுக்கி விட முடியாது.

ஒரு குறிப்பிட்ட பிரிவினருக்கு தடை செய்யப்பட்டதாக இசைக் கருவிகளும், நிகழ்த்தலும் இருக்க விலக்கம் ஒரு சமூக, அரசியல் பிரச்சனையாகி விடுகிறது. நவீன இசையை, நவீனத்துவத்தைப் புரிந்துகொள்ள ஒரு கருவியாகப் பயன்படுத்தியவர் தியோடர் அடொர்னோ (Theodor Adorno) எனச் சொல்லப்பட்டதுண்டு. அவருடைய ***Towards a New Manifesto*** எனும் உரையாடல் நூலில் இப்படிச் சொல்கிறார்: *'வேகத்தை அனுபவிப்பதென்பது வேலையை அனுபவிப்பதற்கான பதிலியாக இருக்கிறது.'*

இசையை அனுபவிப்பதென்பது எதற்குப் பதிலியாக இருக்கிறதென்பதை அவ்வளவு எளிதாக விளக்கிவிட முடியாது. ஒருவேளை மெட்டீரியலிஸ்ட்டுகளான நம்முடைய ஆன்மாவுக்கான ஏக்கத்தினால் உண்டான வெற்றிடத்தை நிரப்புவதாகவும் இருக்கலாம். மதம் மட்டுமல்ல இசையும் இதயமற்ற உலகத்தின் இதயமாக இருக்கிறது.

மலைகள்.காம்

ஏ.ஆர். ரஹ்மான் – புதிய சினிமா இசையின் மேசையா

ரஹ்மான் தனது திரைப்படங்களுக்கு இசையமைக்க வந்து கால் நூற்றாண்டு ஆகிறது இக்கட்டுரை வெளிவந்த ஒரு மாதம் முன்பு. வருடங்களை நூற்றாண்டுகளாகச் சொல்வது அவற்றை ஒரு காலகட்டமாகத் தொகுக்கிறது. ரஹ்மானை இந்திய சினிமா இசையில் ஒரு காலகட்டமாகத் தொகுத்து, தனித்து உள்வாங்கிக்கொள்ளவும், புரிந்துகொள்ளவுமான கால அளவை அவரது இசைப்பயணம் எட்டிவிட்டிருக்கிறது. ஆனால் பாப்புலர் இசையை தீவிரமாக அணுகுவதில் தொடர்ந்து தவறுகின்றவர்களான நாம் இக்கால் நூற்றாண்டு முடிவை

குறைந்தபட்சம் கொண்டாடவும், பரிசீலனை செய்யவும், அவருடைய ஆக்கங்களின் அழகியல் நுட்பங்களை, பன்மையை, ஈர்ப்பை, விலகலை ஒரு தலைமுறையின் இசை நுகர்வின்மீது அவர் செலுத்திய செல்வாக்கை இசைத் துறையிலும் அறிவுத்துறையிலும் உள்ளவர்கள் தயாராகவில்லை என்பது துயரகரமானது.

ஜூலியன் பா(ர்)ன்ஸின் *The Sense of an Ending* நாவலில் காலகட்டங்களை உள்வாங்குவதைக் குறித்து ஒரு சித்திரம் இவ்வாறாக அளிக்கப்பட்டிருக்கும்:

> *"people did not experience the "Sixties" until the Seventies. Which meant, logically,*

that most people in the Sixties were still experiencing the Fifties or in my case,
bits of both decades side by side. Which made things rather confusing.

கடந்த காலத்திற்குத் திரும்பும் ஏக்கத்தின் காய்ச்சல் குறையவே குறையாதவர்களான நமக்கு இக்குழப்பம் மிக அதிகம். கால் நூற்றாண்டுகளின் பாதி வருடங்கள் வரை அதாவது 2000ங்களின் துவக்க வருடங்கள் வரை நாம் இளையராஜாவோடு ஐக்கியப்பட்டிருந்தோம். அதே சமயத்தில் ரஹ்மானின் இசை நமது உறைநிலையில் பெரிய உடைவுகளை உருவாக்கியது. இளையராஜா எனும் பனிமூட்டத்தை விலக்கிக்கொண்டிருந்தது. 2010களின் இறுதிப் பகுதிகளில் ரஹ்மான் அவருக்குப் பின்னெழுந்த இசையமைப்பாளர்களின் புகை மூட்டத்தால் சூழப்பட்டவராகி விட்டிருக்கிறார்.

அறிவுப்புலத்தில் நாம் ரஹ்மானின் இசையை விவாதிக்கவே இல்லை. நமக்கு ஆராதனைக்கு மேலாக ஒன்றுமே தெரியாதென்பதோடு, இசையை தத்துவார்த்தமாக, விமர்சனப் பூர்வமாக அணுகும் விற்பன்னர்கள் பற்றாக்குறையும் உடையவர்களாக இருக்கிறோம். இசையின் நோக்கங்களில் ஒன்று நமது உணர்வுகளைக் கையாளுதல். இசையை அணுகுவது என்பதே இசைக்கும் நுகர்கின்றவர்களின் உணர்வுகளுக்கும் இடையே நிகழும் உறவை சிந்தனைக்கு உட்படுத்துதல். கட்டுப்பாடுகளை உடைத்து உணர்வுகளில் எதிர்பாராத சலனங்களை தோற்றுவிப்பதே இசை எனும் பட்சத்தில் ஏ.ஆர். ரஹ்மானின் இசை மில்லினியல் தலைமுறையின் உணர்வுகளில் ஏற்படுத்திய சலனங்களை நமது சிந்தனையால் அளவிடுவது அவருடைய கால் நூற்றாண்டுப் படைப்புகளுக்கு அளிக்கும் மரியாதையாகவும், அறிவார்ந்த பணியாகவும் இருக்கும்.

இசையை நுகர்பவர்களுக்கும், அறிந்தவர்களுக்கும் இடையே உள்ள வேறுபாடே வெறுமனே கடந்து போவதற்கும், தீவிரமாக அணுகுவதற்கும் உள்ள வேறுபாடு. தமிழ்நாட்டில் இசையை அதிலும் குறிப்பாக சினிமா இசையைத் தீவிரமாக அணுகும் இசை அறிந்தவர்கள் மிகக் குறைவு. பாப்புலர் ஊடகங்களில் அப்படியொரு

விமர்சனக் கண்ணோட்டமே வளர்த்தெடுக்கப்படவில்லை. நாமறிந்த இசை விமர்சகர்களென இருக்கும் ஒன்றிரண்டு பேர் சாஸ்திரிய இசையோடு நிறுத்திக்கொள்கிறார்கள். "பார்த்தாலே பரவசம்" ஆல்பத்திற்கு ஆங்கில இந்து நாளேட்டில் வந்த விமர்சனமே அந்த ஆல்பத்தில் ஏ.ஆர். ரஹ்மான் ஜாஸ் இசையமைப்பை பயன்படுத்தியிருக்கிறார் என எனக்கு அறிமுகம் செய்தது இன்னும் நினைவில் உள்ளது. பிரேம்:ரமேஷ் எழுதிய "இளையராஜா: இசையும் தத்துவமும்" நூலைத் தவிர என்னால் எதனையும் சுட்ட முடியவில்லை.

ரஹ்மானின் இசைக்கு அப்படியொரு தலைப்பைக் கூட நம்மால் இந்த கால் நூற்றாண்டின் இறுதியில் கூட அளிக்க முடியவில்லை என்பது நமது இயலாமை. இரண்டாயிரங்களில் இருப்பவர்கள் தொண்ணூறுகளில் இருக்க, தொண்ணூறுகளின் மீது எண்பதுகளின் ஆதிக்கம் இன்னும் நீங்காமல் இருக்கிறது.

ரஹ்மானின் கால் நூற்றாண்டை ஒட்டி இரண்டு மாதங்களுக்கும் மேலாக அவருடைய படைப்புகளைத் தொடர்ந்து கேட்க அந்த அனுபவம் ஒன்று மட்டுமே சொல்கிறது. அவர் தொண்ணூறுகளின் இடையில் இரண்டாயிரங்களில் நின்றவர். இரண்டாயிரத்துப் பத்துகளின் பின்பகுதியில் தனது கால்கள் பாவிய நிலத்தில் எழும் அதிர்வுகளோடு போட்டியிடுகிறார். மாடர்னிடி என்பது ஒரு தொடர்ச்சியிலிருந்து முழுதுமாக விலகி புதிய ஒன்றைப் படைத்தல் என்றால் தமிழ் சினிமா இசையின் மாடர்னிடி ரஹ்மானிலிருந்தே துவங்குகிறது. அவருடைய "தீ தீ தித்திக்கும் தீ", "வீரபாண்டி கோட்டையிலே" பாடல்களைக் கேட்கையில் *Kraftwerk* குழுவினரின் இசையில் உணரக்கூடிய எதிர்காலத் தன்மையை என்னால் உணர முடிகிறது. இது ஓர் அவசர உதாரணம் மட்டுமே.

அந்தப் பாடல்களில் மட்டுமல்ல அவருடைய இசையின் துவக்க வருடங்களில் இந்த எதிர்காலத் தன்மையே முக்கியமான ஒன்றாகத் தெரிகிறது. ஏ.ஆர். ரஹ்மான் இசையமைக்க வந்த ஆண்டுகளில் நம்மில் பெரும்பாலோரிடம் நல்ல இசைக்கேட்புச் சாதனங்கள் கூட இல்லை. ஆனால் அவரிடம் சிறந்த இசையமைப்புத் தொழில்நுட்பச் சாதனங்கள் இருந்ததாக இசையமைப்பாளர் தாஜ் நூர் "*தமிழ் இந்து*" தொடரில்

குறிப்பிடுகிறார். அவருடைய இசையின் தொடக்க காலத்தில் நாம் உணர்ந்த அந்நியத்தன்மைக்கும், கட்டுக்கடங்காத மனவெழுச்சிக்கும் தொழில்நுட்ப இடைவெளியும் ஒரு காரணம். Bass என்ற ஒன்றையே நாம் அப்போதுதான் எட்ட முடிந்தது. Intel நிறுவனத்தின் Curie தொழில்நுட்பத்தை ஒரு நேரடி இசை நிகழ்ச்சியில் பயன்படுத்துகிறார்.

இணையம் நம்முடைய அழகியல் நுகர்வில் ஏற்படுத்திய மாற்றங்களின் தாக்கத்தோடு நாம் ரஹ்மானின் இசையை அணுகினால் அவருடைய இசையை ஆங்கிலப் பாப் இசையோடு ஒப்பிடலாம். ஆனால் பாப் இசையின் நுட்பக்குறைவான மேலோட்டமான உணர்வுத்தளத்தை நாம் தீவிரமாக எடுத்துக்கொள்ளாதவர்களாக இருந்தால் ரஹ்மானின் இசையில் ஆழமில்லை என்று அவசரப்பட்டு சொல்லி விடலாம். நுட்பக்குறைவான மேலோட்டமான உணர்வுத்தளமென்பது ஒரு குறையல்ல. செவ்வியல் இசையின் அழகியல் வேறுவகை. பாப் இசையின் அழகியலை அதற்கு இணைவைத்து வாதிப்பதெல்லாம் தவிர்க்கப்பட வேண்டிய ஒன்று. பூமி ஒரு பாதையில் சுற்றினால் வியாழன் வேறொரு பாதையில்தான் சுற்றும்.

அவரது இசையின் உள்ளார்ந்த தன்மையென்பது அமைதிதான் என்று நினைக்கிறேன். பீறிட்டுத் தெறிக்கும் இசையின் பின்னே அமைதியை எட்ட முனையும் ஓர் உள்ளார்ந்த தொடர்ச்சி அவருடைய படைப்புகளில் நிறைந்திருக்கிறதென்றும் நம்புகிறேன். பீறிட்டுத் தெறித்தலுக்கும் உள்ளார்ந்த அமைதியை எழுப்ப முனைவதற்குமான முயற்சிகளே அவருடைய படைப்புகள்.

மனதையும் உடலையும் ஒருங்கே அணுகுவதாகத் தோன்றினாலும் மனதை மட்டுமே எழுச்சியுறவும், அமைதி பெறவும் முயலுகின்ற ஒன்று அவருடைய இசை. EDM இசையின் கூறுகளை அவர் பயன்படுத்தியிருந்தாலுமே கூட அவருடைய படைப்புகள் நிச்சயமாக ஹவுஸ் பார்ட்டிகளில் ஆடுவதற்கானவையல்ல. மாறாக *மார்த்தா கிரஹாமின்* நடனக் காட்சிக்கு ஒப்பிடலாம் (ஸ்ட்ராவின்ஸ்கியின் Rite of Spring இசைக்கோர்வைக்கு மார்த்தா கிரஹாம் அமைத்த நடனத்தை அல்லது Take me to Church பாடலுக்கான *Sergei Polunin* நடனத்தையும், புகழ்பெற்ற மின்னணு நடன இசையின் ஆரம்பகால அணுக்களில் ஒன்றான Hot Butter

குழுவினரின் *Popcorn* பாடலுக்கான நடனத்தையும் ஒப்பிட்டால் நான் ஓரளவாவது நெருக்கமான ஒன்றைச் சொல்கிறேன் என்று எடுத்துக்கொள்ளலாம்). தாளத்தின் பின்னணியிலும், இணையாகவும் தந்தி வாத்திய, பியனோ, குழல் ஒலிகளை ரஹ்மான் அதிகமாகப் பயன்படுத்துவதும் இதன் காரணமாக இருக்கலாம். ஒருவேளை இசையின் நோக்கமே அமைதியை எழுப்பக்கூடியதாக இருக்கும். ஆங்கிலப் பாப் பாடல்களில் அடையாளம் காண முடியாத ஆழத்தில் இருப்பதாகப் படும் அமைதி ரஹ்மானின் இசையின் மெலடியில் சட்டென காண முடிவது முக்கிய வேறுபாடு (இத்தருணத்தில் சாம் ஸ்மித்தின் *I am Not the only one* பாடலும் *Passenger*ன் *Let Her Go* பாடலும் நினைவுக்கு வருகின்றன). கூடுதலாக மென் ராக் இசையோடு பாப் இசைக் கலைப்பையும் ஒத்திருப்பது என்றும் சொல்லலாம்.

இசையைப் பொறுத்தவரை தன்னிலைப்பட்ட அணுகுமுறை மட்டுமே நம்மில் பெரும்பாலானோருக்கு சாத்தியம் என்றாலும் அதனையும் கடந்து ஒரு சமூகத்தின் பொதுத்தளத்தில் இசை விமர்சனம் முக்கியமான ஒன்றாக வளர்த்தெடுக்கப்பட வேண்டும். ஏனெனில் *சுந்தர ராமசாமி* சொன்னதைப் போல தமிழர்களால் ஏதேனும் சாதனை செய்ய முடிந்தால் அது இசையில் மட்டுமே சாத்தியம். அச்சாதனையை ரஹ்மான் செய்ததற்கான ஓர் ஒப்புதலே ஆஸ்கர் விருது. நம்மால் அச்சாதனையை முறையாக உள்வாங்கவும், அதனால் பெருமைப்பட்டுக்கொள்ள முடியாமலும் போய்விட்டது.

ரஹ்மானின் இசையமைப்பு பாணியென்பது ஓர் இசை ஒலித்தொடரை உருவாக்கி அது முதிர்ந்து மறையும் நிலையை எழுப்ப முனைவதே. ஆர்க்கெஸ்ட்ரா பாணியில் பல்வேறு இசை ஒலித்தொடர்களின் கலவைக்குப் பதிலாக முன்னணியில் நகரும் ஓர் இசை ஒலித்தொடருக்கு துணை செய்வதாகவே கலப்பிசையைப் பின்னணியில் பயன்படுத்துவார். அதுவே அவரது படைப்புகளில் மெலோடியை எழுப்பும் நுட்பம். மெட்டுக்களைக் குறித்துப் பேசும் அளவிற்கு நான் துணியப் போவதில்லை (இவ்வளவு துணிந்ததே என்னுடைய இசையறிவிற்கு அதிகம்). இந்திய சினிமா இசையில் ரஹ்மான் ஏற்படுத்திய மாற்றம் அதற்கு முன்பு அறியப்படாதது. “*ரங்கீலா*” திரைப்படத்தின் இசைக்குப்

பிறகு, "*ரங் தே பசந்தி*"யின் இசைக்குப் பிறகு முழு இந்தியாவிலும் ஆதிக்கம் செலுத்தும் இந்தி சினிமா இசை அடைந்த மாற்றத்தைப் பாருங்கள். பெரும் திரையிசைக் கலைஞர்கள் பென்ஷனோ, பத்ம விருதுகளோ வாங்கும் நிலையை அடைந்தனர். என்னுடைய தனிப்பட்ட அனுபவத்தையும் இங்கே அளிக்க விரும்புகிறேன்.

ரஹ்மானும் நாஸ்டால்ஜியாவாக மாறிக்கொண்டிருக்கிறார். ஒவ்வொரு மனதும் ஒவ்வொரு விதத்தில் இசையை உள்வாங்க ஒரு சமூகமோ வேறொரு வகையில் உள்வாங்கிக் கொள்கிறது. இந்த இடைவெளியை அவ்வளவு எளிதாக நம்மால் அறியவோ அளக்கவோ முடியாதென்பதே இசையின் மாயம். அதுவே இசையின் மாயமும்.

மலைகள்.காம்

பொது

கோகோ கோலா
– அதன் மறைவுக்கு முன் சில சொற்கள்

ஒன்று போலவே இருக்கும் கோகோ கோலா பாட்டில்கள் ஒவ்வொன்றும் ஒவ்வொரு காலவெளியில் இருக்கின்றன என ஜான் கேஜ் சொன்னதை, ஒவ்வொருமுறை கோகோ கோலா பாட்டிலைக் கையில் எடுக்கும் போதும் யோசிக்கிறேன். இதற்கு முற்றிலும் எதிர் தளத்தில், உலகின் எந்த மூலையிலும் கோகோ கோலா பாட்டிலைக் கையிலெடுக்கும் ஒவ்வொருவரும் ஒரே காலவெளியில் இருப்பார்கள். இந்தக் காலவெளி உலகமயமாக்கம் உருவாக்கியது. சென்னை நகரவாசியையும் சியோல் நகரவாசியையும் ஒன்றாக இணைக்க முடிகின்ற சாத்தியம் கோக்கிற்கு மட்டுமே உண்டு. நமது உள்ளங்கைகள் கோக்கைத் தழுவும் ஒவ்வொரு முறையும் நாம் ஒரு கண்ணாடி பாட்டிலின் வழியாக முதலாளித்துவக் கொண்டாட்டத்தின் (Capitalist Carnival) ஒரு பகுதியைத் தழுவுகிறோம். ஓர் உணர்வின் சில்லிடும் உடலாக குளிர்பதனப் பெட்டியிலிருந்து நமது கைகளுக்குத் தாவும் ஒவ்வொரு கோக்கும் நாம் உடலற்ற ஒன்றைத் தீண்டும் இன்பத்தை அளிக்கும். புகையைக் கையில் பிடிக்க முனைவதைப் போல நாம் முதலாளித்துவம் தனது உற்பத்திப் பொருட்களின் வழியாக அளிக்கும் நிறைவுணர்வை ஒரு கண்ணாடி பாட்டிலில் அடைந்திருக்கும் கருந்திரவத்தின் ஊடாகக் காண்கிறோம். முதலாளித்துவம் மனிதர்களுக்கு அளிக்கும் ஒரு வெற்று வாக்குறுதியை நம்மால் கோக் இல்லாமல் புரிந்துகொள்ள

முடியாது. தேவையே இல்லாத ஒன்றை தவிர்க்க முடியாமல் ஆக்குவதே முதலாளித்துவத்தின் சாராம்சம். பொருட்கள்தான் உற்பத்தி செய்யப்படுகின்றன என்றாலும் பொருட்களின் வழியாக மதிப்பும் உருவாகிறது. நமது காலத்திலோ பொருட்களின் வழியாக மதிப்போடு சேர்ந்து குறியீடுகளும் உருவாகின்றன.

இந்தியா, காட் ஒப்பந்தத்தில் கையெழுத்திட்டு, அரை சோசலிச-அரை முதலாளித்துவத்தின் கூட்டு உலோகத்தினாலான வெளிப்புறக் கதவுகளை உடைத்து, மேற்கிலிருந்து வந்த டாலர் அன்னையின் பாதங்களுக்கு சிவப்புக்கம்பளம் விரித்த ஆரம்ப ஆண்டுகளில், எனது தலைமுறையினர் பதின்பருவத்தில் நுழைந்தோம். கோக் உடனான எனது இருபத்தைந்து ஆண்டுகள் மூன்று கட்டங்களாகக் கழிந்துள்ளது.

முதல் கட்டத்தில், அறிமுகம் செய்யப்பட்ட நாட்களில் கோக்கைத் தாவி ஏற்றுக்கொண்ட இளைஞர்களில் ஒருவனாக, பழைய இந்தியாவின் சலிப்பூட்டும், பொருட்களற்ற வெற்றிடத்திலிருந்து எங்களை மீட்டுச்செல்லும் வாகனங்களாக சாலை தோறும் திரிந்த சிவப்புநிற கேன்டர் வண்டிகளைக் கண்ணுறும் போதேல்லாம் தந்தையர்களின் காலமல்லாத வேறொன்று நமது கண்களுக்கு முன்னே நகர்கிறது என்கிற உணர்வே மெலெழுந்திருந்தது.

ஏ.ஆர். ரஹ்மானும், எம்டிவியும், ஸ்டார் டிவியும், Bass வசதியுடைய இசை ஒலிபரப்புக் கருவிகளும், கட்டிடம் எழுப்பும் வீடியோ விளையாட்டும், கோகோ கோலாவும், கரிஷ்மா இருசக்கர வாகனமும், A-Z என அழைக்கப்பட்ட காதுகளுக்கு மேலே பக்கவாட்டில் படிக்கட்டுகளைப் போலச் செய்துகொள்ளும் சிகையலங்காரமுமாக, அப்படியொரு கலவையான பாப் கலாச்சாரத்திற்குள் நாங்கள் நுழைய வாய்ப்பில்லாது போயிருந்தால் எங்கள் பதின்பருவம் சாலையோர புளியம்பழங்களாக உலுக்கப்பட்டிருக்கும். இந்நாட்டின் அதிவிநோதம் என்னவென்றால் காலமளவு பழமையுள்ளதாகக் கருதப்படும் சாதி அடுக்குகளில் ஓர் அசைவை உண்டாக்கிய மண்டல் கமிஷன் பரிந்துரை அமலாக்கத்திற்கு அடுத்து உடனடியாக உலகமயமாக்கல் நிகழ்ந்தது. ஒவ்வொரு கதவுகளும் இந்தியாவில் உடைத்துத் திறக்கப்பட்ட ஆரம்ப ஆண்டுகளில், இடஒதுக்கீட்டிற்கு எதிராக இந்தியா டுடே அட்டையில்

எரிந்த இளைஞனின் புகைப்படம் போல ஒரு புகைப்படமும் உலகமயமாக்கத்திற்கு எதிராக எரிந்திருக்கவில்லை. சுதேசிப் பொருளாதாரத் தரப்பினர் யாரும் கோகோ கோலாவிற்கு எதிராக தங்கள் உடலை எரித்துக் கொள்ளவில்லை. நம்மைப் பொறுத்தவரையில் நவகாலனியாதிக்கம் என்று சொல்லப்பட்ட தாராளமயமாக்கலை விடவும் இட ஒதுக்கீடே எதிர்க்கப்பட வேண்டியதாக இருந்திருக்கிறது. நான் இட ஒதுக்கீடும், உலகமயமாக்கலும் என்னவென்றே தெரியாத பருவத்தில், கோகோ கோலா மூடி திறக்கப்பட்டு நாவில் பரவும் திரவத்தின் குளிர்ச்சியில் இலயித்திருந்தேன்.

ஆரம்பத்தில் கோகோ கோலாவை எதிர்ப்பதென்பது இடது சாரிகளின், பாரதிய மஸ்தூர் சங்க உறுப்பினர்களின் பிரச்சாரப் பணி. நூற்பாலை ஒன்றில் பணிபுரிந்த பாரதிய மஸ்தூர் சங்க உறுப்பினரான தொழிலாளர் ஒருவர் என்னிடம் கொடுத்த துண்டுப் பிரசுரத்தில் கோகோ கோலாவை அருந்தக் கூடாதென்று இருந்தது. விவேகானந்தரின் பழைய மாணவனாகவே அப்போதும் இருந்திருந்தால் அந்தத் துண்டுப் பிரசுரத்தை வீட்டில் கண்ணாடிச் சட்டமிட்டு அன்றாடப் பிரார்த்தனையாக வாசித்த பிறகே வீட்டை விட்டு வெளியேறியிருப்பேன்.

தாராளவாத ஜனநாயகம் இல்லையென்றால் உலகமயமாக்கல் சாத்தியமில்லை. சுதந்திரச் சந்தை என்பது தேசியவாதத்திற்கு நிச்சயம் எதிரானது, ஆனால் அது தேசியவாத எல்லைகளால் அணைகட்டப்படாத சர்வதேசக் கனவுகள் ஓடும் ஆற்றின் மற்றொரு கரை. இந்தியா உலகமயமானதின் கால் நூற்றாண்டு முடிவில் நாம் அதனை தீவிரமாக விவாதித்திருக்கிறோமா? அதன் பொருளாதாரப் பலன்கள் கண்கூடாகத் தெரிந்தாலும் கலாச்சாரத் தளத்தில் அது உண்டாக்கியிருக்கும் மாற்றங்களை (முக்கியமாக உடைவுகளை) கோட்பாட்டுத் தளத்தில் அலசியிருக்கிறோமா? கோகோ கோலாவின் அறிமுகத்திற்கு பிறகு இந்தியாவில் பிறந்தவர்கள் உலக மயமாக்கல் எனும் செயல்முறைக்குள் நுழைந்து இந்த நாடு என்னவாக மாற்றமடைந்திருக்கிறது என சிந்திக்கத் தேவையில்லாதவர்கள். தனியார் பள்ளியில் கல்வி கற்றவர்களான அவர்களின் பள்ளிக்கு எதிரே கோகோ கோலா பெட்டிகள் அடுக்கப்பட்டிருப்பதை பார்த்து வளர்ந்தவர்கள்

அவர்கள். கோக் குடிப்பது அவர்களுக்கு ஒரு கனவல்ல. ஆனால் எனது பதின்பருவத்தில் அதனை அருந்துவதென்பது கனவின் திரவ வடிவத்தை அருந்துவதற்கு ஒப்பானது.

இரண்டாம் கட்டத்தில், ஓர் அசட்டு இடதுசாரியாக இருந்தபோது சிலகாலம் கோக் அருந்தாமல் தவிர்த்திருக்கிறேன். அருந்த மாட்டோம் கோக்/பெப்சி எனும் வாசகங்கள் பதிந்த டி-சர்ட்டுகள் அணிந்தவர்களைப் பார்த்திருக்கிறேன். கோகோ கோலா நிறுவனத்தினர் மற்ற குளிர்பான நிறுவனங்களின் பாட்டில்களை வாங்கி, உடைத்து எவ்வாறு அவற்றின் விநியோக இணைப்புகளை முறிக்கின்றனர் என்பதை விவாதித்த ஒரு சிறுகதை காலச்சுவடில் வெளிவந்தது இப்போதும் நினைவிருக்கிறது. யார் எழுதியது என்பது மறந்து போயிருந்தாலும், கோக்கின் காரணமாக நினைவு வைத்திருக்கிறேன். கோகோ கோலா ஏற்கனவே ஒருமுறை இந்தியாவில் இருந்து ஜனதா ஆட்சியில் துரத்தப்பட்டிருக்கிறது. ஜனதா என்றாலே எனக்கு கிழவர்கள்தான் நினைவுக்கு வருகிறார்கள். நவீன இந்தியாவிற்கும் அவர்களுக்கும் ஏதாவது தொடர்பிருந்திருக்கிறதா? ஐபிஎம் நிறுவனத்தையும் அவர்கள் வெளியேற்றியிருக்கின்றனர். கோக்காவது போகட்டும், யாராவது கணிப்பொறி அறிவியலை வெளியேற்றும் முட்டாள்தனமான முடிவை எடுப்பார்களா? காமராஜர் நினைவில்லத்தில் அவர் சவரம் செய்த ரேஸர் வைக்கப்பட்டுள்ளது. அது ஜில்லெட் நிறுவனம் தயாரித்த ரேஸர்.

சுதேசி பேசிய காங்கிரஸ் கிழவர்களும் ஜில்லெட்டில்தான் சவரம் செய்திருக்கிறார்கள் போலிருக்கிறது. ஒருவேளை அந்நிய நிறுவனங்களுக்கு இணையாக இந்திய நிறுவனங்களும் எழுப்பப்படுவதற்கான கால இடைவெளியில் அவர்கள் அதனைப் பயன்படுத்தியிருக்கலாம். ஜி.டி.நாயுடு கண்டுபிடித்த கூர் மழுங்காத பிளேடை நாம் உற்பத்தி செய்ய அனுமதித்திருந்தால் ஒருவனுக்கு ஒருத்தி எனும் இந்தியக் கலாச்சார விழுமியத்திற்கு இணையாக ஒருவருக்கு வாழ்நாள் முழுக்க ஒரே பிளேடு எனும் சாத்தியமும் உருவாகியிருக்கும். ஒருவேளை தன்னிறைவு என்பதே மிகக்குறைவான பொருட்களின் மூலமாகத்தான் சாத்தியமாகுமோ என்னவோ? தேசிய வாதம் குறித்து மரியோ வார்கோஸ் லோசா எழுதியிருப்பதை இங்கே தருகிறேன்.

'Nationalism is the culture of the uncultured, the religoin of the demogogue, and a smokescreen behind which prejudice, violence and often racism can be found lurking....It is the easiest thing in the world to play the nationalist card to whip up a crowd, especially if that crowd is made up of poor and ignorant people who are looking to vent their bitterness and frustration on something or someone. Nothing better than the pyrotechnics of nationalism to distract these people from their real problems, to prevent them from seeing who are their real exploiters, by creating a false illusion of unity. It is not by chance that nationalism is the most solid and widespread ideology in the so-called Third World.'

இரண்டாம் கட்டத்தின் பின்பகுதியில் மீண்டும் கோகோ கோலாவிற்கு திரும்பினேன். அன்றாடம் உணவகங்களில் உணவருந்திய பத்தாண்டுகளில் குறிப்பிடத்தக்க அளவிலான ஆண்டுகளாவது மதிய உணவோடு கோக் அருந்தும் பழக்கம் இருந்தது. ஒரு பஃபே முழுக்க இருந்த உணவு வகைகளை உண்டு முடித்ததும், சில்லென ஒரு கோக்கை அருந்தி அடைந்த நிறைவின் மதிப்பை அவ்வளவு எளிதாக விவரிக்க முடியாது. ஒரு கோக் பாட்டிலை கையில் வைத்துக்கொண்டு புத்தகம் வாசிப்பதென்பது சாதாரணமான ஒன்றல்ல, அது விளம்பரங்களின்வழி கட்டமைக்கப்பட்ட ஒரு தகுதி. கோக், முதலாளித்துவம் உற்பத்தி செய்த பொருட்களிலே ஒரு ஜாஸ் இசைத்துணுக்கு என்று சொன்ன நாட்களும் உண்டு.

எட்வர்டோ காலியானோ கிறிஸ்துமஸ் தாத்தாவின் உடையை நீலத்திலிருந்து சிவப்பாக மாற்றியதே கோகோ கோலா நிறுவனத்தினர் என்கிறார். எல்லோருக்கும் மகிழ்ச்சியூட்டும் பரிசுகளையும் வாழ்த்துக்களையும் வழங்கும் கிறிஸ்துமஸ் தாத்தாவைப் போலவே தற்போது கோகோ கோலா அதன் டின்களில், விளம்பரங்களில் மகிழ்ச்சியைப் பகிர்ந்துகொள்ளச் செய்கிறது. ஒரு ஞாயிற்றுக்கிழமை மதியத்தில் அளவுக்கு அதிகமாக ஊன் உணவு உண்பவர்களிடம் ஒரு கோகோ கோலா பாட்டிலைக் கொடுங்கள், அவர்களுடைய இரைப்பையின் கொள்ளளவை அதிகரித்து, செரிமானச் சக்தியைப் பெருக்குவதற்காக அதற்கு நன்றி சொல்வார்கள். சிக்கன் செட்டிநாட்டோடு, சீரக சம்பா

அரிசி பிரியாணியோடு கோகோ கோலா கலப்பதைக் காட்டிலும் ஒரு சர்வதேசத் தாராளவாதம் எதுவும் உண்டா?

எந்தப் புதிய பொருளும் மதுரையில் அறிமுகம் செய்வார்கள் என்றும் சொல்லப்படுவதுண்டு. மதுரைச் சந்தை என்பது உடனடியாக ஒன்றை ஏற்றுக்கொள்ளும் அல்லது புறக்கணித்து விடும். ஒரு பொருளுக்கான வரவேற்பையும் புறக்கணிப்பையும் அதிலிருந்து தெரிந்துகொள்ள முடியும். மற்ற ஊர்ச் சந்தைகள் அதிகக் காலமெடுத்துக் கொள்ளும். ஆகவேதான் தமிழ்நாட்டின் அரசியல் கட்சிகளும் தங்கள் துவக்க விழாவை அங்கே நிகழ்த்துகின்றன. அதே மதுரையில்தான் சாட் மசாலா சேர்த்து கோகோ கோலா அருந்துவதை பரிசோதித்துப் பார்த்தேன். குமிழியிடும் கோலாவில் சாட் மசாலாவைச் சேர்த்ததும் கொஞ்சமாகப் பொங்கி அடங்கியதும், சற்றே காரமான திரவத்தை அருந்துவது ஒரு summer retreat. கோகோ கோலாவுடனான இரண்டாவது கட்டம் அத்தோடு முடிந்தது.

தாராளவாதம், சுதந்திரச் சந்தை என்பது ஜனநாயகத்தின் பரிணாம வளர்ச்சி என்றே கருதுகிறேன். இது இடதுசாரிகள், கலாச்சார வலதுசாரிகள் இருவருக்குமே உவப்பான ஒன்றாக இருக்காது. கோகோ கோலா அமெரிக்க ஏகாதிபத்தியத்தின் முகப்புப் பட்டகமாக இருக்கலாம், நாம் ஏகாதிபத்தியம் என்ற ஒன்றை ஏற்றுக்கொள்வதாக இருந்தால். சே குவேரா மச்சு பிச்சுவின் சிகரத்தை அடைந்ததும் கோக் விளம்பரம் இல்லாத ஓர் இடத்தை அடைந்ததற்காக மகிழ்ச்சியடைகிறார். இன்னுமொரு முறை கோக் இந்தியாவில் தடை செய்யப்படும் காலமும் வரக்கூடும். தேசியவாதிகள் சுதந்திரதினக் கொண்டாட்ட உணர்வினை அந்த நாளுக்கு அளிப்பார்கள். அமெரிக்காவே இப்போது தேசியவாதத்திற்குள்ளாக தனது உடலைச் சுருட்டிக்கொள்ள முனைகிறது. என்றாலும் அது சாதாரணர்களுக்கே தனது வாயிலை அடைக்கிறது. தொழில்நுட்பவியலாளர்களுக்கு, ஆராய்ச்சியாளர்களுக்கு அது என்றுமே இல்லையென்று சொல்லாது கதவு திறக்கும் என்றே நினைக்கிறேன். தேசியவாதம் என்று இங்கே சொல்லப்பட்டால் நேடிவிசம் (Nativism) என்று அங்கே சொல்கிறார்கள். இரண்டு சொற்களுக்கும் இடையிலான தொழில்நுட்ப வேறுபாடு என்னவென்று என்னால் புரிந்துகொள்ள

முடியவில்லை. தாராளவாத வர்த்தகம் வன்முறையையும் போரையும் குறைக்கும் என்றே சொல்லப்பட்டது. ஆனால் இது முற்றிலும் சரியான வாதமா என்று யோசித்துப் பார்க்கப்பட வேண்டியது. கோகோ கோலா கட்டுரையின் வரம்புகளுக்கு வெளியே இருப்பவை இவை.

கோகோ கோலா அருந்தாமலிருப்பதென்பது தேசப்பற்று என்று அசட்டுத்தனமாக நம்பிய காலமும், அதை அருந்துவது ஒரு கலாச்சாரத்திற்குள் நுழையும் தகுதி என்று நம்பிய காலமும் முடிந்து, இன்றோ உடல்நலம் பேணுவதற்காக அதை அருந்தாமலிருக்கிறேன். மெள்ள மெள்ள எனது அன்றாட நுகர்விலிருந்து நான் கோகோ கோலாவை வெளியேற்றி விட்டேன். ஆனால் ஜீரோ கலோரி கோலாவை அந்நிறுவனம் அறிமுகம் செய்ததும் நிச்சயமாக மகிழ்ந்தேன். கோக் உட்பட எல்லாக் குளிர்பானங்களும் உடல்நலக் கேடு என்பதை ஒப்புக்கொள்கிறேன். அதே சமயம் ஆறு அல்லது எட்டு மணிநேரம் ஒரேயிடத்தில் அமர்ந்து கிரிக்கெட் பார்ப்பதை விடவும் ஒரு டயட் கோக் எவ்வாறு பாதிப்பானது என்று யாராவது விளக்கிச் சொன்னால் மகிழ்வேன். அதன் வயதின் காரணமாகவோ, அல்லது எனது வயதின் காரணமாகவோ இப்போது கோகோ கோலா முன்பு அளித்த உணர்வை அளிப்பதில்லை. இந்த மூன்றாவது கட்டத்தில் தேசியவாதம், தாராளவாதம் போன்ற கதையாடல்களின் மீது சலிப்பும் விலகலும் ஏற்படுகிறது. இவை இரண்டுமே இன்று அடுத்த கட்டத்திற்கு நகராமல் இருப்பதாகவே படுகிறது. இரும்புத்திரைகள் மீண்டும் விழத் துவங்கியுள்ளன. தாராளவாதம் உருவாக்கிய கலாச்சார உடைவிலிருந்து அதற்கான எதிர்வினையாக தேசியவாதம் மேலோங்கியுள்ளது. இந்த புதிய தேசியவாதம் உற்பத்தி, விநியோக முறையில் முதலாளித்துவத்தை முற்றிலுமாக ஏற்றுக்கொண்டு, மறுமுனையில் அது உருவாக்கி அளித்த தாராளவாத பூர்ஷுவா ஜனநாயகத்தின் கலாச்சார கருத்துருக்களை மறுக்கிறது. இது ஒருவகையில் தேசியவாதத்திற்குள்ளேயே எழுந்து வளர்ந்த நவீனத்துவத்திற்கும் எதிரானது.

மீண்டும் ஒருமுறை லோசா சொல்வதைக் கேட்போம்.

` This widespread internationalisation of our lives is perhaps the best thing that has happened in the world to date. Or, to be more precise, because the progress towards this goal is not irreversible – nationalists could interrupt it– the best thing that could happen. Throgh this process, poor countries will become less poor, since they will fit into markets where they can use their comparitive advantages to good effect, and prosperous countries will achieve new leves of scientific and technological development. And more important still, democratic culture – the culture of sovereign individual and civil and pluralist society, the culture of human rights and the free market, of private enterprise and the right to criticise, the culture of decentralised power – will grow stronger where it already exists and will extend to countries where now it is a mere caricature or a simple aspiration.'

— *Nationalism and Utopia*

கட்டுரையில்.

விமர்சிப்பதற்கான உரிமையும் பகிர்ந்தளிக்கப்பட்ட அதிகாரமும் என்கிற லோசாவின் கற்பனைக்கு எதிராக அடக்குமுறையும், விமர்சனத்தை ஒடுக்குதலும் பரவலாகியிருக்கிறது. இன்று அருந்தும் ஒரு கோகோ கோலாவில் சுதந்திர உணர்வேயில்லை. அது வெறுமனே நமக்கு நன்கு பழகிய ஒரு திரவமாக நமது எல்லைகளுக்குள் புழங்குகிறது. தாராளவாத கனவும் அதனோடு தற்காலிகமாக சரிந்துபோகும். உலகமயமாக்கலால் அதிகம் பயனடைந்தவை அமெரிக்க, ஐரோப்பிய நாடுகள் என்பதற்கும் மேலாக ஆசியாவின் மூன்றாம் உலக நாடுகளான சீனாவும் இந்தியாவுமே அதிகப் பயனை அடைந்திருக்கின்றன.

ஒருவகையில் சீனா விளைவித்துப் பரவலாக்கிய தேனீருக்குப் பிறகு எழுநூறு கோடி மக்களையும் ஒரே கோட்டில் இணைக்கச் சாத்தியமுள்ள ஒரே பொருள் கோகோ கோலா. கூடிய விரைவில் அது சரியத் துவங்கலாம். அப்போது எழுதப்போகும் இரங்கல் கட்டுரையில் எப்படியெல்லாம் எமது தலைமுறையின் பாப் கலாச்சாரத்தில் அது ஓர் அங்கமாகம் செயலாற்றியது என்று விவரிக்க முனைவேன். 'விடைபெறு கோகோ கோலா, நீ அளித்த பிம்ப பாவனைகளில் இப்போது நான் மகிழ்ந்திருக்கவில்லை.

உடல், சந்தையாவதற்கு எதிராக இன்றும் கூட போராடிக் கொண்டிருக்கிறது. நான் உடல்நலத்தைப் பேண வேண்டிய வயதிற்குள் நுழைந்து விட்டேன்.'

தமிழினி.இன்

வெறுப்பின் உடற்கூறு

மனித உணர்வுகளில் தவிர்க்க முடியாத ஒன்றான வெறுப்பைப் புரிந்துகொள்வதற்கு வசதியாக அதை இரண்டாகப் பகுப்போம். ஒன்று, தனிநபர்மயப்பட்ட வெறுப்பு (Personalized); மற்றொன்று, அரசியல்மயப்பட்ட வெறுப்பு (Politicalized). இன்னும் நுட்பமாகப் பகுத்தால், வெறுப்புக்கு உள்ளூர்த்தன்மை (localized) உண்டே ஒழிய, உலகளாவிய தன்மை (Universalized) இல்லை. கிளாசிக்கல் மார்க்ஸியத்தின்படி இரு வர்க்கமாக மனித இனத்தைப் பிரித்துப் பார்த்தால் மட்டுமே உலகளாவியமயப்பட்ட வெறுப்புக்கு ஓர் உதாரணம் கிடைக்கிறது. ஒட்டுமொத்த மனித இனமே ஒன்றை வெறுக்கிறது என்று சொல்வதற்குத் தற்போது நம்மிடம் ஏதுமில்லை. ஹாலிவுட்டின் அதியுயர் தொழில்நுட்ப வேற்றுக்கிரகப் படையெடுப்பாளர்களின் மீதுகூட வெறுப்புக்குப் பதிலாக ஆர்வமே கொள்கிறோம். ஆனால், உள்ளூர்த்தன்மையுடைய வெறுப்போ இடத்துக்கு இடம் மாறுபடுகிறது. இங்கே இடம் என்பதை நிலமாக அன்றி, கலாச்சாரமாகப் புரிந்துகொள்வோம். வெறுப்பின் வெவ்வேறு வடிவமுடைய தாவரங்களெல்லாம் கலாச்சாரங்கள் கட்டிவைத்த பாத்திகளில் பயிராகின்றன. வெறுப்பின் மூலகமாகக் கலாச்சாரம் இருக்கிறது.

அரசியல்மயப்பட்ட வெறுப்பு தனிநபர்களை ஊடுருவினால் அதன் விளைவுகள் நாகரிகச் சமூகத்தின் முன்வைப்புகளுக்குப் பொருத்தமில்லாதவையாக மாறிவிடும். அரசியல் ஏதோவொரு

வகையில் தனிநபர் வெறுப்பின் ஊதிப்பெருக்கப்பட்ட வெளிப்படையான வடிவமாகவே இருக்கிறது. மனித மனங்களின் இருளில் வாழும் ஓர் உயிரியாக வெறுப்பு இருக்கிறது. அந்த இருண்ட பகுதிகளின் கதவுகள் திறக்கப்பட்டால், திடீரென வெளிச்சத்துக்கு வரும் வெறுப்பு தனது கட்டற்ற சுதந்திரத்தின் வெள்ளத்தைத் திசையெங்கும் பெருக்குகிறது.

வெறுப்பு நெகிழ்வானது. யூத நாட்டார் உயிரியான '*கோலம்*' (*Golam*) போன்றது அது. சேற்றிலிருந்து, மண்ணிலிருந்து அதை வடித்து சட்டென உயிர் கொடுத்துவிட முடியும். எல்லா வடிவங்களும் அவற்றின் மூலகங்களில் ஏற்கெனவே ஒளிந்திருக்கின்றன. இதன் பொருள், மூலகங்களில் அவை வடிவங்களாகவே ஒளிந்திருப்பது என்றில்லை; மாறாக, மூலகங்கள் அந்த வடிவங்கள் உயிர்பெறுவதற்கான சாத்தியக்கூறுகளைக் கொண்டிருக்கின்றன. வெறுப்பின் மூலகமான கலாச்சாரத்தில் அதற்கான சாத்தியக்கூறுகள் ஒளிந்திருக்கின்றன. அரசியல் மூலகத்திலிருந்து புதிய கோலம்கள் பலவற்றை உயிர்ப்பிக்கின்றன. ஒரு குறிப்பிட்ட கலாச்சாரத்தைச் சார்ந்த தனிநபரை ஒரு மேஜையாக உருவகித்தால், அந்த மேஜை மீது பலவித வடிவங்களில் இந்த கோலம்கள் அமர்ந்திருப்பதைப் பார்க்க முடியும்.

வெறுப்பின் ஆயிரம் வடிவங்கள்

ஆயிரம் எனும் எண்ணானது முடிவின்மையைப் புரிந்துகொள்வதன் எளிய தொடக்கமாக இருப்பதாலும், நமது கற்பனைகளில் அனைத்துப் பன்மைகளின் மொத்த தொகுப்பின் பிரம்மாண்டத்தைக் குறிக்க ஒரு குறியீடாகப் பதிந்திருப்பதாலும், இங்கே வெறுப்பின் வடிவங்களுக்கு ஆயிரம் எனும் குறியீட்டு எண்ணிக்கை வழங்கப்படுகிறது.

கோலம் 1

உயர்ரக ஐஸ்க்ரீம் கடையொன்றில், 'டெத் பை சாக்லேட்' ஐஸ்க்ரீமைச் சுவைத்துக்கொண்டிருந்தபோது, ஊனமுற்ற பிச்சைக்காரி ஒருத்தி உள்ளே நுழைந்து, கடைக்காரரிடம் தண்ணீர் கேட்டாள். அவளைக் கவனித்தும் கவனிக்காததைப் போன்ற

கண்கள் மீண்டும் ஐஸ்க்ரீமின் மீது பதிந்தன. ஆனால், 'டெத் பை சாக்லேட்'டின் அடர் பழுப்பு ப்ரௌனி கேக்கும், வெனிலா ஐஸ்க்ரீமின் வெண்ணிறமும் இப்போது அந்தப் பிச்சைக்காரியின் கிழிந்து தொங்கும் ஆடையின் ஒரு துண்டாகத் தெரிந்தன.

நாம் எல்லோரும் பிச்சைக்காரர்களை வெறுக்கிறோம். எல்லா நாகரிகச் சமூகங்களும் பிச்சைக்காரர்களை வெறுக்கின்றன. பொருள் உற்பத்தி முறையின் அடிப்பகுதிக்கும் வெளியே இருப்பவர்களின் மீதான வெறுப்பானது முழுக்கவே பொருளின் அடிப்படையிலானது. பிச்சைக்காரர்களே இல்லாத சமூகங்களும் இருக்கின்றன; அவை பழங்குடிச் சமூகங்கள்.

கோலம் 2

நகரத்தின் பிரதான சாலை. நடைபாதையிலேயே நேரடியாகக் கதவைத் திறக்கும் புகழ்பெற்ற உணவு விடுதி. சாலையைப் பார்த்தவண்ணம் அமர்ந்து, புதினா இலைகளாலும் முட்டைக்கோஸ் துருவல்களாலும் அலங்கரிக்கப்பட்ட மீன் துண்டையும், கூடவே அழகாக வடிவமைக்கப்பட்ட கண்ணாடி சீஸாவில் நிரம்பியிருக்கும் பழச்சாறையும் ஆர்வத்தோடு உண்ணும்போது, கதவுக்கு வெளியே ஒரு திருநங்கை. அடர்த்தியான, ஆனால் மலினமான வாசனைத் திரவத்தின் நெடியை உணவு மேசை வரை படரவிட்டு, உணவு விடுதியின் கல்லாவில் அமர்ந்திருந்தவரிடம் காசு கேட்டாள். அவர் மறுக்க, ஆபாசமான வார்த்தைகளால் திட்டிவிட்டு, அணிந்திருந்த புடவையைத் தூக்கிக் காட்டினாள். அதன்பின், மீனும் பழச்சாறும் மலினமான சுவையை அடைந்தன.

இங்கே பாலினத்தின் அடிப்படையில் வெறுப்பு எழுகிறது. நான் ஓர் ஆண் என்பதாலும், எனது உணவு மேஜைக்கு நேரே வந்து தனது ஒதுக்கப்பட்ட உடலைக் காண்பிப்பவளின் மீதான வெறுப்பானது அவள் செய்கையால் வந்ததல்ல; அவளது உடலால் வந்தது.

கோலம் 3

பெண்கள்தான் ஆண்களின் துயரத்துக்குக் காரணமானவர்கள் எனும் கருத்து அப்போது கொஞ்சமாக மிச்சமிருந்தது. தெருவே ஓய்ந்து கிடக்க, எனது வீடு இன்னும் சற்று தொலைவில்,

குகையைப் போல என்னை உள்ளே இழுத்து நுழைவாயிலைப் பாறை கொண்டு மூடிவிடக் காத்திருந்த வார இறுதி. வீதித் திருப்பத்தில் ஓர் இளைஞன் கல்நார் கூரை வேய்ந்த வீட்டிலிருந்து அவனுடைய மனைவியை இழுத்துவந்து தெருவில் வைத்து அடித்தான். வலி தாங்க முடியாமல் அவள் கதறியது காலத்தின் கவனத்தில் படத்தக்க அளவு நேரம் மகிழ்ச்சியை அளித்தது. வீட்டில் ஒரு பெண்ணும் இல்லைதான். நானே அடித்ததுபோல் கட்புலனாகாத ஒரு பெண்ணின் கதறலால் வீடு நிரம்பியிருந்தது.

மீண்டும் இங்கே பாலின அடிப்படையிலான வெறுப்பு முன்னெழுகிறது. பெண்களின் மீதான வன்முறையை வேடிக்கை பார்ப்பதில், பெண்களின் மீதான ஓர் ஆணின் வெறுப்பு, தன்னுடலையே நக்கிக்கொண்டு சமாதானம் செய்துகொள்கிறது.

கோலம் 4

அவள் என் உறவினரின் மகள். படிப்பே வராது அவளுக்கு. எதைச் சொல்லிக்கொடுத்தாலும் அவளால் புரிந்துகொள்வதற்கு சிரமமாக இருந்தது. அவளுடைய பெற்றோர் அடித்துச் சொல்லிக் கொடுத்தாலும், தேம்பி அழுதவண்ணமே அவள் பாடங்களைக் கற்க முனைந்தாலும் அவளால் தேர்ச்சி அடைய முடியவில்லை. எனக்கு வருத்தம்தான். ஆனால், எனது உறவினருக்கு வெறுப்பு. தனது மகள் மற்றவர்கள் உதாரணம் காட்டக்கூடிய அளவுக்கு முட்டாளாக இருக்கிறாளே என்று. நான் அந்தச் சிறுமியைக் காட்டிலும் என்னுடைய உறவினருக்காக வருத்தமடைந்தேன்.

இங்கே அறிவின் அடிப்படையில் வெறுப்பு அமைகிறது. முட்டாள்தனத்தை வெறுப்பது என்பது அறிவின் தவிர்க்க முடியாத குணமாக இருக்கிறது.

கோலம் 5

ராயல் என்ஃபீல்ட் அதுவாகவே உற்சாகமடைந்து பயணிப்பதற்கான 20-23 டிகிரி செல்சியஸ் அளவே இருந்த இளங்காலை. சாலையில் வாகனங்கள் குறைவாகவே என்னோடு பயணித்தன. அவற்றில் விலையுயர்ந்த கார்களின் மீது கவனம் பதிய, மீதியெல்லாம், இல்லறத்தார் சிக்கனம் கருதி வாங்கிப் பயன்படுத்தும் விலை மலிவான இருச்சக்கர வாகனங்களும், அசிங்கமான சிறு பார

வண்டிகளும். ஏறக்குறைய இடிப்பதைப் போல வந்து, மிக வேகமாக முந்திச்சென்ற இருச்சக்கர வாகனத்தில் மூன்று முஸ்லிம் இளைஞர்கள். அவர்கள்மீது எழுந்த கோபமே அந்த இளங்காலையைக் கொதிநிலைக்குத் தள்ளியது.

இந்த கோலம் தன்னை மதத்திலிருந்து உயிர்ப்பிக்கிறது. அதுவும் நான் நீட்டிக்க விரும்பிய அனுபவமொன்றின் மீது இடையூறு செய்யும் இளைஞர்களின் மதமே அந்த வெறுப்புக்கு உடனடிக் காரணமாக அமைகிறது. நான் அந்நிகழ்வை இளைஞர்களின் குறும்புத்தனமாகப் பார்க்கவில்லை. அங்கே உயிர்பெற்ற கோலம் அவர்களை மதத்தின் கண்கள் வழியாகப் பார்த்தது.

வெறுப்பானது இனம், மொழி, வர்க்கம், மதம், பாலினமாக வடிவங்கள் கொண்டிருக்கிறது. அவற்றின் உள்ளேயும் ஆயிரம் துணை வடிவங்கள் நிலைகொண்டிருக்கின்றன.

வெறுப்பின் காலத்தில் சட்டத்தின் பங்கு

நாம் வெறுப்பின் காலத்தில் வசிக்கிறோம் என்பதன் பொருள், வெறுப்பு புதிதாகத் தோன்றி இப்போது அதன் ஆளுகைக்குக் கீழே நம்மைக் கொணர்ந்திருக்கிறது என்பதல்ல. சமூகத்தின் பல்வேறு அங்கங்களின் ஏற்பை (*Legitimized*) வெறுப்பு பெற்றிருக்கிறது என்பதே அதன் பொருள். ஏற்பு வழங்கப்படாத வெறுப்பு, எல்லைகளில் கூச்சலிட்டு அவ்வப்போது சமூகவெளிக்குள் ஊடுருவலை நிகழ்த்தும். ஆனால், ஏற்பு வழங்கப்பட்ட வெறுப்போ தனக்கு எல்லையே இல்லாததுபோல் சமூகம் முழுமைக்கும் ஆகாயத்தாமரையெனப் படரும்.

சட்டம் ஓரளவுக்கேனும் வெறுப்பைக் கட்டுக்குள் வைத்திருக்க உதவுகிறது. சட்டத்தின் உலகளாவிய குணம் என்னவென்றால் அது இழப்பவர்களின் பக்கத்தில் நிற்க விரும்புகிறது. உடல், உயிர், பொருள் இவற்றை இழப்பவர்களின் பக்கத்தில் நின்று அவர்களைக் காக்க விரும்புகிறது. சட்டத்தை வெகு எளிதாகச் சொல்லப்போனால், சமையல் குக்கரில் இருக்கும் பாதுகாப்பு வால்வைப் போல. குக்கர் வெடித்துவிடாமல் காப்பது அந்தச் சிறு வால்வே.

ஆனால், வெறுப்பைச் சட்டம் அங்கீகரித்தால், அதன் ஆற்றலுக்குத் தன்னை ஒப்புக்கொடுத்தால், நாம் ஏற்கெனவே வெடிப்பின் பின்னாலான உலகில் வசிப்பவர்களைப் போல ஆகிவிடுவோம். வெறுப்பைச் சமூக சக்திகள் கட்டுப்படுத்த முடியாமல் போகும்போது, சமத்துவத்தைத் தனது ஆதாரமாகக் கொண்ட சட்டத்தின் விரல்களையே நாம் பிடிக்க விழைவோம்.

சட்டத்தின் ஆட்சி என்பது ஒருவகையில் நாகரிகத்தின் ஆட்சி. இருப்பில் இருக்கும் சட்டங்கள் கேள்விக்கு அப்பாற்பட்டதா என்றால் அவ்வாறு இல்லைதான். எனினும், சட்டத்தின் தத்துவம் நிறையவே விவாதிக்கப்பட்ட ஒன்று. சமூக ஏற்பை எதிர்த்து, சட்டம் நீண்ட போராட்டத்தை நடத்துகிறது.

வெறுப்பின் காலத்துக்கு முன்னுதாரணம்

வரலாற்றின் பக்கங்களில் கிடைக்காத முன்னுதாரணங்களைக் கடந்து மனிதச் சமூகம் ஒரு நிகழ்வையும் புதிதாக உருவாக்கியிருக்கவில்லை. வெறுப்பின் ஆகப்பெரிய பரிசோதனையாக நான் இரண்டாம் உலகப்போரைச் சொல்வேன். மனித இனம் தன்மீதே செய்து பார்த்த பரிசோதனைகளில் பென்னம் பெரியது அதுவே. மீண்டும் அந்தப் பரிசோதனையைப் புதிய பாணியில் நிகழ்த்தாது என்பதற்கு எந்த உத்தரவாதமும் இல்லை (போரில் என்ன புதிய பாணி!).

இங்கே ஏன் என்பதே இல்லை

பிரைமோ லெவியைப் போல வெறுப்பின் ராட்சதத்தனங்களை எழுதிய வேறொருவர் இல்லை (வாஸிலி கிராஸ்மனைச் சொல்லலாம்தான்). அவருடைய ‘இஃப் திஸ் இஸ் அ மேன்’ (If This Is a Man) நாவலில் ஒரு காட்சி. மூன்று நாள் பயணமாக நீரும் உணவும் இன்றி ஃபாசிஸ்ட் ராணுவத்தினரால் ரயிலில் ஏற்றிச் செல்லப்படும் யூதர்களில் ஒருவன், வதை முகாமில் தாகம் மிகுதியாக, கம்பிவேலியில் உறைந்திருக்கும் ஐஸ் துணுக்கு ஒன்றை உடைத்து வாயில் இடப்போவான். ராணவ வீரன் அதைத் தட்டிவிடுவான். யூதன் கேட்பான்: ஏன்? ராணுவ வீரன் பதிலளிப்பான்: இங்கே ஏன் என்பதே இல்லை. வெறுப்பின்

காலத்தில் ஏன் என்பதற்கு ஏற்றுக்கொள்ளத்தக்க பதில்கள் கிடைக்காது. ஏனெனில், அங்கே ஏன் என்பதே இல்லை.

வெறுப்பும் பொருளாதாரமும்

இது ஒரு விநோதமான கலவைதான். வெறுப்பு எவ்வாறு பொருளாதாரத்தோடு தொடர்புடையதாகிறது? அரசியல்மயப்பட்ட வெறுப்பு, முதலில் தனது எதிரிகளின் உயிரில் அல்ல, உடைமைகளில்தான் கை வைக்கும். நாகரிகச் சமூகத்தில் கொலைகள் அருவருப்பானவை. ஆனால், உடைமைகளின் மீது செலுத்தப்படும் தாக்குதல்களுக்கான எதிர்வினைகள் முன்னதைக் காட்டிலும் பின்னதில் வீரியமாக இருப்பதில்லை. வெறுப்பின் பொருளாதார வடிவம் பல்முனையிலானது. அதன் குறிக்கோளை அடைவதற்கு நீண்ட காலம் காத்திருக்கும் பொறுமையும் உள்ளது. ரொம்பவே சிக்கலானது, ஆழமானது. எளிதில் மீண்டுவர முடியாத பாதிப்பை மறைமுகமாக உண்டாக்குவது. ஆழத்தில் புதைபடுபவற்றுக்குத் தோற்றம் மறைந்து, குரலும் மங்கிவிடுகிறது.

சில இடைக்கருத்துகள்

1. ஒரு மனிதர் தன்னுள் வெறுப்பின்றி இருக்க முடிவதற்கான சாத்தியம் மிகக் குறைவே. அது விடுதலை மனநிலை அடைந்தவர்களுக்கே உரிய ஒன்று. ஆனால், ஒரு சமூகம் தன்னுள் வெறுப்பின்றி இருக்க முடியுமா? எல்லாப் பிரிவினைகளும் வெறுப்பால் உருவாக வேண்டிய அவசியமில்லை. ஆனால், வெறுப்பானது எல்லாவற்றிலும் பிரிவினைகளையே உருவாக்க விரும்புகிறது. வெறுப்பு ஒரு பிரிவினை சக்தி. அதனால், தற்காலிகப் பலன்களை ஒரு சமூகம் அடைந்தாலும் அந்தப் பலன்களுக்காகக் கொடுக்கும் விலை நீண்ட காலத்தில் எதிர்மறை விளைவுகளையே உண்டாக்கும்.

2. மனிதர்களில் அன்பும் வெறுப்பும் அவர்களின் இயல்பிலேயே உள்ளது. அன்பைக் காட்டிலும் வெறுப்பு எளிதானது. வெறுப்பது எளிதானது மட்டுமல்ல, அது ஒருவகையில் அமைதிப்படுத்தவும் ஒன்றிணையவும் வழிவகுக்கிறது. அன்புக்கும் இதே குணங்கள் உண்டு என்பது எவ்வளவு முரண்பாடு பாருங்கள். ஆனால், அன்பில் இருதரப்பும்

பலனடைய வெறுப்பிலோ ஒரு தரப்பு மட்டுமே பலனடைய முடியும். வேறு வார்த்தைகளில் சொன்னால், அன்பானது பேச்சுவார்த்தைக்கு மேஜைக்கு வந்தால், வெறுப்போ சண்டையிடுவதற்கு தெருவுக்குப் போகும். வெறுப்பும் அன்பும் வலிமை தரக்கூடியவை. ஆனால், வெறுப்பால் உண்டாகும் வலிமையானது வன்முறைக்கே இட்டுச்செல்லும். வலிமை தன்னை வலிமையானது என்று நிரூபிக்க பலவீனமானவற்றின் மீது வன்முறை செலுத்தவே முயலும். வலிமை மற்றொரு வலிமையோடு மோதி அல்ல, பலவீனமானதோடு மோதியே தன்னை வலிமையானது என்று நிரூபிக்கிறது. ஆனால் பலவீனமானது பலவீனத்தோடு அல்ல, வலிமையானதோடு மோதியே தனது பலவீனத்திலிருந்து விடுபடுகிறது. அன்பானது பலவீனத்தை உருவாக்கினாலும் அது வலிமையோடு மோதுகிறது.

3. வெறுப்பால் ஒரு சமூகத்தை அரசியல்மயப்படுத்த முடியும். வெறுப்புக்குக் கதை சொல்லும் தன்மை உண்டு. அரசியல் ஓர் ஒப்பற்ற கதை சொல்லும் நிறுவனம். அன்பால் கதை சொல்ல முடியாது. வெறுப்பால் வரலாற்றிலிருந்தோ சமகாலத்திலிருந்தோ ஒரு கதையாடலை (Narrative) உருவாக்க முடியும். அன்போ வரலாறும் சமகாலமும் அற்றது. கதையாடலை உருவாக்கும் கருப்பை அற்றது. எனவே, அரசியல்படுத்தவே முடியாதது.

4. வெறுப்பும் அன்பும் வளங்களைச் சார்ந்தே இருக்கின்றன. வளங்கள் தீரத் தொடங்கினால் அன்பே வெறுப்பாக மாறுகிறது. இரண்டுக்கும் ஆக்கிரமிக்கும் பண்பும் உண்டு. ஒரு சமூகத்தின் வளங்கள் தீர்ந்துபோனால் அது நிச்சயம் மற்றொரு சமூகத்தைத் தனக்குச் சமமாக நடத்தாது. எஞ்சியிருக்கும் வளங்களைக் கைப்பற்றவே, வெறுப்பு நமது சமகாலத்தில் உலகளாவிய போக்காக உருவாகியிருக்கிறது.

5. வெறுப்புக்கு எதிராகப் போராடுபவர்கள் யார்? அன்பால் அரசியல்மயப்படுபவர்கள் அல்ல. ஏற்கெனவே நாம் சொன்னபடி, அன்பால் ஒரு கதையாடலை உருவாக்க முடியாது. மாறாக, வெறுப்புக்கு எதிராகப் போராடுபவர்கள் மற்றொரு கதையாடலைச் சேர்ந்தவர்கள். வெறுப்பின்

நெருக்கடியாலும் அதன் அழுத்தத்தாலும் அதற்கு எதிராகப் போராடப் புகுந்தவர்கள். தன்னுள் நெகிழ்வையும் இடத்தையும் கொண்டிருக்கும் கதையாடலைச் சேர்ந்தவர்கள்.

6. தனிநபர்மயப்பட்ட வெறுப்பை வெல்வது அவரவர் தேர்வைப் பொறுத்தது. ஆனால், அரசியல்மயப்பட்ட வெறுப்பை வெல்வது அமைதியை விரும்பும், தனது ஆற்றலை ஆக்கபூர்வமான வழிகளில் செலுத்த விரும்பும் சமூகத்தின் ஓர் அத்தியாவசியத் தேவை.

7. அரசியல்மயப்பட்ட வெறுப்பின் இறுதி நோக்கம் ஒரு குறிப்பிட்ட சமூகத்தினுடைய அங்கத்தினர் அனைவரின் தனிநபர்மயப்பட்ட வெறுப்பாக அதை மாற்றுவதே.

8. யாரால் வெறுப்பை வெல்ல முடியும்? அன்புடையவர்களால் அல்ல. ஏனெனில், தடுமாற்றமில்லாத அன்பு என்பது யதார்த்தமானதல்ல. மாறாக, புரிதல் உள்ளவர்களால் மட்டுமே வெறுப்பை வெல்ல முடியும். கல்வியே புரிதலுக்கு வழிவகுக்கும். கல்வி என்பது பள்ளிகளில், கல்லூரிகளில் கற்பிக்கப்படுவதல்ல. அதோடு சேர்த்துப் பாடத்திட்டங்களுக்கு வெளியே கற்பதும் இணைந்ததுதான் கல்வி. புரிதலானது ஏற்றுக்கொள்வதையும் அங்கீகாரத்தையும் மரியாதையையும் உருவாக்கும். இவை மூன்றும் இணைந்ததே அன்பு எனப்படுவது.

வெறுப்பின் கதை சொல்லும் ஆற்றல்

வேறெவற்றையும்விட வெறுப்பின் கதை சொல்லும் ஆற்றல் வியப்புக்கு உரியது. அதனால் வரலாற்றை, பொருளாதாரத்தை, ஏன் எதிர்காலத்தையேகூட தனது மொழியாகக் கொண்டு ஒரு புனைகதையை உருவாக்க முடியும். அதற்கே உரியதான ஈர்ப்புமிக்க தர்க்கத்தின் அடிப்படையில் ஒரு நம்பத் தகுந்த, அதே சமயம் நம்மை அதன் முடிவுகளை ஏற்கச் செய்யும் கதைகளை உருவாக்கிவிட முடியும். உண்மையை எதிர்கொள்ளுதல் எளிதானது. ஆனால், புனைவுமயமான உண்மையை அவ்வளவு எளிதாக எதிர்கொள்ள முடியாது. அதன் தர்க்க ஈர்ப்பின் முன்னே உண்மையின் எளிமை தனது எடையை எப்போதோ இழந்துவிட்டதைப் போல நிற்கும்.

வெறுப்பை *நீட்ஷேவின்* வார்த்தைகளில் சொன்னால் ஒரு 'ரேடிக்கல் எவில்' (Radical Evil) எனலாமா? வெறுப்பு வெறும் உணர்வுகளின் நிறங்களை மட்டுமே கொண்டிருப்பதில்லை, அது தர்க்கத்தின் நைலான் வயர்களால் முடையப்பட்டிருப்பதால் எளிதில் அறுந்துவிடாது. வெறுப்பானது பகுத்தறிவைப் பயன்படுத்துகிறது. ஆனால், புனைவை உருவாக்கவே அதன் பகுத்தறிவு ஊடுபாவாக அமைகிறது. இவை இரண்டும் அபாயகரமான கூட்டணியை அமைக்கின்றன. முன்சென்ற சொற்றொடரில் 'அபாயகரமான' எனத் தட்டச்சு செய்கையில், தவறுதலாக 'அபயகரமான' என அடிக்கப்பட்டது. வெறுப்பு யாருக்கு அபயமளிக்கிறதோ அவர்களின் ஆற்றல் விரைவில் வடிந்து தீராது.

இறுதிச் சொற்களாக

வெறுப்பின் கசப்பைச் சுமக்காதவர்கள் நம்மில் யார்? அது நம்மை ஆற்றல் உடையவர்களாக ஆக்கினாலும், நம்மையே அகவெடிப்புக்கு (Implosion) உள்ளாகச் செய்யும். தனிநபர் எல்லைகளுக்குள் இயங்கினாலும், சமூகவெளிகளில் நிரம்பினாலும், நரகத்தில் செய்யும் முதலீடே வெறுப்பு.

பின்குறிப்பு: 'வெறுப்பின் ஆயிரம் வடிவங்கள்' எனும் பகுதியில் சொல்லப்படும் 'நான்' இதை எழுதியவர் அல்ல. இதை எழுதியவர் வெறுப்பின் பல்வேறு சூழல்களில் தன்னை ஒரு கதாபாத்திரமாக வைத்துப் பார்த்தவர்.

அருஞ்சொல்.காம்

மகிழ்ச்சி
– முதலாளித்துவத்தின் வாக்குறுதியா?

நமது விருப்பாற்றலில் விழும் முட்டுக்கட்டையே துன்பம். ஜெர்மானியரான ஷோபான்ஹெய்ர் இவ்வாறு சொன்னார். புத்தருக்கு ஏறக்குறைய இரண்டாயிரத்து முந்நூறு ஆண்டுகளுக்குப் பிறகு துன்பத்தை மனித வாழ்வின் ஒரே எதார்த்தமாக, பிரதான குறிக்கோளாக முன்வைத்தவர் அவர் ஒருவரே. ஆனால் புத்தர் துன்பத்தைச் சிந்தித்து அதிலிருந்து விடுபடக்கூடிய வழியையும் பரிந்துரைத்தார். ஷோபன்ஹெய்ர் எதார்த்தவாதி, எந்த ஒரு வழியையும் பரிந்துரைக்கவில்லை. அவருடைய நாகார்ஜுனரான நீட்ஷேவோ இன்பமென்பது வலியின் விலகல் என்றார். அதாவது துன்பமும் அதனால் உண்டாகும் வலியும் சற்றே விலகுவதே இன்பம். எனவே இன்பமும், அதன் காரணமாக உண்டாகும் மகிழ்ச்சியும் தற்காலிகமானவை. மகிழ்ச்சி ஒரு மனோநிலை என்றால் இன்பம் அந்த மனோநிலையை அடையும் வழிமுறை. இரண்டிற்கும் இடையே வேறுபாடு உண்டு. மகிழ்ச்சி இன்பம் இவ்விரண்டில் மகிழ்ச்சியே இலட்சிய வடிவம் பெறுகிறது. அதைப் போன்றே துன்பமும் அதனால் உண்டாகும் துக்கமும். இன்பத்தின் வழியாக மட்டுமல்ல, துன்பத்தை தவிர்ப்பதின் வழியாகவும் மகிழ்ச்சியை அடையலாம். ஆக, மகிழ்ச்சிக்கு இரண்டு பாதைகள் உண்டு. ஆனால் இரண்டு பாதைகளும் துன்பத்தின் இருள் படர்ந்தும், இன்பத்தின் கிளைகளின் வழியே நிலத்தில் படும் ஒளிப்புள்ளிகளாலும் நிறைந்திருக்கின்றன.

இந்திய நிலத்தின் சிந்தனைகள் மனித வாழ்வை அறம், பொருள், இன்பம், வீடுபேறென நான்காகப் பகுத்து அவற்றை ஒழுகும் சமூக முறைமைகளை, விதிமுறைகளை உருவாக்கி மனித வாழ்வின் குறிக்கோள் வீடுபேறெனவே வலியுறுத்துகின்றன. இங்கே தோன்றிய எந்த ஒரு சிந்தனையும் தத்துவமும் மேற்சொன்ன நான்கு பகுப்புகளுக்கு பங்களித்திருக்கின்றன. இந்தியத் தத்துவங்கள் எவையுமே மகிழ்ச்சியை வாழ்வின் குறிக்கோளாக முன்வைத்தவையல்ல. நிலையாமை இந்திய சிந்தனையின் அச்சாகவும், தத்துவச் சிந்தனைகள் அச்சில் இணையும் ஆரங்களாகவுமே இருக்கின்றன. நமது துக்கம் எவ்வளவு நிலையற்றதோ அதைப்போலவேதான் மகிழ்ச்சியும் நிலையற்றது. எனவேதான் எந்தத் தத்துவமும் மகிழ்ச்சியை இலட்சியமாக முன்வைக்கவில்லை. எல்லா உயிரும் இன்புற்றிருப்பதென்பது ஓர் உன்னதமான கற்பனை.

இந்திய சமூக அமைப்பு ஒன்றையொன்று சார்ந்து ஆனால் அதே சமயம் கலவாமல் இருந்த பிரிவுகளால் ஆன ஒன்று. அவ்வாறு நன்கு பிரிக்கப்பட்ட ஆனால் அதே சமயம் பிணைந்திருந்த சமூக அமைப்பே நிரந்தரமானதென்று அது நம்பியது. ஒவ்வொரு பிரிவுக்கும் மேற்சொன்ன நான்கு பகுப்புகளை வெவ்வேறு நிறங்களில் பகிர்ந்தளித்தது, மறுத்தது. மீறுவதற்குக் கடினமான இச்சமூக அமைப்பு மனித வாழ்வின் குறிக்கோளைக் குறித்த கவலையின்றி ஏற்கனவே தங்கள் வாழ்வொழுங்கில் பதியமாகிவிட்ட தர்மங்களைப் பேணுவதையே அதன் இலட்சியமாக்கியது. மூன்று நூற்றாண்டுகளுக்கு முன்னால் யாராவது இந்தியக் கிராமங்களில் வசிக்கும் ஒருவரைப் பார்த்து வாழ்வின் குறிக்கோள் என்னவென்று கேட்டிருந்தால் விதவிதமான பதில்களை அவர் அளித்திருக்கும் வாய்ப்பே அதிகம். ஆனால் மகிழ்ச்சியே வாழ்வின் குறிக்கோள் என்று சொல்லியிருக்க மாட்டார். இன்று, வாக்காளர் பட்டியலில் உள்ள யாரைக் கேட்டாலும் வாழ்வின் குறிக்கோள் மகிழ்ச்சியே என்பர்.

ஒன்றை ஏற்றுக்கொள்வதின் வழியாக நாம் அதனைக் கடக்க விழைகிறோம். ஒன்றை எதிர்ப்பதற்கும் அதற்கு எதிராக எதிர்வினையாற்றுவதற்கும் முதலில் நாம் அதன் இருப்பை ஏற்றுக்கொள்ள வேண்டும். நமக்கு துன்பமேயில்லை என்று

மறுதலிப்பதின் வழியாக மகிழ்ச்சியை அடைய முடியாது. மாறாக நாம் துன்பத்தை ஏற்பதின் வழியாகத்தான் அதைக் கடந்துபோகும் அனைத்து முயற்சிகளையும் எடுக்கிறோம். அதன்மூலம் நமது துன்பம் மேலும் பெருகும் என்றாலும், துன்பத்தின் முடிவு துன்பமேயானாலும் நமது முயற்சிகளின் காரணமாக அது கொஞ்சம் விலகுகிறது. இந்த விலகலே நீட்ஷே சொன்னது. மனித வாழ்வு முடிவற்றதாகவும் வலியில்லாமலும் இருக்குமானால் யாருடைய தலையிலும் இந்த உலகம் ஏன் இவ்வாறு இருக்கிறது, இவ்வாறு கட்டமைக்கப்பட்டிருக்கிறதென்ற கேள்வியே நுழைந்திருக்காது என்கிறார் ஷோபன்ஹெய்ர். தத்துவங்களும், கடவுளுமே கூட தோன்றியிருக்கும் வாய்ப்பு குறைவு. வலியும் துன்பமுமே தத்துவங்களை, சிந்தனைகளை, மதங்களை உருவாக்கியிருக்கின்றன. மகிழ்ச்சியென்பது ஒரு விடுதலை நிலையென்பதால் அந்நிலையிலிருந்து ஒன்றுமே தோன்றாது. அந்நிலை புதிதாக எதையுமே உருவாக்காது.

அப்படி உருவாக்க முனைந்தால் அது துன்பத்திற்கே வழிவகுக்கும் என்று அதற்கு தெரிந்திருக்கிறது. மனிதர்களால் நிரந்தரமாக இலட்சியார்த்தத் தளத்திலேயே வாழ முடியாது. வாழ்விற்கே அப்படியொரு குறிக்கோள் இல்லை. ஆகவே இலட்சிய நிலைகளை விவாதித்து அதை ஒரு சமூக முறைமையாக மாற்றுவதற்கான முயற்சியாகவே பல்வேறு தத்துவங்கள் உருவாகின. எல்லாத் தத்துவங்களும் மகிழ்ச்சியை விவாதிக்கின்றனவேயன்றி, அவற்றை இலட்சியமாக்கவில்லை.

ஆனால் நம் காலத்தில் நிலைபெற்றுவிட்ட முதலாளித்துவ உற்பத்தி முறையும், அதன் எலும்புகளைச் சுற்றிக் கட்டப்பட்ட சமூகங்களின் அனைத்து தசைகளும் மகிழ்ச்சி எனும் நிரந்தரக் கற்பனையின் அணுக்களால் நிரம்பியுள்ளன. அது துன்பத்திலும் துன்பமான வறுமையிலிருந்து உலகை விடுவிப்பது மட்டுமல்ல, அனைத்தையும் உழைப்போடு பிணைத்து அதற்கு ஓர் உன்னத வடிவை வழங்குகிறது. உழைப்பு துன்பமா என்றால் ஆம் என்றுதான் சொல்ல வேண்டும். மத்திய காலத்தில் விவசாயி ஒருவரிடம் உழைத்தால் என்னவாக முடியுமென்று கேட்டிருந்தால் அவர் எவ்வளவு உழைத்தாலும் நான் விவசாயியாகவே தொடர முடியுமென்று சொல்லியிருப்பார். ஆனால் முதலாளித்துவம் நாம்

உழைத்தால் நமது நிலையிலிருந்து வேறொன்றாக மாறிவிட முடியுமென்ற நம்பிக்கையைத் தருகிறது.

முதலாளித்துவம் உழைப்பை மூலதனத்திற்கான வழியாகப் பார்க்கிறது. அது உற்பத்தி செய்து குவித்து வைத்திருக்கும் பண்டங்களை மகிழ்ச்சியின் சிறு துண்டுகளாக கண்ணாடித் தடுப்புகளுக்கு உள்ளே காட்சிக்கு வைத்திருக்கிறது. ஒரு பண்டத்தை வாங்கி நுகர்வதென்பது இன்றைக்கு தேவையின் பொருட்டு மட்டுமே நிகழ்வதல்ல. இன்று ஒரு பண்டம் தேவையினால் மட்டுமே மதிப்பைப் பெறுவதில்லை. அதற்கென உருவாகிவிட்ட மதிப்பும் கூட தேவையை உருவாக்குகிறது.

எந்த ஓர் அமைப்பும் நிரந்தரத்துவத்தை அடையவே முனையும். முதலாளித்துவமும் அப்படியொரு நம்பிக்கையில் ஆழ்ந் திருக்கிறது. இந்த உற்பத்திமுறை நமது வாழ்வின், சூழலின் மீதான நெருக்கடியாக மாறியிருந்தாலும் நம்மை இன்னுமே பண்டங்களின் பிம்ப மயக்கத்தில் ஆழ்த்துவதில் தோல்வியடைந்திருக்கவில்லை. தொழிநுட்ப வளர்ச்சியை தனது வெற்றிக்கான கருவியாக கையாளும் முதலாளித்துவம் முந்தைய சமூக அமைப்புகளின் வழியாக உருவான இலட்சிய நிலைகளைத் தகர்த்து, வாழ்வை உள்ளீடற்றுப் போகச் செய்வதின் வழியாக உருவாகும் வெற்றிடத்தை பண்டங்களால் நிறைக்கிறது. நான் எனது வீட்டிலிருக்கும் கடவுள்களை அன்றாடம் வணங்கி எனது வாழ்வு ஓர் ஐ-போனை வாங்கும் நிலைக்கு உயர வேண்டுமென்று வேண்டுகிறேன். பண்டங்களை இலட்சியமாகக் கொண்ட எனது வாழ்விற்கு அருள் செய்யவில்லை என்றால் கடவுளின் பயன்தான் என்ன?

நம் காலத்தைய ஆன்மிகம் முதலாளித்துவத்தோடு சமரசம் செய்துகொண்டது. பின்னதைப் போலவே ஆன்மிகமும் மகிழ்ச்சியைக் கற்பிக்கும், அவ்வாறு கற்பிப்பதை விற்கும் ஒரு துறையாக உருமாறியிருக்கிறது. நமது நவீன குருமார்களில் யாராவது வாழ்வே துக்ககரமானதென்றும் துன்பத்தையே வாழ்வின் இயல்பான நிலையென்றோ அதுவே குறிக்கோளென்றோ ஷோபன்ஹெய்ரைப் போல போதிப்பவராக இருந்தால் நிச்சயமாக அவர்கள் பயணம் செய்யும் சொகுசுக் கார்களின் சக்கரங்களைக் கூட வாங்கும் சக்தியற்றுப் போகும் வாய்ப்பே அதிகம். உங்களால்

மகிழ்ச்சியை பண்டமாக விற்க முடிந்தால் முதலாளித்துவ பொன்னுலகத்தில் நீங்களே வழிபடக் கூடிய இடத்தை அடையத் தகுதியானவர்.

வாழ்வின் இலட்சியமே மகிழ்ச்சியென்றும், கொண்டாட்டமே வாழ்க்கையென்றும் கருதுகோள்கள் உருவானது எப்போது? 1960களுக்குப் பின்னான உலகமயமாக்கலும், நுகர்வுக் கலாச்சாரத்திற்கும் பெரிய அளவில் அதற்கொரு பங்கு உண்டு. தேவைக்கு நுகர்க எனும் அறிவுரை எல்லாம் வார இறுதியில் உணவகங்களில் குவியும் கைதுடைக்கும் காகிதங்களோடு சேர்த்து கசக்கி எறியப்படுகிறது. மகிழ்ச்சியை தனது வாக்குறுதியாகக் கொண்டிருக்காவிட்டால் முதலாளித்துவத்தால் நீடிக்க முடியுமா?.

இந்திய ஆன்மிகத்திலிருந்து தன்னை விடுவித்துக்கொண்ட ஸ்டீவ் ஜாப்ஸ், புத்தரும் மார்க்ஸும் சொன்னதையே தனது உற்பத்திப் பொருள் செய்கிறது என்றார். முதலாளித்துவ மதத்தில் பேகனிய கடவுள்களின் இடத்தை எட்டிவிட்ட பண்டங்களின் நகரக் கோவில்களில் முன்வரிசையில் நின்று அவற்றைத் தொழுதலே நமது மகிழ்ச்சிக்கான எளிய மார்க்கம்.

பண்டங்களை அடைய விழையும் நமது விருப்பத்திற்கு எதிராக விழும் அனைத்துத் தடைகளும் நமக்குத் துன்பத்தை அளிக்கின்றன. பழைய கடவுள்களே தயவுசெய்து எனது வாங்கும் சக்தியை அதிகரியுங்கள். எனது மகிழ்ச்சி மட்டுமல்ல எனது நாட்டின் முன்னேற்றமும் அதிலேதான் அடங்கியுள்ளதென அரசும் கூட நம்புகிறது.

இந்து தமிழ்

எதிர்மறைக் காலங்களில் வாழ்வது எப்படி?

ஒவ்வொரு பேரழிவும் முன் ஊகிக்கத்தக்கதாக இருக்கும் அதே வேளையில் தவிர்க்க முடியாததாகவும் இருக்கிறது. எரிமலை வெடிப்பிலிருந்து பருவம் தவறுதல் வரை நம்மால் எதிர்காலத்தைப் பெருமளவு கணிக்க முடிந்தாலும், நாம் அவற்றைத் தவிர்க்கும் வழிமுறைகளில் கோட்டை விடுபவர்களாக இருக்கிறோம். மனித அறிவு எல்லையற்றதாக இருக்க, நமது முயற்சிகளின் ஒருங்கிணைப்பில் இன்னும்கூட பின்தங்கியவர்களாகவே தொடர்கிறோம் என்பது ஒரு முரண். நாம் இப்போது முற்றிலும் எதிர்மறையான ஒரு காலத்தில் வாழ்கிறோம் என்பது ஓர் உண்மை. உலகளாவிய சிக்கலான கொரோனா பெருந்தொற்று எல்லாத் திசைகளிலும் எதிர்மறைக் காற்றையே நிரப்பியுள்ளது. நாம் மூச்சுத் திணறுகிறோம். நமது அரசுகள், அமைப்புகள் மூச்சுத் திணறுகின்றன. நமது முக்கியத்துவங்கள், முன்னுரிமைகளின் பட்டியலில் அனைத்துமே வரிசை மாறி, உயிர்பிழைத்தல் மட்டுமே முன்னணியில் நிற்கிறது.

இருப்பினும், மனித வரலாற்றில் எப்போதாவது நேர்மறை காலமென்று ஒன்று இருந்ததா?. இதற்கான பதில் நிச்சயமாக சந்தேகத்திற்கு உரியது. வேட்டையாடி உணவருந்திய காலம் முதலாக, விவசாய, தொழில் சமூகமாகத் திரண்ட காலகட்டம் வரையிலும் ஒவ்வொரு வகையில் அழிவை எதிர்கொண்டு,

பேரளவில் இழப்புகளைச் சந்தித்தே மனித இனம் உயிர் பிழைத்திருக்கிறது. உதாரணத்திற்கு தொழிற்புரட்சியின் ஆரம்பத்தில் இங்கிலாந்தின் பருத்தி ஆலை மையங்களில் வாழ்ந்தவர்களின் சராசரி வாழ்நாள் வெறும் 17 வருடங்களாக இருந்திருக்கிறது. சாதாரண வயிற்றுப்போக்கால் நாம் இங்கே பல உயிர்களை இழந்திருக்கிறோம். கைக்குழந்தைகள் இறப்பு, பிரசவத்தின் போது தாயும் சேயும் உயிரிழத்தல், காச நோய் போன்றவற்றால் நாம் அனாமதேயமாக பல உயிர்களை இழந்திருக்கிறோம். ஒவ்வொரு குடும்பமும், சமூகமும் பல்வேறு வகையில் நிகழ்ந்த உயிரிழப்புகளை உள்வாங்கியே மீண்டிருக்கிறது.

நோயைக் காட்டிலும் கொடிய பஞ்ச காலங்களை தமிழகம் கூட சந்தித்திருக்கிறது. தாதுவருடப் பஞ்சம் எனக் குறிப்பிடப்படும் 19ஆம் நூற்றாண்டுப் பஞ்சம் பல இலட்சக்கணக்கான உயிர்களை வாரிச் சுருட்டியது. நவீன மதிப்பீடுகள் 82 இலட்சம் மக்கள் வரை இறந்திருக்கலாம் என மதிப்பிடுகின்றன. இயற்கைப் பேரழிவை விடுங்கள், உணவுப் பஞ்சம் பெரும்பாலும் செயற்கையானது. மனிதத் தவறினால், விநியோகத்தில் நிலவும் குளறுபடிகளால் நிகழ்வது. நாம் முழுமுற்றான பஞ்சகால நிலையை கடந்திருக்கிறோம். உணவுப் பாதுகாப்பு குறிப்பிடத்தக்க அளவிலாவது நமது நிர்வாக முறைகளால் உறுதி செய்யப்பட்டிருக்கிறது. ஆயினும் இன்னுமே உணவில்லாமல் உறங்கச் செல்லும் அல்லது உறக்கம் வராமல் தவிக்கும் ஏழைகள் பெரும் எண்ணிக்கையில் இருக்கிறார்கள். இந்தியாவைப் பொறுத்தவரை எதை ஓர் அளவுகோலாகக் கொண்டாலும் அளவிடப்படுவதற்கு பெரும் எண்ணிக்கை கிடைத்துவிடும்.

நாம் இன்னும் மத்தியகால ஐரோப்பாவைச் சீரழித்த பிளேக் நோயை, இரு உலகப்போர்கள், தேசப் பிரிவினை, குறும் போர்கள், மதக்கலவரங்களைப் பற்றியோ விவாதிக்கவில்லை. இந்தப் பெருந்தோற்றுக் காலத்தில்தான் கடந்த நூற்றாண்டின் ஆரம்பத்தில் நிகழ்ந்த ஸ்பானிஷ் ஃபுளூ பற்றி அறிந்தோம். ஒவ்வொரு பேரழிவைச் சந்திக்கும் காலத்திலும் மனித வரலாறு அதற்கொரு முன்னுதாரணத்தை விட்டுச்சென்றிருக்கிறது. மனித வாழ்வின் அடிப்படைகளில் எதுவுமே புதியதில்லை. அதுவும்

ஒரு கொரோனா வைரசைப் போல தன்னை சூழலுக்கு ஏற்ப தகவமைத்திருக்கிறது.

அறிவியலின் அடிப்படையில் சொல்லப்போனால், நாம் உண்மையில் வைரஸ்களின், பாக்டீரியாக்களின் உலகில்தான் வாழ்கிறோம். நுண்ணியிரிகளின் எண்ணிக்கையும், வகைகளும் மனித இனத்தைக் காட்டிலும் பன்மடங்கு அதிகமானவை. நாம் அவற்றோடு இடைவிடாத தொடர்பிலிருக்கிறோம். நமது உடல் பல்வேறு நுண்ணுயிர்களின் வாழிடமாகவும் இருக்கிறது. தூய்மையான மனித உடலென்று ஒன்று இல்லை. நாம் பல்வேறு உயிரினங்களைப் போலவே பல்வேறு உயிரினங்களின் கலவையால் ஆன உடலைக் கொண்டவர்கள்.

ஆனாலும் பெருந்தோற்றுக் காலத்தின் இழப்புகளால் நாம் ஏன் மனச்சோர்வு அடைகிறோம்? நம்பிக்கை இழக்கிறோம்?. அது மனித இயல்பின், உயிரினங்களின் இயல்பான எதிர்வினை. நம்பிக்கை இழப்பும் மனச்சோர்வும் இயல்பானவை. நமது மனம் மகிழ்ச்சியாக இருக்க மட்டுமே உருவான, ஓயாது இயங்கும் ஓர் இயந்திரமல்ல. அதன் இயல்பிலேயே விலகலையும் செயலின்மையையும் விரும்புவது.

கண்முன்னே நம் குடும்ப உறுப்பினர்கள் வயது வேறுபாடின்றி மரணிக்கிறார்கள். நம்மீது ஓயாது மோதும் தகவல் அலைகளில் நோய்மையும் மரணச் செய்தியுமே நிரம்பியிருக்கிறது.நாம் இவற்றை எதிர்கொள்வதைத் தவிர வேறு வழியில்லை. தீயவற்றைப் பார்க்காமல், கேட்காமல், பேசாமல் இருக்கலாம். ஆனால் தீயவற்றால் தாக்குறாமல் நம்மால் ஒருநாளும் இருக்க முடியாது. வாழ்வின் அடிப்படையிலேயே நிச்சயமின்மை ஒரு நிரந்தர முடிச்சாக, அவிழ்க்க முடியாத வகையில் அமைந்திருக்கிறது. பெருந்தொற்றுக் காலம் மெல்ல விலகும். உலகு இயல்பு நிலைக்குத் திரும்பியதாக அறிவிக்கப்படக் கூடும். நாம் இழப்புகளோடு சேர்ந்தே ஒரு புதிய விடியலைக் காண்போம். மனிதர்கள் தாமாக முன்வந்து ஒருவருக்கொருவர் தேவைப்படும் உதவிகளைச் செய்வதைக் காண்கிறோம். உணவு, மருந்து, பொருள் உதவியென வலிமையான அரசு அமைப்பைக் காட்டிலும் தனிமனிதர்கள், நண்பர்கள், உறவினர்கள் அளித்துக்கொள்ளும் பரஸ்பர நம்பிக்கையும், உதவிகளும் அற்புதங்களுக்கு நிகரானவை.

இந்த எதிர்மறைக் காலத்தில் மனிதர்கள் பலர் தங்களது சிறப்பான குணங்களை வெளிப்படுத்துகிறார்கள். இதுவும் மனித இயல்பின் ஒரு பகுதிதான்.

இத்தாலிய இயக்குநரான ஃபெலினியின் 8½ திரைப்படத்தில் பாதாளக் குளியறையில் ஒரு காட்சி வருகிறது. நான் ஏன் மகிழ்ச்சியாக இல்லை எனக்கேட்கும் நாயகனிடம் கர்டினால் கதாபாத்திரம் பதில் சொல்கிறது, `யார் சொன்னது நாம் மகிழ்ச்சியாக இருக்க இங்கே வந்தோமென்று?` எனக் கேட்கும். மகிழ்ச்சி என்பது ஓர் இலட்சிய நிலையும், தற்காலத்தில் ஒரு விற்பனைப் பண்டமுமாக இருக்கிறது. ஓர் உயிரிழப்பை எதுவுமே ஈடுசெய்ய முடியாது என்பது உண்மைதான். நாம் அவ்வாறு பிணைக்கப்பட்டிருக்கிறோம். இரண்டு தலைமுறைகளுக்குமுன் பிறக்கும் குழந்தைகளில் ஒன்றிரண்டாவது இறப்பதென்பது சாதாரணம். அப்போதைய உணர்ச்சிகர எதிர்வினை இப்போதிருப்பதைப் போல கடினமானதாகவும் இருக்கவில்லை. நம் காலம் நம்மை மகிழ்ச்சியின் அடிமைகளாக மாற்றியிருப்பதால், இழப்புகளைக் கண்டு பேரளவில் அச்சமும் மனநெருக்கடியும் கொள்கிறோம். நாம் முன்சென்ற எந்தத் தலைமுறையை விடவும் சிறப்பானவர்கள் அல்ல, அவர்கள் சந்திக்காத எந்தச் சவாலான நிலைமையையும் புதிதாகச் சந்திப்பவர்கள் அல்ல. எதிர்மறைக் காலமென்பது நம்மோடு எப்போதுமே உடனிருப்பது, நேர்மறைக் காலமோ நாம் உருவாக்க விரும்புவது. இவ்விரண்டு நிலைகளுக்கு இடையேதான் வாழ்வு நகர்கிறது.

இந்து தமிழ்

கண் எனும் நுகர்வுறுப்பு

எங்கேயும் ஒரு திரை (Screen/Monitor), எப்போதும் ஒரு திரையின் முன்னே வாழ்தல் எனும் நிலை மனித வரலாற்றில் எந்தக் காலகட்டத்திலும் இருந்ததில்லை. தொலைபேசியும் தொலைக்காட்சியும் வந்தபோது, தொலைவு என்பதே இல்லாது போயிற்று என்றோம். இணையம் வந்தபிறகு உலகு சுருங்கிவிட்டது என்றோம். ஆம், உலகு சுருங்கிப்போய், திரை விரிந்து பரந்துவிட்டது.

நம்முடைய கண்கள் திரையிலிருந்து அகல மறுக்கின்றன. நாம் சர்வகாலமும் திரையினால் 'ஹிப்னாடிசம்' செய்யப்பட்டவர்களாக மாறியிருக்கிறோம். ஊடகமே உலகம். காலம், இடம் எனும் தடங்கல்களைக் கூட கையகலத் திரை தகர்த்திருக்க, நாமோ காலத்தையும் இடத்தையும் மறந்தவர்களாகக் காட்சிகளில் திளைக்கிறோம். இன்றைக்குக் கிடைக்கும் போதைப் பொருட்களில் தலையாயது திரைகளில் விரியும் காட்சி. இதனை அரசு, குடும்பம், கல்விக்கூடங்கள் எனும் எந்த அமைப்பும் தடை செய்துவிட முடியாது.

ஒரு பொருளின் மதிப்பு மட்டுமல்ல, ஒரு மனிதரின் மதிப்பையும் இன்று திரையே தீர்மானிக்க, நாம் ஒவ்வொருவரும் திரைக்கு இடம்பெயர விரும்புகிறோம். நாம் உருவாக்க விரும்பும் அர்த்தம் திரையில்தான் சாத்தியம் எனும் நிலையில், திரையில் தோன்றாதவர்கள் வாழும் காலத்திலேயே கடந்த காலத்திற்குள்

நுழைந்துவிட்டவர்கள். இதற்காக நாம் கொடுத்திருக்கும் விலை நமது அந்தரங்கம். எனினும் நாம் அதைப்பற்றிக் கவலை கொள்வதில்லை.

குழந்தைகளைப் பாருங்கள். ஒரு திரையைக் கைப்பற்ற அவர்கள் பெற்றோர்களோடு சண்டையிடுகிறார்கள். பதின்பருவத்தினர் தங்களுடைய முதல் திறன்பேசியை, மடிக்கணிணிக்காக, பெற்றோர்கள் அனுமதிக்காக அல்ல, பெற்றோர்கள் இவை இரண்டையும் அனுமதிக்கும் சூழலை எதிர்பார்த்துக் காத்திருக்கிறார்கள். அழும் குழந்தையை சமாதானப்படுத்த பெற்றோர்களின் கையிலிருக்கும் ஒரே கருவி திரை.

உழைப்பின் கருவியான கைகள் இன்றைக்கு உழைப்பிற்கான கருவி மட்டுமா? இல்லை. எனது உள்ளங்கை ஒரு திரையரங்கம், ஒரு சூப்பர் மார்கெட், மேலும் எனது படுக்கையறையும் கூட. தொடர்புறுத்தலுக்கான (Communication) மனிதர்களின் தீராத ஏக்கம் இன்றைக்கு தொடர்பு அறுத்தலுக்கான ஏக்கமாக மாறியிருக்கிறது. திரையில் தோன்றும் ஒரு காட்சி எடையற்றது. ஆனால் அது உருவாக்கியிருக்கும் சலனங்களின் எடை உள்ளம் சுமக்க முடியாத நிலையை எட்டியிருக்கிறது.

ஒரு பரிசோதனை – எனது நண்பரும் நானும் எங்கள் இருவரது செல்பேசிகளையும் கடலில் தூக்கி எறிந்துவிடுவது என்று ஒரு நள்ளிரவு முடிவெடுத்தோம். அவர் அப்போது திறன்பேசிக்கு மாறியிருந்தார். நான் பழைய மாடல் செல்பேசி வைத்திருந்தேன். செல்பேசி டார்ச்சை முடுக்கிவிட்டு, வங்கக்கடலில் என்னுடைய செல்பேசியை தூக்கி எறிந்தேன். ஒளிர்ந்து, சுழன்று அது கடலில் அமிழ்ந்ததும் நான் உணர்ந்த அமைதியை விடுதலையின் ஆரம்ப நிலை என்றே அப்போது பொருள் கொண்டிருந்தேன். நான் அன்றாடம் தொடர்புகொண்டே ஆக வேண்டியிருந்த நபர்களின் எண்கள் நினைவில் இருந்தன. மற்ற எண்களைப் பற்றிக் கவலை இருந்திருக்கவில்லை. அந்த நள்ளிரவில் கிரேக்க மெய்யியலாளர் டெமொக்ரிடஸ் பற்றிப் பேசிக்கொண்டிருந்தோம்.

உலகை அதன் இயல்பில் புரிந்துகொள்வதற்குத் தடையாக இருக்கிறதென்று அவருடைய கண்களைக் குருடாக்கிக் கொண்டவர் எனச் சொல்லப்படுவதுண்டு. அடுத்த நாள்

ஞாயிற்றுக் கிழமை. ஒரே ஒருநாள் அழைப்புகளில் இருந்து விடுதலை பெறுவதோடு, ஓயாமல் தொந்தரவூட்டும் உலகின் முகத்தின் முன்னே என்னுடைய அடையாள எதிர்ப்பாகவும் இருக்கட்டும் என்ற எண்ணம். அடுத்த நாள் முதலில் செய்த செயல் புதியதாக ஒரு செல்பேசியை வாங்கியதுதான். பழைய உலகமும் அதன் புலப்படாத நுகத்தடியும் திரும்ப வந்துவிட்டன. எங்களுடைய குறைந்தபட்ச டெமொக்ரிடஸ் தருணம் என்று அதனை அழைத்துக்கொள்வோம். விடுதலை உணர்ச்சி பைத்தியத்தின் சாயல் உடையதல்லவா!

ஒரு நாளைக்கு ஒருவருடைய திரைநேரம் (Screen Time) கூடிக்கொண்டே போகிறது. இணைய தளங்களை வாசித்தல் என்பதே கூட குறைந்துவிடுமென்று இணையத்தின் ஆரம்ப நாட்களில் அதன் வருகையில் வாய் பிளந்தவர்கள் நினைத்திருக்க மாட்டார்கள். இன்றைக்கு இணையம் என்பது வெறும் சமூக ஊடகமும் யுடியூப் மட்டுமே. இணையம் மாபெரும் கேளிக்கைக் கூடமாக மாறிவிட்டது. இங்கே கிடைக்கும் கேளிக்கை என்பது வழமையான கேளிக்கை வடிவங்கள் மட்டுமல்ல. நாம் வடித்து, தேர்ந்தெடுத்துப் பார்க்கும் எல்லையைக் கடந்து பெருவிட்ட காட்சித்துண்டுகளின் முன்னே நாம் கொஞ்சம் கொஞ்சமாக துண்டு துண்டுகளாகச் சிதைகிறோம். காட்சிகளின் பேரோசையின் முன்னே நாம் மௌனமாகிறோம்.

மனிதர்களின் வரலாற்றை அவர்கள் எழுப்பிய ஒலிகளால் அறியலாம் என்கிறார், ஃப்ரெஞ்ச் சிந்தனையாளரான ழாக் அட்டாலி - 'ஓசை : இசையின் அரசியல் பொருளாதாரம்' எனும் நூலில். ஆனால் மனிதர்களின் வரலாற்றை அதன் ஆரம்ப நிலையிலேயே பதிவுசெய்தவை கண்கள். குகை ஓவியங்களில் இருந்து துவங்கியதே கலைகளின் பயணம். மனிதன் அறிந்த முதல் கலை கண்களால் அறிந்ததே.

சேலத்தைச் சேர்ந்த, மறைந்த கவிஞர் சி. மணி அவர்கள் சி.சு. செல்லப்பா நடத்தி வந்த 'எழுத்து' இதழில் 1968ஆம் ஆண்டு, 'இலக்கியத்தில் கண் வர்ணனை' எனும் நீள் கட்டுரையை எழுதி இருக்கிறார். சங்க காலம் ஈறாக நவீன கவிதைகளின் காலம் வரை இலக்கியத்தில் கண் எவ்வாறெல்லாம் வர்ணிக்கப்பட்டிருக்கிறது என்று எழுதியிருக்கிறார். கண் ஏன் ஒரு கவிதையில், ஒரு

குறிப்பிட்ட நிலையில் உவமையாக வருகிறதென்றும் விவரித்து இருக்கிறார். மனித உறுப்புகளில் அதிகம் உவமையாக்கப்பட்டது கண். அதற்கு அடுத்ததாக இதயம் இருக்கலாம். குறிப்பாக இலக்கியங்களில் பெண்களின் கண்கள்தான் அதிகமாகப் பேசப்பட்டிருக்கின்றன. மான், மீன், மலர், வலை, விண்மீன் எனப் பல்வேறு உவமைகளால் கண் எழுதப்பட்டிருக்கிறது. இன்றைக்கும் நமது பேச்சிலும் கூட கண்கள் உவமை பெறுகின்றன. கண்களில் தெரியும் உணர்ச்சிகளைக் கொண்டே நாம் மனிதர்களின் உளநிலையை அளவிடுகிறோம்.

ஆனால் இன்றைக்கு கண் ஒரு நுகர்வு உறுப்பு. குப்பைத் தொட்டியை எவற்றையும் விழுங்கும் பூதத்தை உவமையாகச் சொல்லலாம். தன்னையே நுகர்ந்துகொள்ளும் மனிதர்கள் எத்தனை ஜிகா-பைட்டுகளை ஒரு மாதத்திற்கு சராசரியாக கண்களின் வழியாக நுகர்கிறார்கள் என அளவிட்டுப் பாருங்கள். புலன்களால் அறியப்படுவது மட்டுமல்ல உலகம். புலன்களால் நுகரப்படுவதும் கூட. ஒவ்வொரு புலனின் நுகர்வுப் பரப்பும் சுருங்கிச் சுருங்கி இன்றைக்கு கண்ணில் விரிந்திருக்கிறது. அயற்சியற்ற கண்களைப் பார்க்க விரும்பினால் பச்சிளங் குழந்தைகளின் கண்களைத்தான் பார்க்க வேண்டும். அவையும் பெரும்பாலான நேரம் உறக்கத்தில் கண் மூடியிருக்கும்.

காட்சி ஊடகம் நமது பாலியல் அனுபவங்களை எவ்விதம் மாற்றி அமைத்திருக்கிறது என்று பாருங்கள். ஒளிப்படத் துணுக்காக தங்கள் பாலுறவை மாற்றிப் பார்க்கவில்லை என்றால் அதில் என்னதான் சுவாரசியம் இருந்துவிடப் போகிறது!.

எழுத்து இல்லாத காலத்திலும் கதை இருந்தது. அப்போது அதைச் சொல்லக்கூடியவர்கள் இருந்தார்கள். அவர்கள் விவரித்துச் சொல்லும் கதைகளின் முன்னே வாய்பிளந்து கேட்டவர்கள் இருந்தார்கள். இடையில் எழுத்து வந்தது, புத்தகங்கள் வந்தன. அமைதியாக தலைகுனிந்து வாசிக்கும் உயிரிகள் வந்தன. இன்று எழுத்து மறைகிறது. மீண்டும் கேட்கும் நிலைக்குச் செல்கிறோம். ஆனால் ஒரே வேறுபாடு இப்போது சொல்பவர்கள் திரையில் இருக்கிறார்கள். ஆனால் கண்கள் அகலத் திறந்திருக்கின்றன.

பார்வையிழத்தல் என்பது ஒருவகை அமைதி. இவ்வாறு சொன்னவர் தன்னுடைய மத்திம வயதில் பார்வைத்திறனை

இழந்த ஜோர்ஜ் லூயி போர்ஹேஸ். முரண் என்னவென்றால் அவர் பார்வைத் திறனை இழக்கும் போது அர்ஜெண்டினிய தேசிய நூலகத்தின் இயக்குனர். பல்லாயிரம் புத்தகங்களின் நடுவே ஒரு கண் தெரியாதவர். ஒரு மனிதர் தன்னுடைய ஊழைப் பற்றி ஆழமாகச் சிந்திக்க இதைவிடவும் பொருத்தமான ஒரு முரண்நிலை அவருக்குக் கிடைத்திருக்காது. தமிழ்நாட்டில் *கோவை ஞானி* அவர்கள் கண் பார்வை முற்றிலும் இழந்த பின்னும் கிட்டத்தட்ட முப்பதாண்டுகள் வாசிப்போடும், எழுத்தோடும் தொடர்ந்து இயங்கி வந்திருக்கிறார். எப்படித்தான் அவ்வளவு துணிச்சலாக வாழ்ந்தார்களோ என்று காட்சிப்புலனின் அடிமையான நான் இருவரையும் வியக்கிறேன்.

பார்வை இழத்தல் என்பது கண் தனது திறனை இழந்துவிடுவதல்ல, மாறாக ஒருசில மணிநேரங்கள் திரையிலிருந்து விலகி இருப்பதே. இக்கட்டுரையைக் கூட நீங்கள் ஒரு திரையில் வாசிப்பீர்கள். நாம் நிரந்தரமாக திரையில் பூட்டப்பட்டிருக்கிறோம்.

அருஞ்சொல்.காம்

பழைய விளக்குகளும் புதிய வெளிச்சங்களும்

இருபதாம் நூற்றாண்டு இயற்பியல் நியூட்டனின் இறுதி ஊர்வலத்தில் பிறந்தது. இயற்பியலின் பொற்கால முப்பதாண்டுகள் எனச் சொல்லப்படும் சென்ற நூற்றாண்டின் ஆரம்பப் பத்தாண்டுகளில் இயற்பியல் இருபெரும் தடங்களில் தன்னை பகுதியாகப் பிரித்துக்கொண்டது. ஒன்று ஐன்ஸ்டீனின் சார்பியல் கோட்பாடு (General Relativity) மற்றொன்று குவாண்டம் இயக்கவியல் (Quantum Mechanics). இவை இரண்டும் அடிப்படையில் ஒன்றுக்கொன்று இணைப்பில்லாமல் பயணிப்பவை. ஐன்ஸ்டீனின் சார்பியல் கோட்பாட்டையும், குவாண்டம் இயற்பியலையும் இணைத்து குவாண்டம் ஈர்ப்புவிசை எனும் கோட்பாட்டை உருவாக்கும் முயற்சியும் நடக்கிறது.

இந்தப் பின்புலத்தில் ஆனந்த் அவர்கள் 03-01-21 அன்று எழுதிய கட்டுரையை அணுகுதல் நலம். ஏனெனில் அவர் குறிப்பிடும் எர்வின் ஸ்ரோடிங்க, வெர்னர் ஹெய்சென்பெர்க், நீல்ஸ் போர் ஆகியோர் அணு இயற்பியலின் கௌபாய்கள். குவாண்டம் இயற்பியலை (இயந்திரவியலை) வரவேற்றவர்கள், உரையாடியவர்கள். அதிலும் குறிப்பாக ஹெய்சென்பெர்க்கை சொல்லலாம். `இயற்பியலும் தத்துவமும்` எனும் அவரது உரைகளின் தொகுப்பு நூலில் குவாண்டம் இயற்பியலின் முடிவுகளின் அடிப்படையில் மேற்கத்திய தத்துவ, இயற்பியலின்

வளர்ச்சியை அணுகுகிறார். பல கோட்பாடுகளை மறுக்கவும் செய்கிறார். மேலும் ஆனந்த் அவர்கள் முன்வைக்கும் வாதங்களுக்கு பக்க பலமாக இருப்பது `*(உயிர்) வாழ்க்கை என்றால் என்ன?*` எனும் ஸ்ரோடிங்கரின் புத்தகமும் கூட. அந்தப் புத்தகத்தில்தான் அவரது இரண்டாம் சமன்பாடு எனக் குறிப்பிடப்படும் ஆத்மா=பிரம்மம் எனும் வேதாந்தக் கருத்தைப் பேசுகிறார்.

ஆனந்த் அவர்களின் நல்ல நோக்கத்தோடு அதாவது மதங்கள் அனைத்துமே உண்மையை போதித்தாலும் உலகம் ஏன் வன்முறையில், பூசலில் மூழ்கியிருக்கிறது எனக் கவலையுறுவதில் நாம் முரண்படுவதில்லை. ஆனால் மிகவும் மேலோட்டமாக அறிவியல் மதக்கருத்துக்களை உண்மையென்று நிரூபித்து விட்டதென்று சொல்வதும், நமது புராண இதிகாசங்களை அறிவியல், உளவியல், ஆன்மீகத்தின் கூட்டு வெளிச்சத்தில் மறுவாசிப்பு செய்ய வேண்டுமென்று சொல்வதிலும் முரண்படுகிறோம்.

பின்னணியின் வரலாறு:

முதலில் ஆனந்த் குறிப்பிடும் மூவரும் கூட அமெரிக்க அணுகுண்டுப் பரிசோதனையில் முன்னின்ற ராபர்ட் ஓபன்ஹெமரும் இந்தியத் தத்துவங்களின்பால் குறிப்பாக உபநிடதம், வேதாந்தம், பகவத் கீதை ஆகிவற்றோடு பரிச்சயமும், ஈடுபாடும், பற்றும் உடையவர்கள்தான் என்றாலும், ஒருபோதும் இந்தத் தத்துவங்களை அவர்கள் பரிசோதித்து நிரூபிக்கவில்லை. மாறாக அவர்கள் பரிசோதித்து சொன்னவைகளோடு இந்தக் கருத்துக்கள் ஒத்துப்போயின எனச் சொல்வதே சரியானது. ஆனந்தின் வாதம் இங்கேதான் பிழை கொள்கிறது. இந்திய வேதாந்தமும் - கவனிக்க புராணக் கதைகள் அல்ல-உபநிடதக் கருத்துகளும் அறிவியல் கோட்பாடுகளும் எங்கே இணைகிறதென்ற பின்னணியை சற்று பேசலாம்.

மாக்ஸ் பிளாங்க் (Max Planck) எனும் ஜெர்மானிய இயற்பியலாளர் குவாண்டா எனப்படும் ஆற்றலின் வடிவத்தை கண்டுபிடித்ததில் இருந்து துவங்குகிறது அந்தப் பின்னணியின் பயணம். அதுவரையிலும் நியூட்டனின் கணித மற்றும் முறைமையில் முன்வைக்கப்பட்ட இயற்பியல் கோட்பாடுகளை பிளாங்கின்

கண்டுபிடிப்பு பின்தள்ளத் துவங்கியது. ஒளி அலை வடிவத்திலும் துகள் வடிவத்திலும் இருக்கிறது எனக் கண்டுபிடிக்கப்பட்டதும் நியூட்டனின் அறிவியல் முற்றாக வீழந்தது. அணு ஆராய்ச்சியில் எலக்ட்ரானின் கண்டுபிடிப்பும் ஃபோட்டானின் அறிமுகமும் அடுத்த நகர்வின் உந்துவிசைகள்.

நியூட்டன் முதலான அறிவியலாளர்கள் அறிவியல் கோட்பாட்டை முற்றிலுமாக புறநிலையாக்கம் (Objectivation) செய்திருந்தனர். எளிமையாகச் சொன்னால் அறிவியலால் நிரூபிக்கப்பட்ட அனைத்துக் கருத்துக்களையும் தன்னிலைகளின் (Subject) இடையீடின்றி முழுமுற்றான உண்மையாக வழங்கிவிட முடிந்தது. இதன் மறைமுகப் பொருள் மனிதத் தலையீடு இன்றியே (ஆனந்த் சொல்வதின்படி பிரக்ஞை) இயற்கைக்கு என்று ஒரு தனித்த இருப்பு இருக்கிறதென்பது. ஒளியின் இரட்டை வடிவம் (Duality) இயற்பியலாளர்களுக்கு திகைப்பை அளித்ததோடு அதுவரையிலும் குறிப்பாக தெகார்தே (Descartes), நியூட்டனின் காலத்திலிருந்து பின்பற்றப்பட்டு வந்த அறிவியல் கோட்பாடுகளின் கட்டமைப்பை புதிதாக மாற்றி அமைக்கவும் வழிசெய்தது. இதுதான் அறிவியலின் புதிய வெளிச்சம்.

மற்றொரு புறத்தில் ஐன்ஸ்டின் காலம், வெளி பற்றிய புரட்சிகரமான கோட்பாட்டை முன்வைத்தார். காலத்திற்கும் வெளிக்கும் அதற்கு முன்புவரையிலும் இருந்த நிலைத்தன்மை மாற்றமடைந்து ஐன்ஸ்டினின் கோட்பாடுகளின் அடிப்படையில் இவை இரண்டுமே ஒன்றுதான் எனவும், நிலைத்தன்மை அற்றதாலேயே சார்புடையவை என்றும் முன்வைத்தார். வெளியையும் காலத்தையும் பிரித்தறிய முடியாதென்றும் ஏறக்குறைய இரண்டுமே பருப்பொருளின் தன்மையை (Physical properties) கொண்டிருக்கின்றன எனவும் முடிவுகள் எட்டப்பட்டன. தவிர காலம் என்பதே எல்லா இடங்களிலும் ஒன்றுபோல இருக்காதென்பதும்.

அதுவரையிலும் மனித மனம் செயல்பட்டு வந்த கட்டமைப்புகளை இவ்விரண்டு கோட்பாடுகளும் முற்றிலுமாக மாற்ற முனைந்தன என்றாலும் இன்றளவிலும் நம்மால் நமது பழைய மனதிலிருந்து முற்றிலுமாக விலக முடிந்ததில்லை. இங்கே குறிப்பாக குவாண்டம் இயக்கவியல் முற்றிலும் புதிய கட்டமைப்பை

அளித்தது. அதாவது ஒரு பரிசோதனையின் முடிவு என்பது அந்தப் பரிசோதனையை நடத்துபவரின் அல்லது கருவியின் இடையீட்டினாலேதான் சாத்தியம் என்பது. இது இயற்பியலில் தன்னிலைகளின் பங்கை உறுதி செய்தது. *ஸ்ரோடிங்காவின் பூனை* எனும் புகழ்பெற்ற உதாரணம் இதை விவரிக்கறது. ஒளி ஒருமுறை அலை வடிவத்திலும், மறுமுறை துகள் வடிவத்திலும் தெரிகிறது என்பது அதைப் பரிசோதிப்பவரின் இடையீட்டைப் பொறுத்து அமைவது. இங்கேதான் வேதாந்தத்தின் கோட்பாடான மாயாவாதம் இந்தப் புதிய கோட்பாடுகளோடு ஒற்றுமை உடையதாக முன்வைக்கப்பட்டதும், பேசப்பட்டதும். நாம் புலன்களின் வழியாக அறியக்கூடிய இவ்வுலகம் என்பது உண்மையில் ஒரு மாயை. அதற்கென்று தனித்த இருப்பு என்பது கிடையாது என்பதோடு குவாண்டம் இயக்கவியலின் கோட்பாடுகள் ஒத்துப்போயின. இதைத்தான் ஆனந்த் அவர்கள் வேதாந்தத்தை அறிவியல் உண்மையென்று நிரூபித்துவிட்டது என்கிறார்.

ஒரு முடிவு என்பது இரண்டு நோக்கல்களுக்கு (Observation) இடையே எட்டப்படுகிறது எனவும், ஒரு நிகழ்வை நோக்குபவர் மற்றொருவரிடம் விவரிக்கும்போதுதான் அது நிகழவே செய்கிறது எனவும் சொல்லப்பட்டன. இரண்டு நோக்கல்களுக்கு இடையே என்ன நிகழ்கிறதென்று நம்மால் அறுதியாகச் சொல்ல முடியாதென்று குவாண்டம் இயக்கவியல் சொன்னது. இந்த முடிவுகளோடு குவாண்டம் இயக்கவியல் நியூட்டனிய இயக்கவியலோடு அறிவியலுக்கு இருந்த தொடர்பை முற்றிலுமாகத் துண்டித்தது. ஆயினும் துவக்கத்தில் புதிய கண்டுபிடிப்புகளை நியூட்டனிய முறைமையில் சொல்வதின் முரண்பாட்டை அதனால் சரிசெய்ய முடியவில்லை. புதிதாக மேட்ரிக்ஸ் (Matrix) எனப்படும் கணிதக் கோட்பாட்டை அதற்காக உருவாக்கியது. அறிவியல் முதன்முறையாக அறுதியாக ஒன்றை முன்வைக்கும் இடத்திலிருந்து நிகழ்தகவிற்கும் சாத்தியக்கூறுக்குமான பங்களிப்பைப் பேசியது. முடிவில் அறுதியான உண்மை (Absolute Truth) என்பது எட்டப்பட முடியாதது என்றும் அதைப்போலவே மெய்மை (Reality) அல்லது எதார்த்தம் குறித்தும் நம்மால் உறுதியாக வரையறுக்க முடியாதென்ற இரண்டு இடங்களையும் ஒரே பயணச்சீட்டில்

அடைந்தோம். பகுத்தறிவு (*Rationality*), பொருள்முதல்வாதம் (*Materialism*), புலனறிவுவாதம் (*Empiricism*) போன்ற தத்துவக் கோட்பாடுகளுக்கும் குவாண்டம் இயக்கவியல் சவாலாக மாறியது.

ஹெய்சன்பர்க், *`குவாண்டம் கோட்பாடு இயற்கையைப் பற்றின முழுமையான புறவய விவரிப்பை (Objective description) அனுமதிக்காது`* என்கிறார். அதே சமயம், *`நோக்குபவரின் அறிமுகம் இயற்கையைப் பற்றிய விவரிப்பில் ஒருவிதமான அகவயப் பண்புகளை கொண்டுவர வேண்டுமென்று தவறாகப் புரிந்துகொள்ளக் கூடாது. நோக்குபவரின் (கருவி அல்லது மனிதர்) ஒரே பணி காலவெளியில் நிகழ்பவற்றை பதிவு செய்வது மட்டுமே`* எனவும் எச்சரிக்கிறார். மனித அகமே புறச்சூழலின் அடிப்படையில் கட்டமைக்கப்படுவது எனும் பொருள்முதல்வாதிகளின் வாதத்திற்கு இது நேர் எதிரானது. ஆனால் ஐன்ஸ்டின் கேட்டார்; *`நாம் நிலாவைப் பார்க்கவில்லை என்றால், நிலா என்று ஒன்று இல்லாமல் போயிவிடுமா?`* என. குவாண்டம் இயக்கவியல் நிலா இல்லையென்று சொல்லாது, ஆனால் அது நோக்குபவரைப் பொறுத்தது என்று சொல்லும் என நான் யூகிக்கிறேன்.

அறிவியலும் மதமும், அறிவியலின் பிரபஞ்சத்தன்மையும்

இவையிரண்டும் இயங்கும் முறைகளில் பெரிய வேறுபாடுகள் உண்டு. அறிவியல் கணிதம் மற்றும் முறைமையியல் அடிப்படையில் இயங்குவது. மதத்தின் கருத்துக்கள் மொழியியல் அடிப்படையில் இயங்குகின்றன. இவை இரண்டும் எவ்வாறு இணைய முடியும்?. அறிவியல் எவ்வாறு மனிதச் சிந்தனையின் களஞ்சியமான தத்துவத்தோடு உரையாடுகிறதோ அவ்வாறுதான் மதமும் தத்துவத்தோடு உரையாடுகிறது. ஒரு மதத்தின் எல்லாச் சடங்குகளும் புராண, இதிகாசங்களும் இந்த உலகு கடந்த உண்மையோடு தொடர்புடையவை என்கிற ஒற்றைப் பரிமாணம் மட்டுமே கொண்டவையல்ல. அவற்றிற்கென்று வேறுபல தோற்றுவாய்களும், தொடர்புகளும், ஏன் சமூகவியல், சூழலியல் காரணங்களும் கூட இருக்கலாம். அறிவியல், மதம் எனும் இரண்டு

பேருந்துகளும் தத்துவம் எனும் இரயிலை மூடப்பட்டிருக்கும் இரயில்வே கேட் ஒன்றில் சந்திக்கின்றன என்பதாலேயே அவை மூன்றும் ஒரே பயணத்தை மேற்கொள்கின்றன என்று பொருள் கொள்வது பிழை. மேலும் வேதாந்தத்தை எடுத்துக்கொள்வோம், அது முற்றிலும் சடங்குகளை மறுப்பது. புறத்தில் வெளிப்படக் கூடிய அனைத்துமே மாயையினால் அதாவது அறியாமையினால் நிகழ்வது என்கிறது. ஆனந்த் அவர்கள் குறிப்பிடும் தன்னுள் ஆழ்ந்து சொல்லப்பட்ட ஆழமான உண்மை என்னவென்றால் அனைத்து வேற்றுமைகளும் பொய்யானவை, மேலோட்டமானவை, அடிப்படையில் நமக்கு (இந்த உலகிற்கு) இவற்றிற்கும் அப்பாலும் ஓர் இருப்பு உண்டு என்பதே. அணு இயற்பியலும் அடிப்படையான ஒன்றைக் காண முயற்சித்ததே அதன் தோற்றமும் வளர்ச்சியும்.

அறிவியலும் மதமும் ஒன்றிணையும் சாத்தியக்கூற்றைப் பற்றி வெர்னர் ஹெய்சன்பெர்க் குறிப்படுவதை இங்கே அளிக்கலாம்; *`நவீன அறிவியல் வளர்ந்துவிட்ட பகுதிகளில், பகுத்தறிவை புற மற்றும் அகக்கூறாகக் கொண்ட தொழிற்சாலைகள், பொறியியல் சார்ந்த அன்றாட நடவடிக்கைகளில்தான் பிரதான ஆர்வம் திருப்பிவிடப்பட்டிருக்கிறது. அத்தகைய சமூகங்களில் அறிவியலின் புதிய கருத்துகளோடு, நீண்ட காலமாகவே அறிவியல் பூர்வமாக சிந்திக்கப் பழக்கப்பட்டுவிட்ட மக்கள் தங்களை எளிதாகப் பிணைத்துக்கொள்கிறார்கள். ஏனைய பகுதிகளில் அறிவியலின் கருத்துக்கள் அந்தப் பிராந்தியங்களுக்கே சொந்தமான மத, தத்துவக் கருத்துக்களை எதிர்கொள்ள வேண்டியிருக்கிறது. நவீன இயற்பியல், காலம், வெளி, எதார்த்தம் இவற்றைத் தொட்டுச் சென்றாலும், இந்த இரு முறைமைகளுக்கும் இடையேயான மோதலால் உண்டான புதிய முன்னேற்றங்கள் எதையுமே இதுவரையிலும் முன்னுகிக்க முடியவில்லை`*, என்றே சொல்கிறார். இதுவே கீழைத்தேய சமூகங்களின் மதக்கோட்பாடுகளும், அறிவியல் கோட்பாடுகளும் சந்திக்கும் புள்ளிகள்.

மேலும் அறிவியலுக்கென்று ஒழுங்குபடுத்தப்பட்ட, கண்காணிக்கப் படும் ஒழுங்காறுகள் உண்டு. மதத்திற்கும் சடங்குகள், வழக்காற்றுகள் என தனித்துவமான கட்டமைப்புகளும் உண்டு. மதத்தின் முக்கியமான அம்சங்களில் ஒன்று என்னவெனில் அறிவியல் எவ்வாறு தனது கண்டுபிடிப்புகளை தொழில்நுட்பமாக

மாற்றி, ஒரு கருவியோடு அல்லது இயந்திரத்தோடு பிணைத்து விடுகிறதோ அவ்வாறே மதம் தனது கண்டுபிடிப்புகளை சடங்குகளாக மாற்றி விடுகிறது. உதாரணத்திற்கு ஐன்ஸ்டீனின் பொதுச் சார்பியல், ஜிபிஎஸ் கருவிகளில் எவ்வாறு செயல்படுகிறது என்பதின் வழியாகப் பார்க்கலாம் என்கிறார் மற்றொரு இயற் பியலாளரான *கார்லோ ரொவெல்லி*. மின்காந்தவியல் கோட்பாடு கண்டுபிடிக்கப்பட்டதின் விளைவே தொலைக்காட்சிகளும் செல்பேசிகளும். நான் ஜிபிஎஸ் கருவியொன்றை பாவிப்பது எவ்வாறு பொதுச் சார்பியலோடு என்னை மறைமுகமாகப் பிணைக்கிறதோ அதைப் போலத்தான் ஒரு மதச்சடங்கை நான் செய்யும்போது அது அந்த மதத்தின் ஒரு கோட்பாட்டோடு என்னைப் பிணைக்கிறது. மனிதர்கள் இறந்த பின்னும் அவர்களது ஆன்மா பிழைத்திருக்கும் என்னும் மதக் கோட்பாட்டில் எனக்கு நம்பிக்கையில்லை என்றால் நான் ஒருபோதும் நீத்தார்களுக்கான சடங்கைச் செய்யப் போவதில்லை. ஆனால் ஒரு குறிப்பிட்ட சமூகத்தின் நம்பிக்கைகளுக்கும் அப்பால் அறிவியல் செல்லக்கூடியது என்பதால் அதன் பிரபஞ்சத்தன்மை கேள்விக்கு உள்ளாவதில்லை. வெப்ப இயக்கவியல் அமெரிக்காவில் ஒன்றாகவும், தென் கொரியாவில் மற்றொன்றாகவும் விவாதிக்கப் படாது. உலகை வேண்டுமானால் குவாண்டம் இயக்கவியலின் அடிப்படையில் புரிந்துகொள்ளலாம். ஆனால் ஒருபோதும் குவாண்டம் இயக்கவியலை உலகியல் அடிப்படையில் புரிந்துகொள்ள முடியாது.

ஏன் நாம் கண்டறிந்த மாபெரும் உண்மைகளைக் காலந்தோறும் புதுப்பிக்கும் கட்டமைப்புகளை உருவாக்கத் தவறியிருக்கிறோம்?. அவை வெறுமனே சடங்குகளாக, வழிபாட்டுத் தலங்களாகத் தேங்கிப் போய்விட்டன என்கிறார் ஆனந்த். உண்மை என்று முன்வைக்கபடும் ஒன்றை மதத்தினின்று, மதக் குறியீடுகளினின்று, ஒரு குறிப்பிட்ட கலாச்சாரத்தின் பாவிப்பிற்கும் அப்பால் அதை வளர்த்தெடுக்கும் சாத்தியத்தை மேற்கத்திய அறிவியல் பெற்றிருக்கிறது. எது மனித சமூகம் முழுமைக்கும் பயன்படத்தக்க வகையில் விரிவடையச் சாத்தியமுள்ளதோ அதற்கே எதையும் வளர்த்தெடுக்கும் சாத்தியமும் உள்ளது. மேற்குலக அறிவியலின் இந்தச் சாத்தியத்தை நாம் ஒப்புக்கொண்டு விட்டதாலேயே நமது உண்மைகளுக்கு ஒப்பான கருத்துக்களை அறிவியலாளர்கள்

ஆய்வுக்குட்படுத்தி நிறுவ முயற்சிக்கும்போது குதூகலிக்கிறோம். நமது சமூகக் கட்டமைப்பில் உள்ள கோளாறுகளைக் களையாமல் குழந்தைகளைப் போல மகிழ்வதில் நமக்கு மிஞ்சுவது வெற்றுப் பெருமிதமே. நானும் என் அண்டை வீட்டாரும் ஒரு விஷயத்திற்காக விவாதிக்க, எங்களுக்குச் சம்மந்தமேயில்லாத அந்நியர் ஒருவர் வந்து ஒரு தீர்வைச் சொன்னால் இருவரும் ஏற்றுக்கொள்வதற்கு ஒப்பானது. இங்கே `சம்மந்தமேயில்லாத` என்பது முக்கியமானதாக மாறிவிடுகிறது. மேற்கு இவ்வாறு `சம்மந்தமேயில்லாத` கட்டமைப்பிற்கு இடமளித்திருக்கிறது.

மீண்டும் ஹெய்சென்பர்க்கிற்கு திரும்புவோம். *`இந்தப் பரிமாற்றத்தில் பழைய பாரம்பரியத்தின் கருத்துக்கள் வெவ்வேறு பகுதிகளுக்கும் வெவ்வேறு விதமாக இருக்க, மற்றொரு தரப்போ (அறிவியல்) எல்லாப் பகுதிகளிலும் வேறுபாடற்று இருப்பதினால், இந்த விவாதங்கள் நிகழும் இடங்களில் எல்லாம், இந்தப் பரிமாற்றத்தின் விளைவுகள் பரவிவிடுகின்றன`*, என்கிறார். இதுவே மேற்கத்திய அறிவியலின் உலகளாவிய பரவலுக்குக் காரணம். ஏனெனில் அது அதற்கு தேவையான கருத்துக்களை தழுவிக்கொண்டு, தன்னை விரிவடையச் செய்கிறது. ஆயினும் அறிவியல் மதத்தின் சில கருத்துக்களோடு ஒத்துப்போனாலும் அது ஒருபோதும் தன்னை ஒரு மதத்தின் அல்லது மதங்களின் கருத்துக்களைச் சுமக்கும் சுமைதூக்கியாக ஒப்புக்கொள்ளாது.

பிரபஞ்சத்தின் இயல்பைப் பற்றிய நமது கருத்துக்கள் பிராந்திய எல்லைகளைக் கடக்க வேண்டுமென்று நாம் விரும்பினால் அது அறிவியலின் வழியாகவே சாத்தியம். அதை முற்றாக ஒதுக்கிவிட்டு, அதன்மீது கொலைப்பழியைச் சுமத்திவிட்டு நாம் நமது புராண நூல்களில் கண்களைப் புதைத்துக்கொள்வது ஒருபோதும் பலனளிக்காது. அதன் மோசமான விளைவுதான் பிள்ளையார்தான் முதல் உறுப்பு ஒட்டு அறுவைச் சிகிச்சை செய்துகொண்டவர் என்று சொல்வதில் முடிவது. ஆனால் இயல்பாகவே உண்மைகளுக்கு பிராந்திய எல்லையென்ற ஒன்று கிடையாது. எனினும் மதம் அவற்றிற்கு பிராந்திய எல்லைகளை வகுத்துவிடுகிறது.

எர்வின் ஸ்ரோடிங்க அவருடைய மேற்குறிப்பிட்ட நூலில் இயற்பியலின் போதாமைகளை ஒப்புக்கொள்கிறார்.

இயற்பியளாலர்களைக் காட்டிலும் உயிர்வாழ்வைப் புரிந்துகொள்ள உயிரியலாளர்கள் அதிகப் பங்காற்றியிருக்கிறார்கள் என்கிறார். மேலும் ஓர் உயிர் அமைப்பின் இயக்கம் ஒருபோதும் இயற்பியல் விதிகளுக்கு உட்பட்டதல்ல என்கிறார். ஆனால் எந்தவொரு மதக்கோட்பாட்டாளரும் தனது மதக்கருத்துக்கள் குறைபட்டவை எனச் சொல்வாரா? ஆனால் மதக்கோட்பாடுகளின் வரலாறும் முரண்படுதலின் வரலாறாகவே இருந்திருக்கிறது. உதாரணத்திற்கு அத்வைதம் சொல்வதை இராமனுஜர் ஏற்கவில்லை. சங்கரரும், இராமனுஜரும், மத்வாச்சாரியரும் பிரம்மம் பற்றியும் ஜீவாத்மா பற்றியும் வாதிட்டால் எந்தத் தரப்பு சொல்வதை நாம் உண்மையென்று ஏற்போம்?. இவை யாவும் வளர்ந்துகொண்டேயிருக்க வேண்டிய பங்களிப்புகள். முழுமுற்றான உண்மைகள் என்று அவற்றிற்கு ஒருநிலைத் தன்மையைக் கொடுத்தால் அவை வெறுமனே வறட்டுக் கோட்பாடுகளாக (Dogma) எஞ்சிவிடும். ஸ்ரோடிங்க இராமனுஜரின் வாதங்களை அறிந்திருப்பாரா!!!.

நான் – பிரபஞ்சம் – தெய்வம்

பிரக்ஞை இரண்டு நிலைகளில் நிகழ்கிறது. ஒன்று நிகழ்விய பிரக்ஞை (Phenomenal Consciousness) மற்றொன்று தன்னிலைப் பிரக்ஞை (Subjective Consciousness). இவற்றிற்கு அப்பாற்பட்ட உயர்பிரக்ஞையை ஆன்மா என்று சொல்பவர்கள் உண்டு. ஆன்மாவை மறுக்கும் பௌத்தமும் இந்த மண்ணிலே உண்டு. இந்த உயர்நிலைப் பிரக்ஞை பிரபஞ்சத்தின் கூறுகளோடு உடையது. அதாவது கால, வெளிச் சிக்கல்களுக்கு அப்பாற்பட்டது. அது வன்முறைக்கும் பூசலுக்கும் மட்டுமல்ல, அன்பிற்கும் ஒற்றுமைக்குமே அப்பாற்பட்டது. ஒரு சமூகத்திற்கு தன்னிலைப் பிரக்ஞை உண்டென்று கொண்டால் அது ஒருபோதும் அதன் பிரக்ஞையை அழித்துக்கொள்ள முற்படாது. ஏனெனில் சமூக இருப்பின் அனைத்து வினைகளும் இந்த தன்னிலை பிரக்ஞையினாலேதான் விளைகின்றன. குறைந்தபட்சம் நல்வினைகளை மட்டுமே செய்ய முனைவதின் மூலமாக சமூகத்தில் வன்முறையைக் குறைக்கலாம் என்று சொல்லப்பட்ட தத்துவமும் இங்கே இருக்கிறது. நமது சாத்தியக்கூறுகள் எல்லைகளுக்குட்பட்டவை. எல்லைகளுக்கு உட்பட்டு இயங்கும் எவையுமே அவைகளுக்குள் பூசலுக்குட்படுபவை.

அல்லது ஸ்ரோடிங்க விளக்குகின்றபடி நமது அணுக்களின் வியக்கத்தக்க ஒழுங்கை புறவெளியின் இயக்க விசைகளுக்குக் கடத்த முடியாதவை. ஆனந்த் அவர்கள் சொல்வதைப் போல நாம் வகுத்து வைத்திருக்கும் உண்மைகள் இந்த செயற்கையான எல்லைகளைக் கடக்க வேண்டும். மதமும் அப்படியொரு செயற்கையான எல்லைதான். ஆனால் அவர் சொல்வதைப்போல நம்மிடையே மத உண்மைகள் உள்ளன, அறிவியல் அவற்றை நிரூபிக்கிறது ஆகவே நான் மீண்டும் எனது மத உண்மைகளிடம் வேறொரு வழியில் திரும்புவேன் என்பதில் ஒரு சிக்கல் இருக்கிறது. அவரே சொல்வதைப் போல எனது மத உண்மைகள் இங்கே சடங்குகளாகவும் வேறுபலவாகவும் திரிந்திருக்கின்றன. பெரும் அதிகாரம் கொண்டிருக்கும் இவற்றை ஒதுக்கிவிட்டு என்னால் உண்மைகளிடம் நெருங்குவது கடினமானது. இதை மற்றொரு வகையில் சொல்வதென்றால் ஒருசிலருக்கான மத ஞானத்தை (Esoteric Wisdom) என்னால் தனிமனிதனாக அணுகச் சாத்தியமென்றாலும் ஒரு சமூகமே அப்படியொரு இடத்திற்கு சென்று அதன் நீடித்த பலன்களை அடையும் என்று சொல்வது சந்தேகத்திற்கு உரியது.

மேலும் பிரக்ஞை பற்றிய முற்றுமுதலான முடிவுகள் எட்டப்படவில்லை என்றும் சொல்லப்படுகிறது. பொதுவாக பிரக்ஞை இருப்பதை ஒப்புக்கொண்டாலும் அதை வரையறுப்பது கடினமே. தெகார்தேவைப் பொறுத்தவரை சிந்திப்பதே பிரக்ஞைதான் என்கிறார். பிரக்ஞாபூர்வ சிந்தனையே மனதின் சாரமென்றும் சொல்கிறார். இயற்கோட்பாட்டாளர்கள் (Naturalists) ஒருசில மனோ நிகழ்வுகள் (Mental Processes) மட்டுமே பிரக்ஞாபூர்வமானவை, மற்ற எல்லா மனோநிலைகளும் (Mental States), மனோ நிகழ்வுகளுமே உடலியக்கத்தினாலனவை என்கிறார்கள்.

அதே சமயம் பௌத்த தத்துவத்தின்பால் ஈடுபாடு கொண்ட ஷோபன்ஹெய்ர், `நான்` என்பதை ஸ்ரோடிங்கவைப் போலவே மறுப்பவர். உண்மையில் `நான்` என்பது அவ்வளவு நன்மை செய்யக்கூடிய ஒன்றில்லை. இதையே ஹிப்ஹாப் பாடகரான கான்யே வெஸ்ட் கூட ஒரு பாடலில் பாடுகிறார். ஷோபன்ஹெய்ர் சொல்கிறார்; `எனது பிறப்பிற்கு முன்பாக முடிவற்ற காலம்

ஓடிவிட்டது; நான் அப்போது என்னவாக இருந்தேன்?; மீபொருண்மையின் அடிப்படையில் பதில் சொல்வதென்றால், நான் எப்போதுமே நானாகவே இருந்தேன்; கால ஓட்டத்தில் யாரெல்லாம் நான் என்று சொன்னார்களோ, உண்மையில் அவர்கள் அனைவருமே நான்`. இவ்வாறு உணர்வது புற வேற்றுமைகளை அழிக்கிறது. மனித இருப்பை மனோ இருப்பாகக் காண்பதினால் நம்மால் இவ்வாறு சொல்ல முடிந்தாலும் ஒரு போர்ச் சூழலில் நிலவறையில் பிணங்களுக்கு நடுவே பசியோடிருக்கும் குழந்தையிடம் என்ன சொல்வது என்பதை நாம் இன்னுமே அறியாமல் இருக்கிறோம்!!.

மனிதர்களைப் பொறுத்தவரை இரண்டே சிக்கல்கள்தான் அடிப்படையானவை. ஒன்று அவர்களுடைய காலம் மற்றும் வெளியால் குறுக்கப்பட்ட வாழ்வு, மற்றொன்று அவர்களுடைய காலவெளியைக் கடந்து நிரம்பியிருக்கும் ஒன்று. அறிவியலானது காலம் என்ற ஒன்று இல்லை எனும் சொல்லுமிடத்திற்கு வந்திருக்கிறது. வேதாந்தமோ காலமும் வெளியும் மாயை எனச் சொல்கிறது. ஆனால் நாமோ, இந்த இரண்டின் அடிப்படையில் இயங்கும் மனக் கட்டமைப்பை மாற்றும் வழியை எட்ட முடியவில்லை. அப்படியொரு இடத்தை அடைய முடியுமா? ஏனெனில் நாம் உலகை இரட்டைத்தன்மையால் மட்டுமே புரிந்துகொள்கிறோம் (அகம்/புறம், மனம்/உடல், தான்/பிற இவ்வாறு). இது மொழியியலின் சிக்கல். அதனால் ஒருபோதும் ஒருமையை (*Singularity*) விவரிப்பது கடினம். எனினும், அது எவ்வளவுதான் குறைபட்டதாக இருந்தாலும் ஹெய்சன்பர்க் சொல்வதைப் போல, `*மொழி என்பது இயற்கையின் அறைகூவலுக்கான மனித எதிர்வினை*`யும் கூட.

பெரும்பாலான மதத்தத்துவங்கள் நிலையாமையின் அடிப்படையில் உருவானவை. நிலைக்காத ஒன்றில் இயங்குவதாலேயே நிலைத்திருக்கும் ஒன்றைத் தேடும் தேட்டம் தேவையானது. வேதாந்திகள் முதலாக, தத்துவவாதிகள், இயற்பியலாளர்கள், அணுவியலாளர்கள், மதபோதகர்கள், ஹிப்ஹாப் பாடகர்கள் வரை மனிதனைப் பொறுத்தவரை ஏறக்குறைய ஒன்றையே சொன்னாலும், நமது சிக்கல்கள் அனைத்தும் இன்னும் தீராமலிருப்பதற்குக் காரணம், கடவுள் அவருடைய சாயலில் நம்மைப் படைத்ததாகக் கூட இருக்கலாம்.

வடிவேலு – பேச்சு வழக்கை மாற்றி அமைத்த கலைஞன்

1

வடிவேலு 'வின்னர்' படத்திற்குப் பிறகு வெவ்வேறு பாத்திரங்களில் நடித்திருந்தாலும் அந்தப் பாத்திரங்களின் வழியாக ஒரு தொடர்ச்சியை கையாண்டார். சமூக உற்பத்தியில் எவ்விதப் பங்கும் இல்லாத ஓர் உபரியாக, பெரும்பாலும் 'உழைப்பற்ற' ஒரு பாத்திரமாக பல படங்களில் நடித்தார்.

குடும்பத்தினர், குழந்தைகள், உடனிருக்கும் நண்பர்கள், சமூகம் என யாருமே எவ்வித மதிப்பையும் கொடுக்காத, அவரைத் தொடர்ந்து நேரடியாகவும், மறைமுகமாகவும் ஏளனம் செய்யும் கதாபாத்திரங்களிலேயே நடித்தார். தமிழ் சினிமா நகைச்சுவை நடிகர்களில் உழைப்பு, உழைப்பிற்கான தகுதியின்மை, உழைத்தாலும் அதில் வெற்றியடைய முடியாத ஒருவராக நடித்தவர், ஆரம்பகட்ட படங்களில் கூட பெரும்பாலும் கிராமப்புற அடிமட்ட தொழிலாளியாகவே தோன்றியிருக்கிறார்

ஒரு நகைச்சுவைக் கதாபாத்திர உருவாக்கத்திற்கான இலக் கணங்களாக இருப்பவை முட்டாள்தனமும், மதிப்பிற்குரிய எல்லாவற்றையும் (குறிப்பாக பணிகள், சமூகப் படிநிலைகள்) தகுதிக் குறைப்பிற்கு உட்படுத்தும் பகடியும்.

பாலசுப்ரமணியன் பொன்ராஜ்

இச்சமயத்தில் உடனடியாக சுட்ட முடிகின்ற கதாபாத்திரங்களாக "*மன்னார் அண்ட் கம்பெனி*' தங்கவேலு, '*தருமி*' நாகேஷ், '*செல்லப்பா*' காதலிக்க நேரமில்லை, '*ஆல் இன் ஆல் அழகுராஜா*' கவுண்டமணி, '*கைப்புள்ள*' வடிவேலு ஆகிய புகழ்பெற்ற பாத்திரங்கள் அனைத்தும் ஒரு வேலை தேடிக்கொள்ள முடியாத, விடையளிக்கும் பாடலொன்றை இயற்ற முடியாத, தன்னுடைய உடைமையாக இருக்கும் பெட்ரோமாக்ஸை பாதுகாக்க முடியாத, எதிராளியிடம் மீண்டும் மீண்டும் அடிவாங்கியும் தன்னைக் காத்துக்கொள்ள முடியாத பாத்திரங்களே மேற்சொன்ன நகைச்சுவை நடிகர்களுக்கு நீடித்த புகழை ஏற்படுத்திக் கொடுத்தவை. வடிவேலு அதை மிகச்சரியாக அடையாளம் கண்டு மேலும் மேலும் அந்த அடையாளத்தை செம்மைப்படுத்தினார்.

அவரது புகழ் உச்சத்திற்கு சென்ற காலகட்டம் தமிழ் சமூகம் பொருளாதார ரீதியாக ஏற்றம் கண்ட காலம். பல்லடுக்கு சந்தைப்படுத்துதல் (MLM) துவங்கி 16 மணி நேரம் உழைக்கச் சொல்லும் வாசகங்கள் ஸ்டிக்கர்களாக வாய்ப்பு கிடைக்கும் இடங்களில் எல்லாம் ஒட்டப்பட்டும், சுய முன்னேற்ற நூல்கள் அதிகம் வாசிப்பிற்குள்ளாகியும், சமூகம் முழுக்க உருவான புதிய புதிய வேலை வாய்ப்புகள், பணியிடப் பதவிகளை அடைய வேறெந்த கவனச் சிதறலும் இல்லாத குவி உழைப்பும், கிடைத்த வாய்ப்பை தக்க வைத்துக்கொள்ள வேலை நேரம் தாண்டியும் பணிபுரிதல் வரை "வாய்ப்பும், உழைப்பும்" ஒவ்வொரு நிமிடமும் உச்சாடனம் செய்ய வேண்டிய மந்திர வார்த்தைகளாக குடும்பம் துவங்கி, ஊடகம் வரை போதனை செய்யப்பட்டதும் இக்காலகட்டத்தில்தான். சகல துறைகளிலும் தேவைப்படுகிற ஒன்றாக தொழில்நுட்ப அறிவு பரவியதும் அப்போதுதான்.

வடிவேலு இந்தக் காலகட்டத்தின் பைத்தியக்கார பரபரப்பை தன்னுடைய உழைப்பிலிருந்து விடுவித்துக்கொண்ட, வாய்ப்பிற்காக எல்லோரும் சமரசம் செய்துகொண்டு எவ்வித அவமானங்கள் நேர்ந்தாலும் தொடர்ந்து உழைக்கும் சமூகத்தில் அதே அவமானங்களை தன்னுடைய உழைப்பின்மையால் சந்திக்க நேர்கின்ற கதாபாத்திரங்களை ஏற்று நடித்து, உழைத்துக் களைத்த சமூகம் அல்லது உடல் உழைப்பிலிருந்து நீங்கிய,

நீங்க விரும்பும் சமூக உற்பத்தியில் ஈடுபடும் அனைவருக்கும் திரைப்பட பிரதிபலிப்பாக இருந்தார்.

இத்தொடர்ச்சியின் உச்சமாக தன்னுடைய மனைவியோடு பாலுறவில் ஈடுபடுவதைக் கூட வேலையாகக் கருதி அதனின்றும் தன்னை நீக்கிக்கொள்ளும் சோம்பேறியாக ஒரு படத்தில் நடித்தார். வடிவேலுவை உச்சபட்ச நகைச்சுவை நடிகராக ஏற்றதின் மூலம் உழைப்பு உருவாக்கும் சலிப்பிற்கு எதிர்வினையாக, உழைப்பினின்று நீங்கும் விருப்பத்தை தற்காலிகமாக Park செய்யும் மெய்நிகர் வெளியாக அவரைக் கண்டோம்.

சோம்பேறித்தனத்தை, முட்டாள்தனத்தை ஓய்வு நேரம் முழுக்க ரசிக்க வைத்ததை 21ம் நூற்றாண்டின் முதல் பத்தாண்டுகளில் தமிழ் சமூகத்தில் நிகழ்ந்தவற்றிற்கான எதிர்வினையாக பார்க்க முடிகிறது.

2

குடும்பத்தில் கூட நகைச்சுவைப் கதாபாத்திரங்கள் பெருமைப் படுத்தப்படும் வண்ணம் அமைக்கப் பெறுவதில்லை. வடிவேலு திருமணமான ஒரு கதாபாத்திரமாக நடித்தால் கண்டிப்பாக அவரது மனைவியிடம் அடிவாங்குவார் அல்லது அவமானப்படுவார். காதலியிடம் அடிவாங்கும் நாயகர்களைக் கூட நாம் திரைப்படங்களில் பார்த்திருக்கிறோம். ஆனால் மனைவியிடம் அடிவாங்கும் நாயகனை ஒரு படத்தில் கூட பார்த்ததில்லை. நாயகர்களின் மனைவிகளுக்கு கிடைக்காத வாய்ப்பு நகைச்சுவைப் பாத்திரங்களின் மனைவிகளுக்கு தாராளமாகக் கிடைத்தது. இந்த வகையிலும் வடிவேலு வேறெந்த நகைச்சுவை நடிகர்களை விடவும் இவ்வாய்ப்பை தனது துணை பெண் கதாபாத்திரங்களுக்கு அதிகமாக வழங்கினார். கவுண்டமணி '*என் ஆசை ராசா*'வில் மனைவியிடம் அடிவாங்குபவராக நடித்தாலும் வீட்டை விட்டு வெளியே வரும்போது அவர்தான் மனைவியை அடித்தவராக நடித்திருப்பார். ஆனால் வடிவேலுவின் பாத்திரங்கள் பொது இடங்களில் கூட மனைவியிடம் அடிவாங்குபவையாக இருக்கும். மனைவி கதாபாத்திரங்களில் மட்டுமல்ல வெளியில் கடைக்காரப் பெண்கள், கூடைக்காரிகள், தெருவில் உணவு தயாரித்து விற்பவர்கள், பயணம் செய்யும்போது உடன்வருபவர்கள்

என அனைத்து சமூக மட்டங்களிலும் இயங்கும் பெண்களிடம் அதிகம் 'அடிபட்ட' நகைச்சுவை நடிகர் தமிழ் சினிமாவில் இவர் மட்டுமே. 'திமிர்' படத்தில் "பொம்பளை சோடா வேணுமா, ஆம்பளை சோடா வேணுமா?" எனக்கேட்டு அதற்கு விளக்கமும் அளிக்கும் பெண் கதாபாத்திரம் வடிவேலுவின் வழியாக மொத்த ஆண்களையும் ஏளனம் செய்கிறாள். பாலுறவிற்கும் வாய்ப்பில்லாத, மனைவி முதலாக அனைத்துப் பெண்களாலும் அவமானத்திற்கும், ஏளனத்திற்கும் உள்ளான பாத்திரங்களில் தொடர்ந்து நடிக்கும் துணிச்சல் மிக்க, வேறெந்த முன்னுதாரணங்களும் அற்றவர் வடிவேலு.

தமிழ் சினிமாவின் பெண் கதாபாத்திரங்களோடு ஆண் கதாபாத்திரங்கள் கொள்ளும் உறவின் பல வழமைகளை உடைத்தவர். அதேபோல சிறுவர்கள். வடிவேலுவுடன் ஒரு சிறுமியோ, சிறுவனோ தோன்றினால் நிச்சயம் அவர்களிடமும் அவர் "மொக்கை" வாங்குவார். 'தலைநகரம்' படத்தில் மூடை தூக்கும் காட்சியில் ஒரு குண்டு சிறுவனிடம் காட்டும் உடல்மொழி மற்றும் வசனங்கள் ஒரு நகைச்சுவை நடிகனின் அதிகபட்ச எல்லையைத் தொடுபவை.

3

வடிவேலுவின் மகத்தான பங்களிப்பாக தமிழ் சமூகத்தின் அன்றாட பேச்சு மொழியை மாற்றி அமைத்ததாக அவரது திரைப்பட உரையாடல்களை சொல்லலாம். "அது போன மாசம். இது இந்த மாசம்" எனும் வசனம் புழங்காத ஓர் அலுவலகம் இருக்கிறதா? "வரும் ஆனா வராது", "அய்யோ அய்யோ", "பயபுள்ள" என அவர் பயன்படுத்திய வசனங்களும், சொற்களும் தமிழ்சமூகத்தின் மொழிப் பாவனையில் ஊடுருவி நிற்கின்றன.

பெர்டோலுச்சியின் "*Dreamers*" படத்தில் அண்ணன், தங்கை மற்றும் அவர்களது தோழன் மூவரும் 'புதிய அலை' சினிமாக்களின் தாக்கத்தால் அவர்களது ஒவ்வொரு நடவடிக்கைக்கும் சினிமாக்காட்சிகளை குறிப்பிடுவதை (Refer) "புதிய அலை" சினிமா ஃப்ரெஞ்ச் சமூகத்தில் எவ்விதமாற்றத்தை உண்டாக்கியது என்பதற்கான ஓர் உதாரணமாகக் கொள்ளலாம்.

வடிவேலு தோன்றும் திரைப்படங்களைக் குறிப்பிட்டு, ''வடிவேலு ஒரு படத்துல சொல்வானே'' எனும் வாக்கியத்தை இன்றைக்கு தமிழ் சமூகம் தன் ஒவ்வொரு நாளின் உரையாடலிலும் அவரை பிரதி செய்து பெருக்கி வைத்திருக்கிறது. வடிவேலு அளவிற்கு தமிழர்களின் பேச்சு வழக்கை மாற்றி அமைத்த சினிமா கலைஞன் தமிழ் சினிமாவின் முக்கால் நூற்றாண்டிற்கும் மேலான வரலாற்றில் ஒருவரும் இல்லை. வடிவேலு தமிழ் சமூகத்தின் திரைக்கலை வரலாற்றில் நிகழ்ந்த ஒரு மாபெரும் நிகழ்வு (Phenomenon). நவீன வாழ்க்கையின் நெருக்கடியிலிருந்து வடிவேலு அளித்த தற்காலிக மீட்பை தமிழர்கள் ஒவ்வொரு நாளும் போற்றினர்.

யாரும் எதிர்பாராத அவரது வெளியேற்றம் சட்டெனத் துண்டான ஒரு தொடர்ச்சியை எதிர்கொள்ளும் நெருக்கடியை தமிழ் சமூகத்திற்கு உண்டாக்கிவிட்டது. அந்த வெற்றிடத்தை எதிர்கொள்ள உடனடியாக இட்டு நிரப்பிய பதிலிதான் இப்போது முன்னணிக்கு வந்திருக்கும் பிற நகைச்சுவைக் கதாபாத்திரங்கள். இடைவெளியை நிரப்பிய பதிலிகள் திரையின் ஞாபகத்தில் வடிவேலுவை வெகுதூரம் பின்னுக்கு தள்ளிவிட்டார்கள்.

4

திரைப்பட மறுபிரவேசம் தியாகராஜ பாகவதர் முதல், கவுண்டமணி, வடிவேலு வரை பெரும் சலனமின்றி கரைந்து போனவையே. வடிவேலுவின் மீள் வருகை ஒரு பெருமை மிகுந்த காலத்தின் சிதிலமடைந்த சித்திரங்களின் மீது பூச்சுக்களைப் பூசும் முயற்சியே. அவரது, பெரிதும் எதிர்பார்ப்பை ஏற்படுத்திய மீள்வருகை திரைப்படமான '*தெனாலிராமன்*' தோல்வியடைந்த ஒன்றே (வர்த்தகம் குறிப்பிடப்படவில்லை). அவரது பயணத்தில் ஏற்பட்ட இடைவெளி நமக்கு ஒரு Referral Pointஐ உருவாக்கிவிட்டது. இனி அவர் தொடர்ந்து நடித்தாலும் கூட "முன்ன அவர் நடிச்ச மாதிரி இல்லையே" என்றே சொல்வோம். வடிவேலுவின் மீள் வருகைக்காக காத்திருக்க யாருக்கும் நேரமில்லாத போதும் இன்றும் தமிழ்ச்சமூகத்தில் 'மொழிவழி தோற்றம் பெறும் மனிதராக' அவர் உலவுவார்.

மலைகள்.காம்

பொருள்–மதிப்பு–வாழ்வு

குகைகளில் துவங்கியவர்களின் தலைமுறையினருக்கு விண்ணோருலக நதிகளையும், சொர்க்கங்களின் கனிகளையும் காணும் வாய்ப்பை அளிக்கும் ஸ்கைஸ்க்ராப்பர் வாழ்க்கை நம்முன்னே முளைக்கத் துவங்கியுள்ளது. உயரக் கோபுரத்தை அரச இலச்சினையாக வைத்திருக்கும் தமிழ் நிலப்பரப்பில் தனியார் முதலீட்டில் தனிநபர்களுக்காக எழும் விண்முட்டும் குடியிருப்புகள். பெருநகர வாழ்க்கை, அதன் அடையாள உற்பத்தி, மனக்கட்டமைப்புகள் குறித்து ஆழமாகக் கண் திறக்கும் சிந்தனைகளின் துவக்கம் நிகழ வேண்டும். நவீன வாழ்க்கையின் அடுத்தடுத்த கூறுகள் தமிழ் சமூகத்தின் உள்நுழைந்து அதன் அடிப்படைகளாகத் திரண்டு நிற்கும் கட்டுமானங்களை மாற்றியமைக்கும் இன்னாட்களில் விமானங்கள் மட்டுமே தலைக்குமேல் பறக்கும், தெய்வங்களுக்கான செய்தியைக் கடத்தும் கோபுரங்கள், ரேடியோ அலைவரிசை டவர்கள், கிளைபடர்வின்றி உயரும் மரங்களையும் தலை தாழ்த்திப் பார்க்கக் கிடைத்த வாய்ப்பு முன்னெப்போதும் மனிதர்களுக்கு கிட்டாதது. ஸ்கைஸ்க்ராப்பரின் உச்சாணியில் நிற்பவர்கள் காணும் காட்சியில் உலகின் பல வெளிகளின் பரப்பு சுருங்கி எல்லையற்ற பரப்பின் ஒரு புள்ளியில் நிற்பது போன்றவொரு (மன)நிலை உருவாகும். தனிமனிதனை அச்சாக்கி உலகைச் சுழற்றிய பத்தொன்பதாம் நூற்றாண்டு நீராவி எந்திரப் புகையில் பிறந்தது. எந்திர ஓசையினால் அந்நியமான வாய்திறந்த நவீன மனிதன்

'எட்வர்ட் மன்ச்'ன் ஓவியத்தில் காதுகளைப் பொத்தினான். தொடுதிரைகள் விரல்களின் மைதானமாகிவிட்ட நூற்றாண்டில் நிற்கும் மனிதன் கண்களை மூடுவதற்கு கைகளற்றுப் போய் ஓவியத்தில் காதுகளைப் பொத்தியவற்றை எடுக்க முடியாத நவீனயுகச் சிக்கல்களை உணருமுன்பாகவே உயரமாகி எழுந்து நிற்கிறது பெருநகர வாழ்விற்கான தூர இருந்தே பார்க்கக் கிடைக்கும் அழைப்பான ஸ்கைஸ்ராப்பர்கள்.

ஸ்கைஸ்ராப்பர் - வெற்று வெளியில் முதலீட்டால் உருவான ஒருவாழ்வெளி. பெரிய, விரிவான கட்டிட அமைப்புகள், அணைகள், தொழிற்சாலைகள் ஆகியவை நவீனத்துவ காலகட்டத்தின் அடையாளங்கள் என்றால் மால்கள், ஒபேக் கண்ணாடி பதித்த தகவல் தொழில்நுட்ப அலுவலகங்கள், ஸ்கைஸ்க்ராப்பர்கள் பின்-நவீனத்துவ அடையாளங்கள். விரிவை, அகலத்தை பதிலீடு செய்யும் உயரம். அரசின் முதலீடில்லாமல் தனியார் முதலீட்டால் உயர்ந்தெழும் கட்டிடங்கள் மூலதனத்தின் சக்தியைக் காட்டும். அதன் அர்த்தம் என்பது மூலதனத்தின் வளர்ச்சியை ஒரு காட்சிப் பொருளாக காட்டுவது. OTIS லிஃப்ட்டுகள் மனிதர்களை ஏற்றி இறக்கும் 2000+ அடி உயர 'புர்ஜ் கஃலிபா'வின் கூர்முனை விண்ணுலகத்தோரின் புட்டத்தில் குத்தும். உயர எழும் மூலதனம் அதன் கீழேயுள்ள இயற்கையின், முந்தைய காலகட்டத்தின் மனித உயரங்களை சிறியதாக்கிப் பார்க்கும். மூலதனம்தான் உயரமானது அதற்கு அடுத்த உயரத்தில் இருப்பது ஒருவேளை கடவுள்.

மனிதனைக் கடந்து பரவி வாழ்வில் ஊடுருவி நிற்கும் அவனே உருவாக்கிய பொருட்கள், தொழில்நுட்பங்கள், மயக்கமூட்டும், கண்களைக் குருடாக்கும் மின்னொளி பரவிய நகரங்கள், கட்டிடங்கள், பொருட்களின் டிசைன்கள், உறுத்தும் அடர் வண்ணங்கள், பெருகும் ஒலியினால் மனிதனது புற அடையாளங்களும் அகக் கட்டமைப்புகளும் அடைந்த மாற்றம் இரு நூறாண்டுகால வேகம் கண்டத்திட்டுகளாக அதிர்ந்து மின்னலைகள் காற்றில் எழும்பி கனிணித் திரைகளில் விரல்நுனிகளால் ஆளப்படும்.

கட்டிடக்கலையில் துவங்கிய பின்-நவீனத்துவ சிந்தனை நுகர்வுப்பண்டங்கள் அவற்றின் குறிகள், அடையாள உருவாக்கம்

குறித்து னால் நவீனத்துவம் பொருட்களின் உற்பத்திப் பெருக்கம், தொழிற்சாலை உற்பத்தி முறையை விரிவாகப் பேசுவது. இயந்திரங்களின் ஒலியிலும், மின்னொளியிலும் நூற்றாண்டைக் கடந்த மனித வாழ்வு அதன் அர்த்தங்களை மறுவரை செய்த இச்சிந்தனைகளில் முன்னதான நவீனத்துவத்தின்வழி நகரமயச் சமூகத்தின் கூறுகளைப் பேசியவர் *கியார்க் சிம்மெல் (1858-1918).*

தனிமனிதன் தன்னுடைய இருப்பின் சுதந்திரத்தை, தனித்துவத்தை பேணுவதற்காக சமூகத்தின் மரபார்ந்த அதிகாரங்கள், வரலாற்றுப் பாரம்பரியத்தின் சுமை, புறக்கலாச்சாரம், வாழ்வின் தொழில்நுட்பங்கள் ஆகியவற்றிற்கு எதிராக மேற்கொள்ளும் முயற்சிகளில் இருந்துதான் நவீன வாழ்வின் ஆழமான பிரச்சனைகள் வழிகின்றன - நவீனத்துவ காலகட்டத்து மனிதனது இருப்பின் நிலையை சிம்மெல் செய்த வரையறை.

பத்தொன்பதாம் நூற்றாண்டின் ஜெர்மானிய தத்துவத் துறைக்கு சமூகவியல், பெருநகர வாழ்க்கை, தனிமனிதன்-குழு இரண்டு பிரிவுகளின் உறவு குறித்த அவதானிப்புகள், பணத்தின் தத்துவம் போன்ற பங்களிப்புகள் செய்த சிம்மெல் நவீன பெருநகர் வாழ்க்கையின் கூறுகளை அதன் குழந்தைப் பருவத்திலேயே கணித்தவர்களில் ஒருவர். இயந்திரத்திலிருந்து பிறந்த அந்த நூற்றாண்டு மனித சிந்தனையில், வாழ்முறையில் ஏற்படுத்திய அக,புற தாக்கங்களை விரிவாகப் பேசியவர்.

ஆதிமனிதன் தன்னுடைய மெய்யான இருப்பிற்காக அவன் இயற்கையோடு நிகழ்த்திய போராட்டங்களின் நவீன வடிவத்தை இவ்வெதிர்ப்பு பிரதிநிதித்துவப்படுத்துகிறது. வரலாற்று ரீதியாக அரசியல், மதம், அறம், பொருளாதாரம் இவற்றோடு உருவாகிவிட்ட பிணைப்பிலிருந்து சுதந்திரத்திற்கான, மனிதர்கள் அனைவரிலும் சமமாக இருந்த அசலான, இயல்பான மதிப்பீடுகள் தடையின்றி முன்னேறுவதற்காக 18ம் நூற்றாண்டு அழைப்பு விடுத்திருக்க; 19ம் நூற்றாண்டு, மனிதனின் சுதந்திரத்திற்கு கூடுதலாக அவனை தனிச்சிறப்பு (Unique) மிக்கவனாக, இன்றியமையாதவனாக ஆக்கும் அவனுடைய தனித்துவம் (வேலைப் பங்கீடோடு தொடர்புடையது) மற்றும் அவனுடைய சாதனைகளோடு ஆனால் அதே சமயம் மற்றவர்களின் பதில் நடவடிக்கைகளோடு மேலும் சார்ந்திருத்தலை வளர்த்தது.

நவீன மனிதனது தனித்துவத்திற்கான போராட்டத்தை ஆதிமனிதனது தப்பிப் பிழைப்பதற்கான போராட்டத்தோடு தொடர்புறுத்தும் சிம்மெல் நவீன காலகட்ட வாழ்வில் சுதந்திரமாகவும், தனித்துவத்தோடு இருப்பதே மனித வாழ்வின் சாரமாக இருக்கிறது எனக் காட்டுகிறார். பொருட்களின் மதிப்பில் மார்க்சிய அணுகுமுறையான பயன்பாட்டு மதிப்பு மற்றும் பரிவர்த்தனை மதிப்பு ஆகியவற்றோடு பொருட்களின் மீதான மனிதமனம் உண்டாக்கும் மதிப்பு குறித்து பேசியவர் சிம்மெல். பொருட்களின் மதிப்பு பரிவர்த்தனையால் மட்டுமே உருவாவதில்லை எனும் சிம்மெல் *பணத்தின் தத்துவம்* புத்தகத்தில் விரிவாக இதை பேசியிருக்கிறார்.

மனிதர்கள் பொருட்களை உண்டாக்கி மதிப்பை (value) தோற்றுவித்து பிறகு அவற்றிடமிருந்து ஒரு விலகலை உருவாக்கி பின்பு அந்த தூரத்தை கடக்க முயற்சி செய்கின்றனர். அருகிலிருக்கும் பொருட்களும், அடைவதற்கு மிக தூரத்திலிருக்கும் பொருட்களும் மதிப்பு உடையவையாக கருதப்படுவதில்லை. பற்றாக்குறை, நேரம், தியாகம் மற்றும் பொருட்களை அடைவதற்கான நெருக்கடிகளும் மதிப்பை உருவாக்கும் கூடுதல் காரணங்கள்.

பொருட்கள் மதிப்பு மிக்கவையாக இருப்பதால் அவற்றை கையகப்படுத்துவது சிரமம் இல்லை; ஆனால் அந்தப் பொருட்களை மதிப்பு மிக்கவையாக அழைப்பதே அவை நமது கைப்பற்றும் விருப்பத்தை தடுப்பதால்தான்[1]. பொருட்களுக்கும் நமக்கும் இடையிலான தூரத்தால்தான் விருப்பம் அதிகரிக்கவோ அல்லது குறையவோ செய்கிறது என்றும் பொருட்களின் மதிப்பில் இந்த தூரம் பங்காற்றுகிறது என்றும் சொல்கிறார்.

நகர வாழ்க்கை வேலைப் பங்கீட்டிற்கும் நிதிமயப்படுத்தலுக்கும் வழிவகுக்கிறது. நிதிசார் பரிவர்த்தனைகள் அதிகமாக ஒரு தனிமனிதன் என்பவன் யார்? என்பதிலிருந்து அவனால் என்ன செய்ய முடியும்? என்பதாக மாற்றம் நிகழ்கிறது. (சிம்மெல்) அறிவொளிக்கால, ரொமாண்டிசிஸ, நவீனத்துவ பின்நவீனத்துவ காலம் வரைக்குமான சித்திரங்களை சிம்மெலின் இவ்வாக்கியங்கள் வழங்குகின்றன.

நவீனத்துவ காலம் பொருட்களின் மறு உற்பத்தி வழியாக அடையாளப்படுத்தப்பட்டது என்றால் பின்-நவீனத்துவ

காலத்தில் அப்படி மறு உருவாக்கப்பட்ட பொருட்களின் பெருக்கத்தை, அதன் மதிப்பை குறுகிய காலத்தில் துய்த்து ஒன்றுமில்லாமல் ஆக்குவதாக உள்ளது. நவீனத்துவ காலத்தில் உற்பத்தி முக்கியத்துவம் பெற்றால் பின்-நவீனத்துவ காலத்தில் நுகர்வு முக்கியத்துவம் பெறுகிறது. பொருளாதார நிபுணர்கள் இப்போது தோல்வியடைந்து கொண்டிருக்கும் 'ஜெனரல் மோட்டார்'ஸை வெற்றிகரமான நவீனக் குழுமமாகப் பார்த்தால், நுகர்வோர் 'அமேஸானை' ஒரு டிபிகல் பின்-நவீனத்துவமாகப் பார்க்கின்றனர்'.

நவீனத்துவத்தின் என்ன? எது? என்பது அனைத்தும் மற்றும் எத்தனையாக மாற்றியிருக்கிறது. பொருட்களின் நீண்ட கால வாழ்வு மதிப்பு மிக்கதாக இருந்தது போய் குறுகிய கால இருப்பே அதன் மதிப்பைக் கூட்டுவதாக உள்ளது. காலத்தின் வேகத்தை இந்தக் குறுகிய காலமே தாக்குப் பிடிக்கும் பொருட்களின் மதிப்பின் வழியாக அதிகரித்திருக்கிறோம். ஒளியின் அளவு வேகத்தின் மூலம் காலத்தை நீட்டிக்க முடியும் என்கின்ற ஐன்ஸ்டீனிய விதிக்கு எதிராக, நீண்ட காலத்தை இந்தத் துய்ப்பின் வழியாகக் குறுகிய ஒன்றாக மாற்றும் வாழ்க்கையை வாழ்கிறோம். பெருக்கம் நிறைவை அளிப்பதற்கு பதிலாக அனைத்தையும் அன்லிமிடெடாக வழங்கி நிறைவை எடுத்துக்கொள்கிறது. அனைத்துப் பொருட்களின் மீதும் எவ்வித மதிப்புமின்றியே துய்க்கிறோம். அதன் மதிப்பும் நம்முடைய தனித்துவத்தை அலங்கரிப்பதற்காகவே வழங்குகிறோம்.

பொருட்களின் வழியாக மதிப்புமிக்கதகாக உருவாக்கப்பட்ட நவீன வாழ்க்கை அப்பொருட்களின் வழியாகவே மதிப்பற்றதாக மாறிவிட்டது. இந்தியா போன்ற சமூகங்களில் நவீன பொருட்கள்சார் வாழ்க்கையின் மீதான ஏக்கமும் நகரங்களில் பொருட்களின் மீதான நிறைவின்மையும் ஒருங்கே நிலவுகின்றன. இந்நிலையில் ஒரு கேள்வி முன்னிற்கிறது.

நாம் யாராக இருக்கிறோம்? என்பது போய் நாம் எங்கே இருக்கிறோம்? என்பதே அது. ஒரு பெருநகரத்தில் வாழும் மனிதனும் கிராமத்தில் வாழும் மனிதனும், மனிதன் என்னும் அளவில் கூட இப்போது சமமாக எண்ணப்படுவானா என்பது சந்தேகம். நகரங்களில் வாழும் கிராமத்தவர்களும் ஒரு பிரிவு.

செழிப்பும், செழிப்பு மிக்க இடங்களில் வாழ்தலுமே மதிப்பை உருவாக்கி மனிதன் என்பதற்கான அர்த்தத்தை அளிக்கின்றன.

நவீனத்துவம் உருவாக்கிய தனிச்சிறப்புமிக்க (Unique) அடையாளம் காலாவதியாகி கூட்டுத்தனிச்சிறப்பு (Collective Uniqueness) உதா, அபார்ட்மெண்ட் வாசம், Gated Community living, தொழில் சார்ந்து (Profession) உருவாகும் தோழமையுணர்வு போன்றவற்றால், தனிமனிதனின் புற அடையாளங்கள் வழியாக இல்லாமல் கூட்டு அடையாளங்களை தனிமனிதன் எய்துவதால் அவனது தனிச்சிறப்பு கட்டமைக்கப்படுகிறது. அப்படி ஒரு கூட்டு அடையாளம்தான் ஸ்கைஸ்க்ராப்பர்.

குறிப்புதவி:
1. பணத்தின் தத்துவம் – கியார்க் சிம்மெல்
2. அப்படியானால் பின்-நவீனத்துவம் என்பது என்ன – சார்லஸ் ஜென்க்ஸ்

கணையாழி

மூன்றே மூன்று சொற்கள்

இக்கட்டுரை எழுதப்பட்ட நேரம் வரை (24-07-23 மாலை 09.17) இந்தியாவின் பிரதமர் 'மணிப்பூரில் வன்முறையை நிறுத்துங்கள்' என்ற மூன்று சொற்களைச் சொல்லி இருக்கவில்லை. இதைச் சொல்வதற்கு ஒரு விநாடி கூடத் தேவைப்படாது. அவருடைய அரசியல் பயணத்தையும் முந்தைய வன்முறைச் சம்பவங்களின் போது அவர் நடந்துகொண்ட விதத்தையும் நன்கு அறிந்தவர்களால் அவரது மௌனத்தை எளிதாகப் புரிந்துகொள்ள முடியும். ஆயினும் அவரை விரும்பாதவர்கள் உட்பட அவர் பேச வேண்டும் என ஏன் கருதுகிறார்கள் என்றால் இந்த நாட்டின் பிரதமராக அவர் சொல்லக்கூடிய சொற்களுக்கு ஒரு மதிப்பு உண்டு என்று நம்புவதால் மட்டுமே.

இந்தியாவில்தான் ஒரு ஜிகா-பைட்டிற்கான இணையக் கட்டணம் மிகக்குறைவு என்ற செய்தியைப் பரப்புகின்றவர்கள் கூட, இந்தியாதான் இணையத்தை முடக்குவதில் முதலிடத்தில் இருக்கிறதென்பதைச் சொல்வதில்லை. இன்று இணையத்தை முடக்கினால் எவ்விதக் கொடூர நிகழ்வுகளையும் நிகழ்த்திவிட முடியும். வழமையான ஊடகங்கள்... நம்பகத் தன்மைக்கு இன்றும் அவைகளால் பங்களிக்க முடியும் என்றாலும் அவற்றின் நிலைமை புதிதாக நாம் விவாதிக்கத் தேவை இல்லாத இடத்திற்கு நகர்ந்துவிட்டது. ஆனாலும் மணிப்பூர் வன்முறையை அவை போதிய அளவில் விவாதிருத்திருக்கவில்லை. 'போதிய அளவு' என்பதன் வரையறை என்ன?.

இது நெடும் விவாதத்திற்கு இட்டுச்செல்லும் என்றாலும் அச்சு மற்றும் காட்சி ஊடகங்களில் மணிப்பூர் ஒரு பெரும் நிகழ்வாக விவாதிக்கப்படவில்லை என்பதை அவற்றைத் தொடர்ந்து பயன்படுத்துகின்றவர்கள் குறைந்த அளவிலேனும் இன்று அறிவார்கள். ஆகவே ஊடகங்களும் ஏறக்குறைய மௌனத்தில் அல்லது குறைவான சத்தத்தோடு நின்றுவிட்டன. இந்தியாவின் பிரதமர் பேசினால் அதனை தங்கள் சிரமேல் கொண்டு செல்லும் வேலையை அவை செய்யும். நான் காந்தியவாதி இல்லை என்றாலும் இதைக் காட்டிலும் பலமடங்கு வன்முறைச் சம்பவங்களும் கொடூரங்களும் நிகழ்ந்த பிரிவினைக் காலத்தில் இந்து மற்றும் இசுலாமிய சமூகங்களுக்கு நடுவே நின்று வன்முறையை நிறுத்தச்சொன்ன ஒரு குரலாக, வெறுமே ஊடகங்களில் அல்லாமல் களத்திற்குச் சென்ற காந்தியைப் போன்ற ஒரு தலைவர் இன்று இல்லாதது இன்று மட்டுமல்ல, இனிமேல் உருவாகும் வாய்ப்பும் இல்லாமல் போனது ஒன்றும் ஆச்சரியமல்ல. காந்தியால் வன்முறை நின்றதா? அவர் சென்ற பகுதிகளில் குறைந்திருக்கலாம். பிரிவினையின் இரத்தக்களறி தொடங்கியதை அவரால் தடுக்க முடியவில்லை. ஆனால் அதை நிறுத்துவதற்கு அவர் முயலாமலும் இல்லை. தனது குரலை பல தரப்பினரும் கேட்பார்கள் என்று அவர் நம்பினார். இன்று அப்படி ஒரு குரல் இல்லை. ஏனெனில் நமது தலைவர்கள் தோல்வியை விரும்பாதவர்கள். ஆகவே இப்படியொரு பெரு முயற்சிக்கு விரும்பாதவர்களும் கூட. குறைந்தது இந்திய அளவிலான கூட்டமைப்பு ஒன்றை இந்நேரம் ஏற்படுத்தி மணிப்பூர் செல்வதற்கு முயற்சி செய்திருக்கலாம். ஒரு சாதாரணக் குடிமகனாக நான் இதை எளிதாகச் சொல்லிவிடலாம். அதைச் செய்வது கடினமே என்றாலும்கூட கடினமானதைச் சிந்தித்துச் செயலாற்றுவதல்லவா தலைமை!.

சமூக ஊடகங்களில் ஊதிப்பெருகிய சாதாரண மக்களின் பிம்பங்களைப் போலவே தலைமைகளும் பிம்பப்பெருக்கம் மட்டுமா?. இந்தியா முழுமைக்குமான தலைமை என்ற ஒன்று இல்லை எனினும் பிரதமரை அனைவரும் நன்கு அறிந்திருக்கிறார்கள். பண மதிப்பிழப்புச் செய்தபோது சமூகத்தின் கடையர்களும் தவிர்க்கவே முடியாமல் அவர் பெயரை அறிந்தார்கள். நான் அவரை காந்தியோடு ஒப்பிடவில்லை.

பாலசுப்பிரமணியன் பொன்ராஜ்

ஆனால் அவரது குரல் இந்த நாட்டின் எல்லா மூலைகளையும் அடையும் உச்ச அளவை எட்டியிருக்கிறது. குற்றங்களை எளிதாகப் புரிந்துகொள்ள முடிகின்ற அளவிற்கு குற்றங்களுக்கான எதிர்வினைகளை நம்மால் எளிதாகப் புரிந்துகொள்ள முடிவதில்லை. *Crime is universal, the response is local* என்றே கருதுகிறேன். ஒரு குற்றத்திற்கான எதிர்வினை மொழி, இனம், நாடு, கலாச்சாரம், அண்மை, அதன் அளவு இவற்றைப் பொறுத்து மாறும். உதாரணத்திற்கு ஈழப்போரின் போது எழுந்த தமிழர்களின் உணர்வு, உக்ரைன் போரில் இல்லாமல் போனது இயல்பானது. வன்முறைக்கு எதிரான சமூகத்தின் எதிர்வினை தேர்ந்தெடுப்பிற்கு உள்ளானது மட்டுமல்ல சமூகக் கட்டமைப்பினால், அதன் கலாச்சார எதார்த்தத்தினால் உருவானதும் கூட.

ஆயினும் கடந்த பத்தாண்டுகளில் குற்றத்தை அணுகும் விதம் பிரிவினையினாலும் முன்முடிவுகளாலும் ஆட்பட்டுள்ளதை அறிகிறோம். அடையாளங்களே குற்றமாக மாறிக்கொண்டிருக்கும் சூழலை நாம் பார்க்கிறோம். அனைத்து வன்முறைகளுக்கும் எதிரான ஒரு கூட்டுக்குரல் இன்று சாத்தியமா?. 'கூட்டு' என்பதே இன்று சாத்தியம் இல்லையோ என்கின்ற இடத்தில் இருக்கிறோம். ஆகவே சூழல் காதைத் துளைக்கும் ஓசைகளால் நிரம்பியிருந்தாலும் அங்கே ஒரு மௌனம் நிலவுகிறது. இது யாருடைய மௌனம்?

நான் ஓர் ஆண். பெண்களின் மீது எல்லா வன்முறைகளையும் செலுத்துகின்ற வாய்ப்பைப் பெற்றிருப்பவன். பெண்ணை அச்சத்திற்கு உள்ளாக்கும் இருப்பைக் கொண்டிருப்பவன். நூறு பெண்களின் மத்தியில் ஓர் ஆண் நடமாடுவதற்கும், நூறு ஆண்களின் மத்தியில் ஒரு பெண் நடமாடுவதற்கும் இடையே உள்ள வேறுபாட்டை நன்கு அறிந்தவன். எனினும் மணிப்பூரில் ஒரு கும்பலால் நிர்வாணமாக்கப்பட்டு, ஊர்வலமாக இழுத்துச் செல்லப்பட்டு வல்லுறவுக்கு உள்ளான பெண்களின் மீது நான் கொள்ளும் பரிதாப உணர்ச்சி அர்த்தமுள்ளதா அல்லது பாவனையா என்று யோசிப்பதைக் காட்டிலும் (இவ்வாறு சிந்திப்பதைத்தான் பின்–நவீனத்துவமும், 'தன்னிலையை' முன்னிலைப்படுத்தியே எதையும் அணுக முடியுமென்ற சிந்தனைகளும் கற்பித்திருக்கின்றன), 'மணிப்பூரில் வன்முறையை

நிறுத்துங்கள்' என்று நான் சொல்வது பாவனையாகவே இருந்தாலும் கூட, அதுவே நான் சொல்ல வேண்டியதென்று நினைக்கிறேன். நாகரிகமே (Civilization) அடிப்படையில் பாவனைதான்.

மூன்றே மூன்று சொற்களைக் கேட்பதற்கு, இரு பெண்களின் நிர்வாண ஊர்வலம் நிகழ்த்தப்பட்டு அதை நிகழ்த்தி இருக்கக் கூடியவர்களில் யாரோ ஒருவனின் கைகளில் இருந்து காணொலி பரவ வேண்டியிருக்கிறது. மௌனத்தை நிர்வாணமும் அசைக்க முடியவில்லை என்றால் நாம் நிச்சயமாக ஒரு பெருஞ்சுழலில் சிக்கியிருக்கிறோம்.

அருஞ்சொல்.காம்

ஓப்பன்ஹெய்மர்
–குவாண்டம் முரண்பாடுகளின் திரைப்படம்

ஐம்பத்தைந்து ஆண்டுகளுக்கு முன்பு வெளியான ஸ்டான்லி குப்ரிக்கின் '*2001: ஸ்பேஸ் ஒடிஸியின்*' முதல் காட்சியில் எலும்பை ஆயுதமாக்கிக் கொலை செய்யும் ஒரு குரங்கு, பரிணாம வளர்ச்சியில் அணு ஆயுதங்களை உருவாக்கும் இடத்தை அடைந்ததை கிறிஸ்டோபர் நோலனின் 'ஓப்பன்யெஹ்மர்' பேசுவதில்லை என்றாலும் அந்தக் குரங்கிடம் தோன்றாதவை இராபர்ட் ஜெ ஓப்பன்ஹெய்மருக்குத் தோன்றுவதை இந்தப் படம் பேசுகிறது. குற்ற உணர்வு, அறவுணர்வின் தடுமாற்றங்கள், அரசியல் முடிவுகள்.

இவை எவையும் ஆயுதத்தால் கொலை செய்யும் அந்த முதல் குரங்கிற்கு இல்லை. உண்மையில் இயற்கையில் குற்றம் என்பதே இல்லை. குற்ற உணர்வு நாகரிகத்தின் (Civility) அடிப்படைகளில் ஒன்றாகப் பின்னர் எழுந்தபோதும், ஆயுதங்களின் மீதான காதல் இதுவரையில் குறைந்திருக்கவில்லை. அணு ஆயுதங்கள், ஹைட்ரஜன் குண்டுகள் இப்போது அறிதுயிலில் வைக்கப்பட்டிருக்க, டிரோன்களும் கொத்துக்குண்டுகளும் சிறுசிறு துண்டுகளாக நம்மீது பறக்கின்றன. மிகப்பெரியவற்றை நாம் அஞ்சுகிறோம், சிறியவை உருவாக்கும் அழிவுகளின் கூட்டுத்தொகை நம் பார்வைக்குத் தப்பிவிடுகிறது.

காட்சிகள் தொடங்கும் முன்பாக, மனிதர்களுக்குத் தீயைக் கொடுத்ததற்காக காலாகாலத்திற்கும் சங்கிலியில் பிணைக்கப்பட்டிருக்கும் புரோமிதியஸின் கதை திரையில் தோன்றுகிறது. தன்னுடைய பணியின் காரணமாக ஒருவர் கொலைக்கருவி ஒன்றைக் கண்டுபிடித்து அதை அரசிடம் அளித்தால் அவரை நாம் குற்றவாளியாகக் கருத முடியுமா?.

ஓப்பன்ஹெய்மர் ஏற்றுக்கொண்டிருந்த பணியை நம்மால் இவ்வாறு சாதாரணமாக அணுக முடியாது. அவர் செய்தது தன்னுடைய அறிவை குறிப்பாக அப்போதுதான் புதியதாக வெடித்துக் கிளம்பிய ஏறக்குறைய இத்திரைப்படத்தின் ஒரு காட்சியில் அவரே சொல்வதைப் போல, புரட்சிகரமான அறிவியல் அறிவின் ஒரு முக்கியக் கண்டுபிடிப்பாளர் தனது அறிவை ஆயுத உருவாக்கத்தில் பயன்படுத்துவதால் எழும் குற்ற உணர்வை, அன்றாடம் நம்முடைய உலகியல் செயல்களால் எழும் சாதாரண அறத்தடுமாற்றங்களோடும், அடுத்த நிமிடம் நாம் கடந்து விடுகிற குற்ற உணர்வோடும் நாம் ஒப்பிட முடியுமா? நாம் அனைவரும் குற்ற உணர்வில் சமத்துவத்தை அடைகிறோமா?. அணுகுண்டைப் பயன்படுத்தி பெரும் பேரழிவின் முகத்தை (திரைப்படத்தில் பிரபஞ்ச ஆற்றல் என்று ஓரிடத்தில் சொல்லப்படுகிறது) நிகழ்த்திக் காட்டிய ஓர் அரசை, அதன் அதிபரை நாம் குற்றவாளிக் கூண்டில் நிறுத்துவதை எளிதாகப் புரிந்துகொள்ள முடிவதைப் போல அதன் பின்னணியில் இயங்கிய ஆயுதக் கண்டுபிடிப்பாளரின் பொறுப்பு, அவரது செயலின் முக்கியத்துவம், அவரது தேர்வின் மீதான விமர்சனம் இவற்றை எளிதாக விவாதிக்க முடிவதில்லை. நமக்கு ஒரு விமர்சனக் கருதுகோள் ஒன்று தேவைப்படுகிறது. அந்தக் கருதுகோளின் வழியாக நாம் இச்சிக்கலை அணுக முயல்வோம்.

ஆனால் குவாண்டம் இயற்பியல் நமது கருதுகோளின் நம்பகத்தன்மையைக் கேள்வி கேட்கக் கூடியது. நானறிந்தவரை குவாண்டம் இயற்பியலின் ஓர் அங்கமான அணு இயற்பியல் இரண்டு முக்கியமான முடிவுகளை நம்முன் வைக்கிறது. அணுவின் உள்ளே நிகழ்பவற்றை அடிப்படையாக் கொண்டு இவ்வுலகை நாம் பார்க்கின்ற விதத்தையும் குவாண்டம் இயற்பியல் மாற்றியிருக்கிறது. ஏறக்குறைய இந்திய மெய்யியல் கோட்பாடுகளில் முக்கியமான தோற்ற மெய்மை அல்லது

தோற்றப் பொய்மைக்கு அருகே செல்லும் கோட்பாட்டை முன்வைத்தது.

ஒன்று, ஒளி என்பது துகள்களாகவும் அலைகளாகவும் இருக்கும் இரட்டைத்தன்மை (*Duality*). இரண்டாவது, ஒரு பரிசோதனையின் முடிவு எதனைக் கொண்டு அப்பரிசோதனையின் முடிவை ஆராய்கிறோமோ அதனைப் பொறுத்து மாறுபடும் என்பது. முதல் முடிவை விடுங்கள், ஒளி எப்படி இருந்தாலும் நாம் கவலைப்படத் தேவையில்லை. இராண்டாவது முடிவு மிகவும் சிக்கலானது. ஒரு நிகழ்வு, அது விவரிக்கப்படும் போதுதான் நிகழ்கிறது என்று சொல்வதற்கு ஒப்பானது. கிட்டத்தட்ட நானூறு ஆண்டுகால மேற்கத்திய இயற்பியல் கோட்பாடுகளின் வளர்ச்சியில் ஆதிக்கம் செலுத்திய தெகார்த்திய, நியுட்டனிய பார்வைக்கு முற்றிலும் எதிராகவும் அமைந்தது.

குவாண்டம் இயற்பியல் நாம் உலகைப் பார்க்கும் பார்வையில் மாற்றத்தை உண்டாக்கியிருக்கும் அதே சமயம், நாம் பயன்படுத்தும் ஜிபிஎஸ், கோள்களின் இருப்பிடத்தை அறியும் பழைய கிரேக்க முறையின் அடிப்படையில் இயங்குகிறது. நிச்சயத்திற்கு ஓர் இடம் இருக்கும் அதே சமயம் அது நிச்சயமானதுமல்ல. இந்த முரண்பாடே குவாண்டம் இயற்பியிலின் கோட்பாட்டுப் பங்களிப்புகளில் நம்மைத் தலைசுற்ற வைப்பது.

கிறிஸ்டோபர் நோலன் இந்த அறிவியல் முரண்பாட்டை தனிமனிதர், அரசியல், வரலாறு, அதிகாரத்தின் இயக்கம் இவற்றை ஒருசேரப் பேசுவதற்கான வாய்ப்பைக் கொண்டிருக்கும், அணுகுண்டு உருவாக்கம், அவரது தளர்வான கம்யூனிச ஆதரவினால் மெக்கார்த்தி காலத்தில் அவர் மீது சோவியத் இரஷ்ய உளவாளி என்று சுமத்தப்பட்ட குற்றச்சாட்டு, தனிவாழ்வில் அவரது நம்பகமற்ற செயல்பாடுகளின் கலவையான ஓப்பன்ஹெய்மரின் வாழ்வின் முக்கியமான பகுதியை எடுத்துக்கொண்டு விவாதிக்கிறார்.

காட்சிகளின் துவக்கத்தில் அல்லது இடையிடையே தோன்றும் துகள்கள், அலைகளைக் கொண்டு நாம் அக்காட்சியின் பார்வைக் கோணத்தை அணுகலாம். *'இன்செப்ஷன்'* திரைப்படத்தில் சிறுபம்பரம் சுற்றும் அதே நுட்பம் என்றாலும் ஒரு காட்சியின்

துவக்கமும் முடிவும் (குண்டுவெடிப்புச் சோதனையைத் தவிர) பல்வேறு காட்சிகளின் இடையிடையே சொருகி வைக்கப்பட்டிருப்பதால் அந்நுட்பம் இன்னும் சிக்கலானதாக மாறிவிடுகிறது.

அ-நேர்கோட்டுக் கதையாடல் (Narrative), சிதறல் சிதறலான காட்சிகள் என திரைப்படத்திற்கு என்று ஓர் அடிப்படை இயங்குதளம் இருக்கிறதா என்ற கேள்வியை படம் முழுக்க எழுப்பினாலும், அடிக்கடி மன அழுத்தத்திற்கு ஆளான ஓப்பன்ஹெய்மரின் தடுமாற்றங்களை, சிதறுண்ட மனதை, மாறுபடும் பார்வைக் கோணத்தை விவரிப்பதற்குப் பொருத்தமான கதையாடலாகவும் அமைந்திருக்கிறது.

நாம் இப்போது ஒரு விவாதத்தைத் துவங்குவோம். பணியின் பொருட்டு, அல்லது தான் கண்டுபிடித்த ஒரு கோட்பாட்டை ஆயுதம் செய்வதற்கு ஒருவர் பயன்படுத்தினால் அவரை நாம் அதன் விளைவுகளுக்குக் குற்றவாளி ஆக்கலாமா?. அதே சமயம், அணு ஆயுதத்தை விட இன்னும் வீர்யமான பேரழிவைத் தரக்கூடிய ஹைட்ரஜன் குண்டைக் கண்டுபிடித்த அறிவியலாளரை நாம் ஓப்பன்ஹெய்மரைப் போலவே குற்றத்தில் சமமாக நடத்துவோமா?.

கொலைவாளைச் செய்யும் கொல்லர் மட்டுமல்ல அதனைப் பயன்படுத்திக் கொலை செய்பவரும் ஒரு கதையாடலில் சிக்கியிருக்கிறார். அது நாட்டைப் பாதுகாப்பது, அழிவைத் தடுப்பது, நாட்டிற்கு விசுவாசமாக இருப்பது எனும் கதையாடல். ஓப்பன்ஹெய்மர் அணுகுண்டு பாவிப்பிற்கு ஒப்புதல் கொடுத்த அமெரிக்க அதிபர் ஹாரி ட்ருமனைச் சந்திக்கும் காட்சியின் ஆழம் அதன் கால அளவில் தப்பிப்போகாமல், நம்முன் ஒரு கேள்வியாக எழும் வாய்ப்பை அழுத்தமாகக் கொண்டிருக்கிறது. ஒரு கைக்குட்டையின் அசைவில் வரலாற்றில் நிகழக்கூடிய பார்வைக் கோண முரண்பாட்டை எளிதாகக் கடத்துகிறார் நோலன். அறிவியலும் அரசு அதிகாரமும் இணையும்போது, அதுவும் ஒரு வரலாற்றுக் காலத்தின் நெருக்கடியின் பின்னணியில் இணையும்போது ஏற்படும் அழுத்தங்கள் நமது பார்வையின் அளவுகோலில் துகளாகவும் அமையலாம் அல்லது அலையாகவும். அரசியல் பின்னணியில்தான் அணுக வேண்டும் என்ற ஒரு

பார்வையை மற்றொரு குவாண்டம் இயற்பியலாளரான *வெர்னர் ஹெய்சன்பர்க்* அவருடைய *'இயற்பியலும் மெய்யியலும்'* நூலில் அளிக்கிறார். இந்தச் சிக்கலை, மனித வரலாற்றில் மனிதர்கள் தங்களின்மீதே செய்துபார்த்த பரிசோதனைகளில் ஒப்பற்றதும் பேரழிவைத் தந்ததுமான இரண்டாம் உலகப்போரின் பின்னணியில் அணுகி ஒரு நியாயத்தை அளிக்க முடியும். போரில் யாருக்கு என்ன செய்வதென்றே தெரியாது, கொல்வதைத் தவிர. யார் முதலில் கொல்கிறாரோ அவரே வெற்றியாளர். வெற்றிக்கு யார்தான் முந்துவதில்லை!.

ஒப்பன்ஹெய்மர், *'நானே மரணமும் உலகை அழிப்பவனுமானேன்'* எனும் பகவத் கீதையின் வசனத்தைச் சொல்கிறார். அவருடைய குற்ற உணர்விற்கு (அவர் ஒருபோதும் அணுகுண்டுப் பயன்பாட்டிற்காக வெளிப்படையாக மன்னிப்புக் கேட்கவில்லை). கீதையின் அடிப்படையில் விடுதலையை வழங்கிவிட முடியும். எதனையும் நியாயப்படுத்துவதற்கு நமக்குத் தேவை கதையாடலும் குறிப்பிட்ட காலகட்டத்தின் அழுத்தங்களின் பின்னணியுமே. ஒன்றின் முடிவே அதன் துவக்கத்தை தீர்மானிக்கிறது.

இவ்வருடம் புக்கர் விருது வாங்கிய நாவலான 'டைம் ஷெல்டரில்' அதன் ஆசிரியர் *கியார்கி கோஸ்படினோவ்* செப்டம்பர் 1, 1936 அன்றோடு மனிதர்களின் காலம் முடிந்துவிட்டது என எழுதுகிறார். உலகப்போரின் கண்டுபிடிப்புகள், பின்விளைவுகள், பனிப்போர், நேட்டோ (அதை உருவாக்கியவரும் ஹாரி ட்ருமன் தான்) என ஒன்றைத் தொடர்ந்து மற்றொன்று எனத் தொடரும் நீர்வளைய விளைவுகள் (*Ripple Effect*) முழு அளவிலான அழிவில்தான் நிற்கும். அழிவு முற்றாக நிகழ்ந்த பிறகு அழிவை அறிபவர் என்ற ஒருவர் இல்லாதபோது அழிவு என்பது உண்மையில் நிகழ்ந்ததுதானா?.

மனிதர்கள் யாருமே இல்லாத போது நிலவு என்ற ஒன்று இருக்காதா? இவ்வாறு குவாண்டம் இயற்பியலாளரைப் பார்த்துக் கேட்ட ஐன்ஸ்டினும் ஒப்பன்யெஹ்மரும் சந்திக்கும் காட்சியோடு இப்படம் முடிகிறது. எவ்வாறாயினும் நாம் இருவருமே இதனைத் துவக்கி வைத்துவிட்டோம் என்கிறார் ஒப்பன்யெஹ்மர். வழக்கமாக அறிவியலின் பரப்புரையாளராகத் தோன்றும் நோலன் இத்திரைப்படத்தில் அதனை குற்ற உணர்வின்

இரட்டைத்தன்மையின் ஆடிகளின் கீழே வைத்துப் பார்க்கிறார். அது துகளாகவும் அலையாகவும் தெரிகிறது எனும்போதும், திரையரங்கை விட்டு வெளியேறுகிறவர்கள் ஆழ்ந்த அமைதியில் வெளியேறுவதைப் பார்த்தேன்.

அருஞ்சொல்.காம்

காந்தி

நேற்றைய காந்தி

பகுதி 1

தன்னை உருவாக்கிய கொள்கைகள் பழமைவாதமாக மாறிவிட தற்போதைய இந்தியா அதனுடைய வரலாற்றில் இறந்து போனவற்றின் ஆவிகளின் தொல்லைகளிலிருந்து தப்பிக்க அவற்றை ஆற்றுப்படுத்தும் சடங்குகளை தொடர்ந்து செய்தவண்ணம் தன்னுடைய சிந்தனையை வரலாற்றிலிருந்து விடுவித்து அதன் அன்றாடத்தையும் எதிர்காலத்தையும் வடிவமைக்க விரும்புகிறது. காந்தியின் பிறந்தநாள் அப்படி ஓர் ஆற்றுப்படுத்தும் சடங்கு.

ஒரு தேசம் அதன் வளர்ச்சிக்கு ஏற்ப தனது iconகளை மாற்றிக்கொள்ளும். சமீப காலங்களில் எல்லைகள் கடந்த iconகளையும் ஏற்றுக்கொள்ளும் சமூகமாக இந்தியா இருக்கிறது. ஒவ்வொரு சிந்தனையும் அதன் காலம் கடந்தபின் தூக்கிப் புதைக்க வேண்டிய உயிரற்ற சுமையாகிறது. சமூகக் கூட்டுமனதிலும், பொருள் உற்பத்தியிலும் (வளங்களை கட்டுப்பாடின்றி சுரண்டுதல்) வெளிப்படும் Abusive Nature வளர்ச்சி என்னும் கருத்தோடு இணைந்து செல்லும் சமகால இந்திய வாழ்வில் எதிலும் கட்டுப்பாட்டையும் தியாகத்தையும் வலியுறுத்திய ஒரு சிந்தனை பழமைவாதமாகவும், கடந்தகாலத்திற்கு உரிய ஒன்றாகவும் ஆதல் தவிர்க்க முடியாமல் ஆகும்பட்சத்தில் அந்தச் சிந்தனையின் துரதிஷ்டம் சுதந்திர இந்தியாவை உருவாக்கி அளித்த

மூலச்சிந்தனைகளில் பிரதானமாக இருப்பது. அதனாலேயே முதலில் கடந்துபோக வேண்டிய ஒன்றாகவும் ஆனது.

காந்தியத்தை சுதந்திர இந்தியா கடந்துபோவதின் குறியீட்டு நிகழ்வின் உச்சங்களை *WallMart*ன் நுழைவிற்கு எல்லா நுழைவாயில்களையும் திறந்துவிட நினைக்கும் பொருளாதாரக் கொள்கைகளும், பிரதமராகத் துடிக்கும் மத அடிப்படைவாதியான மோடியின் மீதான கவனத்தையும் உடனடி உதாரணங்களாகச் சொல்ல முடியும். இந்த இரண்டு நிகழ்வுகளும் காந்திய சொல்லாடல்களுக்கு எதிரானவை. காலனியாதிக்க விடுதலைக்குப் பிறகு இந்திய சமூகம் எப்படித் திகழ வேண்டும் என காந்தி சிந்தித்தாரோ அதற்கு எதிராக வெகுதூரம் வந்துவிட்டோம். பொருளியல் தளத்தில் நினைவுக்குவரும் இன்னொரு குறியீடு கிராமப்புற வேலைவாய்ப்பை உறுதியளிக்கும் திட்டத்திற்கு சூட்டப்பட்ட காந்தியின் பெயர். நகர்ப்புற மேம்பாட்டிற்கு ஜவகர்லால் நேருவின் பெயரைச் சூட்டினர். இதன்வழி நேருவை நவீனத்தோடும் காந்தியை பழமையோடும் தொடர்புடைய சிந்தனைப் போக்குகள் கொண்டவர்கள் என்பதனை வெளிப்படையாக பிரித்தல் நடந்தது. ''தங்கநாற்கர'' சாலை அமைத்து இந்தியா ''ஒளிர்கிறது'' என பெருமிதம் கொண்டவர்கள் தங்களது திட்டங்களுக்கு பெயர்வைக்க ''கோல்வால்கரையோ'', ''சியாமபிரசாத் முகர்ஜியையோ'' உபயோகிக்காமல் இருந்ததின் பின்னால் நோக்கச் சுத்தத்திற்கு வாய்ப்பில்லை, மாறாக மைய நீரோட்டத்தில் அவர்களது பங்கு ஏற்றுக்கொள்ளப்படாது என அறிந்திருந்ததே.

சமகால இந்தியாவின் சொல்லாடல்களில் அனைத்து மட்டங்களிலும் முன்னுரிமை கொடுக்கப்படும் பொருளாதார ''வளர்ச்சி''யின் வழிகள் அனைத்துமே காந்தியத்திற்கு எதிரானவையாக இருக்க இன்றைக்கு காந்தியின் இடம் எதுவென விவாதிப்பது ஒரு பிரதிக்கான விஷயமேயன்றி இந்திய சமூக, பொருளியல் வாழ்வின் நடப்போடு தொடர்புடைய ஒன்றாக இருக்க வாய்ப்பில்லை. இந்தியாவில் பிளவுண்டுவிட்ட இரு சமூகங்களின் குணாம்சங்களை வரையறுக்க முனைந்தால் முதலாவதும், அதிகாரம் செலுத்துவதுமான சமூகம், உலகோடு தகவல் தொடர்பு சாதனங்களால் இணைக்கப்பட்ட, தனது மூலதனத்தை மின்னணுச்

சாதனங்களில் ஒளிரும் புள்ளிகளில் கணக்கிட்டுக் கொள்கிற, பொருட்களின், சேவைகளின் பெருக்கத்தினால் தன்முன் குவிந்திருக்கும் எண்ணற்ற வாய்ப்புகளில் தேர்ந்தெடுப்பதில் கவனம் செலுத்துகிற, சமூக பங்களிப்பை, கூட்டுச் செயல்பாட்டை மறுதலிக்கிற தன்மீதே ஓயாது அக்கறை கொள்ளும் மன அமைப்பையும் கொண்டது.

இரண்டாவது மேற்சொன்னதின் வளர்ச்சிக்கு தனது வளங்களை வழங்குவதும், அதிகாரம் செலுத்தும் பிரிவிற்காக தனது வாழ்வெளியை இழப்பதுமான இரண்டாம் சமூகப் பிரிவு. நிலத்தை SEZகளுக்காக இழக்கும் விவசாயிகளும், வளங்களுக்காக காடுகளை இழக்கும் பழங்குடிகளையும் சொல்லலாம். இதற்கு வெளியே சிறப்புக் கவனத்தோடு வினையாற்றப்படுவது மதச் சிறுபான்மையினர் குறித்தது. இந்த இரு பிரிவுகளிலும் காந்தியின் இடம் என்ன என்பதை எளிதல் அறிந்துகொள்ள முடியும். முதலாவது பிரிவில் காந்தி நினைவுக்கும் வரத்தேவையில்லாத ஒருவர். காந்தியிடமிருந்து மேலாண்மைக்கான சிந்தனைகளை எடுத்துக்கொள்வது இந்தப் பிரிவினரின் மத்தியில் நிகழ்ந்தது. அவரது நேரந்தவறாமை, முடிவுகளில் உறுதியாக இருப்பது, அனைவரையும் உள்ளடக்கிக் கொள்வது, தேவைப்படும்போது சமரசத்தை ஓர் உத்தியாகப் பயன்படுத்துவது போன்றவற்றை மேலாண்மைத் துறைகளில் இருப்பவர்கள் வேண்டுமானால் பின்பற்றலாம். எல்லை கடந்த iconஆக திகழும் ஸ்டீவ் ஜாப்ஸை பின்பற்றத்தக்க உதாரணமாகக் கொண்டவர்கள் காந்தியின் பெயரை அறிந்திருப்பதே பெரிய விஷயம்.

இந்தச் சமூகப் பிரிவுதான் 21-ம் நூற்றாண்டில் இந்தியாவை வழிநடத்துகின்ற, ஆதிக்கம் செலுத்துகின்ற விசையாக பொருளாதார வளர்ச்சி மட்டுமே நோக்கமாகவும் மற்றவை அனைத்தும் அந்த வளர்ச்சிக்கு ஏதுசெய்வதாக மட்டுமே இருக்க வேண்டுமேயன்றி அதற்கு எதிரானதாக இருக்கக்கூடாது என விரும்பும் சமூகம். காந்திய பொருளுற்பத்தி முறையை இப்பிரிவு பழமைவாதத்தில் மட்டும் சேர்க்காது, மாறாக அப்படி ஒன்று இருப்பதின் தடத்தையே அழிக்க முனையும். இந்த வகையிலும் காந்தியப் பொருளாதார சிந்தனைகள் இப்பிரிவினருக்கு

சவால்விடும் விசையாக இல்லாமல் சில பத்தாண்டுகள் முன்பே காணாமல் போய்விட்டது.

இரண்டாம் சமூகப் பிரிவு முதலாவதை எதிர்க்கும் வல்லமையை மெதுவாக இழந்து இடப்பெயர்வின் மூலம் தனது நினைவுகளை அழித்துக்கொள்ளும் வேலையை செய்துகொண்டிருக்கிறது. வாழ்வெளிகளுக்கான போராட்ட வடிவங்களை இடதுசாரி வழியில் மேற்கொண்டாலும், காந்திய வழியில் மேற்கொண்டாலும் முடிவு ஒன்றுதான்.

காந்தியத்தால் உயிரிழப்பு மிச்சமாகுமே ஒழிய உடைமையிழப்பும், வெளியிழப்பும் நிகழவே செய்யும். கொல்லும் நாஜிக்களின்முன் யூதர்கள் தங்களை தத்தம் செய்துகொள்ள வேண்டும் என்றார் காந்தி. அப்படி நடந்திருந்தால் இலட்சக்கணக்கான இயேசு கிறிஸ்துக்கள் கிடைத்திருப்பார்கள். வாழ்வெளியை இழந்துகொண்டிருக்கும் இந்தியச் சமூகத்தில் உருவாகிவிட்ட இரண்டாம் சமூகப் பிரிவினரை காந்தி நிச்சயம் தத்தம் செய்துகொள்ளச் சொல்ல வாய்ப்பில்லை. அதற்கு இடம் கொடுத்தால் காந்தியத்தின் கட்டுமானமே காணாமல் போய்விடும். மாறாக இந்த அதிகாரங்களை எதிர்க்கவே சொல்லியிருப்பார் கோடிக்கணக்கான காந்திகளை உருவாக்கும் நோக்கத்தில்.

காந்தியச் சொல்லாடல்களில் ஒன்றான கிராமப் பொருளாதாரத்தை இனி ஒருபோதும் பழமைவாத, காலத்திற்கு ஒவ்வாத அடையாளம் கிடைத்துவிடும் என்பதனாலேயே ஓர் இயக்கமாகக் கூட வெகுமக்களிடம் கொண்டு சேர்க்க வாய்ப்பில்லை. உலகு முழுதும் அதிகார எதிர்ப்பரசியல் ஆயுத போராட்டத்தின் வழியாக மட்டுமின்றி காந்திய வழியிலும் நிகழ்த்த முடியாத வண்ணம் உலகளாவிய அதிகாரம் தன்னை நிலைநிறுத்திக் கொண்டுவிட்டது. ஆனால் ஆயுதப் போராட்டம் அதன் ஈர்ப்பை இழந்துவிட்ட தருணத்தில் காந்திய வழி அகிம்சைப் போராட்டங்களுக்கு கவனம் கூடியுள்ளது. இதனை பொருளாதார மந்த நிலைக்குப் பிறகு மார்க்ஸின் மீது கவனம் குவிந்ததோடு ஒப்பிடலாம் (உயிர்த்தெழுதல்களின் மீதான ஆர்வம்). அப்படி நிகழும் போராட்டங்களுக்கு ஒருவேளை கிடைக்கும் ‘‘அனைவருக்குமான பங்கில்’’ கூட ராயர்களுக்கு உரியது ராயர்களுக்கு போயே சேரும்.

அவர்கள் பார்த்து ஏதாவது அளித்தால் ஜனங்களுக்கு உரியதல்ல குறைந்தபட்சம் மீதமாவது கிடைக்கும்.

பகுதி 2

காந்தி இருவிதமான பாத்திரங்களை வகிக்கிறார். ஒன்று மகாத்மா, மற்றொன்று தேசத் தந்தை. காலனிய ஆதிக்கத்திலிருந்து விடுதலை பெற ஒன்றுக்கொன்று வேறுபட்ட வழிமுறைகள் இந்தியாவின் சுதந்திரத்திற்கான போராட்டத்தில் பங்காற்றியிருப்பினும் காந்திய போராட்டத்தின் வெற்றிக்கு மற்ற எல்லாவற்றையும் விட முக்கியமான காரணம். காந்திக்கு மாபெரும் அமைப்பு பலமாக காங்கிரஸ் இருந்தது. அதனோடு முரண்கள் இருந்தாலும் காந்தி காங்கிரஸுக்கு ஒரு தந்தையைப் போலத்தான் நடந்துகொண்டார். அவருடைய கட்டளைக்கு கீழ்படியும் குடும்பமாக காங்கிரஸ் இருந்தது. காந்தி ஒரு ஜனநாயகவாதியாக இருந்தபோதும் காங்கிரஸில் தனது கட்டுப்பாடு உறுதியாக இருக்க வேண்டும் என விரும்பினார். இதுவே காங்கிரஸ் அவரது ஒற்றைக் குரலை சுமார் முப்பது வருடங்கள் பின்பற்றக் காரணம். காங்கிரஸ் அவரைக் கடந்துசென்றதின் உச்சம் சுதந்திரம் உறுதியாகக் கிடைக்கக்கூடிய சாத்தியக்கூறுகள் உருவான பின்பே.

மகாத்மாவின் உருவாக்கத்தில் காங்கிரஸின் அமைப்பு பலம் பெரிதும் உதவிகரமாக இருந்தது. இதுவே காந்தி, காங்கிரஸ் அல்லாத வேறு சுதந்திரம் கோரிய அமைப்புகளுக்கு தலைமை ஏற்று அவரது பாணி போராட்டத்தை முன்னெடுத்திருந்தால் அவர் ஒரு மகாத்மாவாக கொண்டாடப் பட்டிருப்பாரா என்பது சந்தேகம். மற்ற கட்சிகளிலும், அமைப்புகளிலும் காந்தி அளவிற்கு எளிமையான, தியாகபூர்வமான வாழ்க்கை வாழ்ந்த தலைவர்கள் இருந்தனர். காந்தியின் கடையோருக்கு நிகரான வாழ்க்கை வறிய நாட்டின் தலைமை எதை பிரதிநிதித்துவப்படுத்த வேண்டும் என்பதை உணர்த்தியது. அவரது நடவடிக்கைகள் அனைத்தும் குறியீட்டு ரீதியான செயல்பாடுகளாகவே இருந்தன. அரை ஆடை உடுத்தியது அவர் யாரோடு தன்னை அடையாளப்படுத்திக் கொள்கிறார் என்பதை காண்பித்தபோதும் காங்கிரஸ் தொண்டர்களும் தன்னைப் போலவே ஆடை அணிய வேண்டும் என வலியுறுத்தியதில்லை. அவர்கள் கதராடை

அணிவதே போதுமானது என நினைத்தார். ஒரு தலைமையாக தன்னுடைய தொண்டர்களுக்கும் குறைவான ஆடை அணிதல், மிகக்குறைந்த வசதிகள் மட்டுமே பயன்படுத்துதல் மூலம் தான் சார்ந்த அமைப்பையும் கடந்து வேறொன்றின் அடையாளமாக தன்னை நிறுவிக்கொள்கிறார். காந்திக்குப் பிறகு மொத்த இந்தியர்களுக்குமான ஒரு பொது அடையாள உருவமாக ஆர்.கே.லட்சுமணனின் *"சாதாரண இந்தியன்"* உருவத்தை சொல்லலாம். அந்த "சாதாரண இந்தியனுக்கும்" கீழே இருந்த இன்னொரு இந்தியனின் பிரதிநிதித்துவ அடையாளமாக மாற அவரது அரை ஆடை உதவியது. நேரு, அம்பேத்கர், ஜின்னா மற்றும் இதர தலைவர்கள் போல நடுத்தர, சாதி இந்துக்கள், பிராமணர்கள் ஆகியோரது உடை பாணி அல்லது ஆங்கில பாணி உடைகளை அணியாமல் இந்தியாவிற்கு வந்த கொஞ்ச காலத்திலேயே தன்னை யாரோடு அடையாளப்படுத்திக்கொள்ள வேண்டும் என்பதை தெளிவாக உணர்ந்து சாதி கிராமத்தில் விவசாயக் கூலியாக இருப்பவர்கள் உடையை தன்னுடைய புற அடையாளமாக மாற்றிக்கொள்கிறார். காந்தி விரும்பி வெளிப்படுத்திய அவரது புற அடையாளமாக இதை ஒன்றை மட்டுமே சொல்லலாம். மற்றபடி அவர் மதச்சின்னங்கள் அணிவதையெல்லாம் பொருட்படுத்தியது கிடையாது.

மகாத்மா உருவாக்கத்தில் பங்களித்தவையாக நாம் பின்வருபவற்றை வரிசைப்படுத்தலாம்:

1. கடையோரின் ஆடை
2. மிகக்குறைவான கிட்டத்தட்ட தேவைக்கும் குறைவான பொருட்களின் உபயோகம்
3. குறைவான சைவ உணவு
4. அனைத்திற்கும் மேலான இடத்தில் (தேச விடுதலைக்கும் மேலாகக் கூட) "உண்மை" என்பதனை வைத்தது
5. நல்லது தீயது எது என்பதில் தனக்கேயான ஒரு கோட்பாடு இருந்த போதிலும் தீயது எனக் கருதியவற்றோடும் உரையாடுதல், வாய்ப்பளித்தல்
6. அளவுகடந்த பொறுமை

7. மன்னித்தல்

8. உடைமையாக எதுவும் இல்லாமல் இருத்தல்

மேற்சொன்னவற்றில் பல ஏனைய இந்தியத் தலைவர்களுள் சிலருக்கும், சுதந்திரப் போராளிகளுக்கும் பொருந்தும் என்றாலும் ஒரு மாபெரும் அமைப்பின் தலைமையில் இருந்தவாறு, காலனியாதிக்க அதிகாரத்தோடும், அதன் மையங்களோடு வினைபுரியும், அதனைப் பணிய வைக்கும் இடத்தில் இருந்தாலும் அவரை அதிகாரத்தோடு மோதும் ஓர் எளியோனாக, இந்தியாவின் அனைத்து தத்துவ, மத வழிமுறைகளிலும் அதிகபட்ச மதிப்பு மிகுந்ததான துறவு வாழ்க்கை மேற்கொண்டதாலும், காலனி ஆதிக்கத்தில் இருந்து பெறும் விடுதலை அனைத்து அமைப்புகளிலும் அதிகாரத்தில் இருப்பவர்களைத் தாண்டி கடையோருக்குப் போய்ச்சேர வேண்டும் என விரும்பியவராக இருந்ததாலும் அவரை மகாத்மாவாக ஏற்றுக்கொள்வதில் காலனியாதிக்க காலகட்டத்திலும் அதற்குப் பிறகுமே கூட விவாதங்கள் எழுந்ததில்லை.

காந்தியத்தின் எதிரிகளான இடதுசாரிகள், அம்பேத்கரியவாதிகள், திராவிட இயக்கத்தவர்கள், இந்துத்துவவாதிகள் போன்றோர் அவரது மகாத்மா பிம்பத்தின் மீது என்னதான் கருப்பு மை பூசினாலும் அவரது தனிப்பட்ட வாழ்வும், அரசியல் வாழ்வும் அவரை அவருக்கு முன்பிருந்தே தொடரும் மகாத்மாக்களின் வரிசையின் சமீபகால உதாரணமாக வைத்திருக்கின்றன. காலனியாதிக்க விடுதலைப் போராட்ட வரலாறு எங்கும் பல தலைமைகள் தியாகம் புரிந்திருப்பினும், இந்தியாவில் அதற்கு முன்பே இருந்த கருத்தாக்கங்களின் வாழும் உதாரணமாக காந்தி இருந்ததனால் அவர் மகாத்மா என அழைக்கப்படுவதில் ஒரு பொது ஒப்புதல் எல்லோருக்கும் இருக்கவே செய்கிறது.

பகுதி 3

சுதந்திர இந்தியாவின் முதல் அரசியல் கொலை ஒரு கருத்தியல் கொலையும் கூட. விடுதலை பெற்ற இந்தியா அதன் பச்சிளம் பருவத்திலேயே தன் தந்தை கொலையுண்டதைப் பார்த்தது. வலதுசாரி, இந்துமத தீவிரவாதத்திற்கு இந்தக் கொலை முக்கியமானதாகும். கடக்க முடியாத இடைவெளி எனக்

கருதப்பட்ட ஒன்றை இணைக்கும் பாலத்தை இந்தக் கொலை தகர்த்தது. அவர்கள் பிரிட்டீஷ்காரர்களைக் கொல்லவில்லை. இஸ்லாமிய அரசியல் தலைவர்களைக் கொல்லவில்லை. பிரிவினைக்கான பொறுப்பை, அதற்கான விலையை காந்திக்கு மட்டுமே அளிக்க வேண்டுமென அவர்கள் விரும்பினர்.

மதங்களுக்கிடையே தெருவில் நிகழ்ந்த பயங்கரத்திற்கு ஓர் "அறிவொளியடைந்த அராஜகவாதி" *(Enlightened Anarchy)* பலியானார். அவர்கள் அமைப்பின் தலைமைப் பீடத்தில் இருந்த ஒருவரையும் கொல்லவில்லை. மாறாக தெருவில் சகஜமாகத் திரிந்த ஓர் அராஜகவாதியைக் கொன்றனர். எதிரிகளை வாழவிடுவது வளர்ச்சிக்கான வழி. ஆனால் மோதலுக்கான சாத்தியங்களை தடுக்கக்கூடிய ஒன்றை வாழவிடுவது அந்த வழியை அடைப்பதற்கு ஒப்பானது. காந்தி எந்த மத பயங்கரவாதத்திற்கும் வழியை அடைக்கும் ஒரு தடை. பிரிவினையை மனம்விரும்பி முஸ்லீம் லீக் தலைமை ஏற்றுக்கொள்ள இந்தியப் பகுதியில் இருக்கும் இஸ்லாமியர்களைக் காத்து நின்ற காந்தியை தேசப் பிரிவினையால் வேதனைக்குள்ளான ஓர் இந்து மனம், கொல்லப்பட்ட இந்துக்களுக்காக, காந்தி போன்ற அகிம்சையின் பெயரால் இரு மதங்களுக்கிடையே ஒரு பந்தத்தை உண்டாக்கிய ஒருவரை நிரந்தரமாக மௌனமாக்குவதன் மூலம் என்றென்றும் சில செய்திகளை வரலாற்றில் பதிய வைக்க முடியும் என விரும்பியது. சுதந்திர இந்தியா என்பது வரலாறு முழுக்க அதனை அடிமைப்படுத்திய சகல அந்நியரிடமிருந்தும் விடுதலை பெறும் ஒன்றாக அவர்கள் கருதினார்கள். மிக அருகிலிருக்கும் எதிரியான வெள்ளையர்களிடமிருந்தும், வரலாற்றில் சில நூற்றாண்டுகளாகத் தொடர்ந்துவரும் இஸ்லாமியரிடமிருந்தும் இந்திய நிலப்பரப்பு விடுதலை பெற்று வரலாற்றில் முன்னெப்போதும் இருந்திராத ஓர் இந்துப் பெரும்பான்மை "தேசம்" உருவாகும் எனக் கருதினர். அந்த மாபெரும் நிலத்தில் என்றென்றும் இஸ்லாமியர்களை ஆட்சி செய்ய முடியும் என நம்பியது. தேசப்பிரிவினை வெளியேறிய இஸ்லாமியர்களுக்கு பிரிட்டீஷாரிடமிருந்து மட்டுமல்ல, வரலாறு திரும்புவதின் பலனை அனுபவிப்பதினின்றும் விடுதலையை அளித்தது.

பிரிவினையால் இழந்த வாய்ப்பை பாபர் மசூதி இடிப்பு பின்பு அளித்தது. இன்றைக்கு இங்கேயே தங்கிவிட்ட இஸ்லாமியர்கள் வரலாறு திரும்புவதின் அடையாளத்தை அவ்வப்போது ஏற்று வருகின்றனர். இந்துமத அடிப்படைவாதிகள் நவீன இந்தியாவின் உருவாக்கம் மத மீட்டெடுப்போடு நிகழவேண்டும் என்பதோடு நில்லாமல் மதத்தைக் கடந்த அறிவியல்மயப்பட்ட நேரு பாணி நவீன இந்தியா உருவாவதையும் விரும்பவில்லை. அவர்கள் கணக்குத் தீர்க்க வேண்டிய வரலாற்றுப் பிழை ஒன்று மிச்சமிருந்தது. இஸ்லாமியர்களைக் காக்கும் கேடயமாக விளங்கிய காந்தி இந்த வரலாற்றுப் பிழையை தீர்க்க இருந்த மாபெரும் தடை.

இந்தியாவில் அப்போது நான்கு விதமான சிந்தனையோட்டங்கள் நிலவின. ஒன்று நேரு பாணி நவீன இந்தியா. அதன் அலகுகள் ஐரோப்பிய நாடுகளைப் போன்ற மதச்சார்பற்ற, ஜனநாயக அரசு. இன்னொன்று காந்தி அதுவரையிலும் வலியுறுத்தி வந்த கிராமத்தை மைய அலகாகக் கொண்ட தன்னிறைவு பெற்ற இந்தியா. மூன்றாவது இந்து மதத்தை மீட்டு அதன் கலாச்சார ஆதிக்கத்தை நிறுவுவதற்கான அரசு ஆதிக்கத்தை கைப்பற்றும் நோக்கமில்லாத கலாச்சார அமைப்புகளின் சிந்தனை. நான்காவது இடதுசாரி கம்யூனிஸப் புரட்சி குறித்த நம்பிக்கை. இந்த மூன்றையும் பின்தள்ளி நேரு பாணி நவீன இந்தியா உருவாகிவிட்டது. அதன் ஆதாரமாக இந்திய விழுமியம் அற்ற ஒன்றான தனிமனிதனை மையமாகக் கொண்ட அரசியல் சட்டமும் எழுதப்பட்டது. பிரிவினை இந்த நவீன இந்திய உருவாக்கத்திற்கு தடையாக இருந்திருக்கக் கூடிய இந்து-இஸ்லாமிய மத மோதல் எனும் பழைமைவாத சிக்கலை சுதந்திரத்தின் போதே தீர்த்துவிட்டது. இன்றைக்கு பின்திரும்பி பார்க்கும்போது பிரிவினையால் நிகழ்ந்த நல்ல அம்சமாக இதனை அறியமுடியும்.

எப்போதும் தியாகம் செய்யத் தயாராக இருந்த காந்தி நவீன இந்தியா உருவாவதற்கு தடையாக நிற்கவில்லை. ஆனால் காந்தியச் சிந்தனை நவீன இந்திய உருவாக்கத்தின் வேகத்தினை கட்டுப்படுத்தும் சக்தியாக இருந்திருக்கும். அதற்குப் பின்பு ஒரு மானுடம் தழுவிய விழுமியம் இருந்தது. இந்த மானுட விழுமியம் நவீனமடைவதற்கு எதிரானதும் கூட. அதுவும்

ஒருவகையில் பொருளியல் பழமைவாதமாகப் பார்க்கப்பட்டது *(Economical Conservatism).*

இந்துமத அடிப்படைவாதிகள் நவீன இந்தியா உருவாக்கத்திற்கு வேகத்தடையாக இருந்திருக்கக் கூடிய காந்தியைக் கொன்று நேரு பாணி அல்லது ஐரோப்பிய பாணி மதச்சார்பற்ற ஜனநாயக குடியரசாக இந்தியா வளர்ந்ததற்கு உதவினர். இதனால் காந்தியைக் கொன்று பழிதீர்த்துக் கொள்ளும் அவர்கள் நினைப்பு அவர்களுக்கு எதிராகவே முடிந்தது. காந்தியின் மரணம் நவீன இந்தியாவிற்கு மாபெரும் வழியைத் திறந்துவிட்டு இந்துமத, கலாச்சார மீட்டெடுப்பின் வழியில் நிரந்தர அடைப்பாக நின்றுவிட்டது. ஆனால் இன்றைக்கு நவீன இந்தியா உருவாக்கத்தினால் நேர்ந்த பாதிப்புகளுக்கு எதிராகவும், இடதுசாரி கருத்தியல் வீழ்ச்சிக்குப் பின் தலைதூக்கிவிட்ட மத அடிப்படைவாதத்திற்கு எதிராகவும் காந்தியை மீள அழைக்க வேண்டிய தேவை எழுந்திருக்கிறது. நுகர்வை மையமாகக் கொண்ட வளங்களைச் சுரண்டும் செயல்பாடுகளுக்கு பொருளியல் மற்றும் சூழலியல் தளத்திலும், மதப் பிரிவினையை கூர்மையாக்கி சமூகத்தை பிளவுபடுத்தும் அடிப்படைவாத கருத்தியலுக்கு எதிராக அரசியல் தளத்திலும் காந்தியம் மறுகண்டுபிடிப்பு செய்யப்பட வேண்டியிருக்கிறது. மேலும் இஸ்லாமியர்கள் காந்தியத்தோடு உரையாடவும் துவங்க வேண்டும். ஏனெனில் காந்தியின் மரணம் தவிரவும் அவர்களை இந்துமத அடிப்படைவாதத்திற்கு எதிராக எக்காலத்திற்கும் காத்துநிற்கும் சக்தி வேறெதுவும் இல்லை. காந்தி அவரது செய்தியாக தனது வாழ்க்கை இருக்கும் எனச் சொன்னார். ஆனால் காந்தியின் மரணம் அவரது வாழ்வை விடவும் மகத்தான செய்தி. அதனை உள்வாங்கி, சிந்திந்து, செயலாற்ற வேறு பொருத்தமான காலம் இப்போதிருப்பதைப் போலக் கனிந்திருக்காது.

காந்தியின் மரணத்தை நினைவு கூர்வோம்.

யாவரும்.காம்

நுகர்வுக்காலக் காந்தி

நன்மையின் இணைபொருட்சொல் சலிப்பு. இவ்வாறுதான் என்னால் நம்முடைய அகச்சிக்கலை எளிமையாகச் சொல்ல முடிகிறது. உனக்கு, ஊருக்கு, உலகுக்கு நன்மை என்று யாராவது நம்மிடம் சொன்னால், உயர் அழுத்த மின்சாரம் பாய்ந்ததைப் போல வாழ்வின் ஒவ்வொரு கணமும் துடிப்பு மிக்கதாக இருக்க வேண்டுமென்று விரும்பும் நாம், அறிவுரைகளைக் கேட்க விரும்பாத, சொல்பவரைப் பார்க்க விரும்பாத, அவருக்குப் பதில் சொல்லவும் விரும்பாத மூன்று குரங்குகளைப் போலாகிறோம்.

யார் தன்னைத் தொட்டாலும் அவரை வயதானவராக மாற்றிவிடக் கூடிய சிறப்புத்தன்மை உடையவர் காந்தி. பின்வாங்கும், அமைதியாகப் போய்விடக் கூடிய, பங்கேற்காத, தன்னுலகில் வாழக்கூடிய, கொண்டாட்டமில்லாத ஒருவரையே காந்தியம் உருவாக்கும் என்கிற சித்திரமே இன்றைக்கு எஞ்சியிருக்கிறது. போகத் தேவையில்லாத ஊரில் இறங்கிவிட்டவர்களைப் போல காந்தியர்கள் பொருத்தமற்றவர்களாகப் பார்க்கப்படும் சூழலில் காந்தியின் முக்கியத்துவம் அவர் இருப்பினால் அல்ல, காந்தியத்தின் இன்மையினால் பெறப்படுகிறது. காந்தியத்தைச் சிந்திக்கும் போதெல்லாம் ஆற்றின் குறுக்கே கட்டப்பட்டு உடைந்து போய்விட்ட பாலம் ஒன்றின் சித்திரமே எனக்குத் தோன்றுகிறது.

காந்தி பத்தொன்பதாம் நூற்றாண்டின் பொருளியல், அரசியல் முன்னெடுப்புகளின் விமர்சகர். மூலதனவாதம், கம்யூனிசம்,

தேசியவாதம் ஆகியவற்றை ஒருசேர விமர்சித்த அதே வேளையில் ஒரு புதிய மனிதரையும் சிந்தித்தவர். அந்தப் புதிய மனிதர் முற்றிலும் புதியவர் அல்ல, இந்தியாவின் கிராமம் ஒன்றில் பல நூற்றாண்டு காலமாக வாழ்ந்து வந்தவர். காந்தி அவரை பெருநகரம் ஒன்றின் நகரசபையில் காட்சிப்படுத்தினார். அவரைக் காண வந்தவர்களிடம் பழைய மொழியில் நவீன தர்க்கங்களைப் புகுத்தி காந்தி அந்த மனிதரை மறு-அறிமுகம் செய்து வைத்தார். இந்தியச் சமூகம் (ஆசிய சமூகமும் கூட) தனிமனிதர்களை மையமாகக் கொண்டவை அல்ல. ஆகவே தனிமனிதனை மையமாகக் கொண்டு எழும் எந்தச் சிந்தனையும் அவனுக்குப் பலனளிக்காது என்பதே காந்தியத்தின் வாதம் எனினும் தனிமனிதரை காந்தி முற்றிலுமாகப் புறக்கணித்தவர் அல்ல. அரசு, அரசியல் கட்சி, சித்தாந்தம், பேரியக்கமான பலம் பொருந்திய அமைப்புகளைக் காட்டிலும் பலவீனமான கட்டமைப்பைக் கொண்ட தனிமனிதர்களையே அவர் தனது உள்ளத்தில் வைத்திருந்தார். பெரும் வல்லமை கொண்ட அரசை அல்ல, உள்ளார்ந்த ஆற்றல் மிக்க தனிமனிதரையே தனது இலக்காகக் கொண்டவர்.

இந்த உள்ளார்ந்த ஆற்றல் மிக்க தனிநபர் என்பவர்தான் இன்று காணாமல் போய்விட்டார். அவர் தன்னையும், தனது பிம்பத்தையும், தன்னைச் சூழ்ந்திருக்கும் உலகையும் நுகர்வதைத் தவிர வேறு எந்த நோக்கமும் தனக்கு இல்லை என்பதைப் போல தன்னுடைய வாழ்வை, இருபதாம் நூற்றாண்டின் கடைசி முப்பதாண்டுகளின் பொருளியல் தர்க்கத்தோடு மட்டுமே பொருத்திக்கொண்டு, உலகின் எடை காரணமாக உடைந்துவிடக் கூடியவராக அல்லாமல், தன்னுடைய எடையின்மையால் மிதக்கும் இறகைப்போல அலைக்கழிப்பிற்கு உள்ளாகும் அவர், நோய்வாய்ப்பட்ட ஒருவரின் அனைத்து உடல், உளச் சிக்கல்களை அனுபவிக்கும் நிலையில் இருந்தாலும் மருந்தென எதைக் கொடுத்தாலும் தனக்கு நோயே இல்லை என்று மறுப்பவராகவும் இருக்கிறார். தன்னலம் ஒன்றையே உலகை அளக்கும் கருவியாகவும் வைத்திருக்கிறார். தன்னலத்தின் எதார்த்தத்தைக் கருத்தில் கொள்ளாமல் புறவயமான, கூட்டிசைவுப் பேசுகிற எல்லாவற்றையும் பொருத்தமற்றதென்று புறக்கணிக்கும்

அவர் தன்னுடைய சுயத்தையே ஒரு சுழலாக மாற்றிக்கொண்டு அதனுள் ஆழ்ந்து மூழ்கிப் போயிருக்கிறார்.

மூலதனவாதம் மகிழ்ச்சியை சிறுசிறு பண்டங்களாக மாற்றி குறிப்பிட்ட விலை வைத்து நம்மிடம் விற்கிறது. சிலவற்றை நம்மால் வாங்கிவிட முடியும், மேலும் சிலவற்றை நமது இலட்சியமாகக் கொண்டுவிட முடியும். இன்றோ, மகிழ்ச்சி துண்டு துண்டான பிம்பங்களாகவும் உருப்பெற்றிருக்கிறது. இணையத்திற்கு பின்பான நுகர்வு என்பது வெறும் பண்டங்களை நுகர்வது மட்டுமல்ல, பிம்பங்களை நுகர்வதும் சேர்ந்ததே. காந்தி பிம்பங்களின் மதிப்பை நன்கு உணர்ந்தவர்.

காந்தியின் பொருளியல் தர்க்கம் என்பது என்ன? ஏற்கனவே சொன்னதைப் போல அவருடைய 'அறங்காவலர் சோஷலிச' முறை உட்பட எவற்றையும் புதிதாக உருவாக்கியவர் அல்ல. நவீன காலத்திற்கு முன்பான சமூக அமைப்பின் நேர்மறை அம்சங்களைப் பேசியவர். வணிக நிறுவனம், நிதிப் பரிமாற்ற ஆவணங்கள், உலகளாவிய வாணிபம், ஒப்பந்தங்கள், வங்கி அமைப்பு, காப்பீடு, வணிக நலன் காக்கும் அரசாணைகள், பொருட்களின் போக்குவரத்திற்கான பாதுகாப்பு போன்ற பல கட்டமைப்புகள் தொழிற்சாலை இயந்திரங்களை மையமாகக் கொண்ட பத்தொன்பதாம் நூற்றாண்டு பொருளியல் முறைமைக்கு முன்பே நடப்பில் இருந்தன. தற்போதும் நடைமுறையில் இருக்கும் கணக்கியல் (Accountancy) விதிமுறைகள் பலவும் குறைந்தது ஐந்து நூற்றாண்டுகள் பழமையானவை. எடுத்துக்காட்டாக, பற்று மற்றும் வரவு என ஓர் ஏட்டின் இரு பக்கங்களில் பிரித்து எழுதும் வழக்கம் பதினைந்தாம் நூற்றாண்டில் பரவிய ஒன்று. எனினும் பத்தொன்பதாம் நூற்றாண்டின் தனிச்சிறப்பு, இயந்திரங்களின் பெருக்கத்தால் உருவான தொழிற்சாலைகளின் வளர்ச்சியும், தொடர்புச் சாதனமான தந்தி, பேரளவிலான மனிதர்களையும் பொருட்களையும் தூரதூரங்களுக்கும் குறைவான கால அளவில் சுமந்து சென்றுவிடக் கூடிய இரயில்வேயின் அறிமுகமும்தான். காந்தியை நெருங்கிப் பார்ப்பவர்கள், அவருடைய விமர்சனம் அவர் பிறந்த நூற்றாண்டின் பொருளுற்பத்தி முறையின் மீதே மையம் கொண்டது என்ற புரிதலை அடைவார்கள். மற்றொரு வகையில் சொன்னால், தொழிற்சாலை உற்பத்தி மைய

பொருளாதாரத்தின் மீது வாணிபத்தை மையமாகக் கொண்ட பொருளியல் அமைப்பின் விமர்சனம். காந்தி ஒரு 'வணிகப் புத்திரர்' என்பதை நாம் மறந்துவிடக் கூடாது.

காந்தி மூலதனத்தின் பங்கை மறுக்காத அதேவேளையில் மூலதனவாதத்தை நிராகரிக்கிறார். காந்தி பொருளியலைப் பற்றி அறியாதவர் அல்ல என்பதோடு அதன் மொழியையும் புரிந்து வைத்திருப்பவராகவே தெரிகிறது. இந்தியாவிற்கான அரசியலமைப்புச் சட்ட வடிவ உருவாக்கத்தை பற்றி இங்கிருக்கும் கட்சிகளோடு பேச்சுவார்த்தை நடத்துவதற்காக வந்த சர் ஸ்டாஃபோர்ட் கிரிப்ஸின் முன்வரைவுகளை *'தோல்வியடைந்து கொண்டிருக்கும் ஒரு வங்கியின் பெயரில் கொடுக்கப்பட்ட பின்-தேதியிட்ட காசோலை'* என்றே அழைக்கிறார்.

செப்டம்பர் 1940, ஹரிஜன் இதழில் எழுதும் காந்தி, *'தொழிற்சாலைகளை சமூகவயமாக்கினால் (Socialize) மூலதனவாதத்தின் தீமைகளில் இருந்து அது விடுபட்டுவிடும் என நினைப்பதால், பண்டித நேரு தொழிற்சாலை மயமாதலை விரும்புகிறார். தீமைகள் தொழிற்சாலைமயமாதலின் உள்ளார்ந்த இயல்பிலேயே நிலைபெற்றிருப்பதோடு, எந்தவிதமான சமூகவயமாக்கலும் அவற்றை அழித்துவிட முடியாது என்பதே என்னுடைய சொந்தப் பார்வை'* என்கிறார்.

இயந்திரவியல் தொழிற்புரட்சியின் உற்பத்தி உறவுகளில் நிலவிய சுரண்டல், உளநிலைகள், மதிப்பீடுகளின் வீழ்ச்சியை, பொருள்மைய நாகரிகத்தின் மானுடச் சரிவாகக் கண்டவர்களில் காந்தியும் ஒருவர். ஒரு 'வணிக புத்திரனாக' இருந்துகொண்டு இலாபத்தின் மீதான வேட்கைக்கு மாறாக மூலதனத்திற்கு என்று ஒரு சமூகக் கடமையை அளிக்க முனைந்தவர். அவரை நவீனத் தொழிற்சாலைகளின், பெருந்திரள் உற்பத்தி இயந்திரங்களின் எதிரியாகப் புரிந்து வைத்திருக்கிறோம். காந்தியின் குருக்களில் ஒருவரான டால்ஸ்டாய்க்கும் அவருக்கும் நடந்த கடிதப் போக்குவரத்து நாம் அறிந்ததே. அவருடைய, 'கடவுளின் இராஜ்ஜியம் நம் உள்ளே' நூலை காந்தி வாசித்திருக்கிறார். ஆனால் 'அன்னா கரினினா' நாவலை வாசித்ததாக தகவல் கிடைக்கவில்லை. இரயில்வேயைக் குறித்து டால்ஸ்டாய் அந்த நாவலில் என்னவெல்லாம் விவாதிக்கிறாரோ அதுவே காந்தியின்

கருத்தும். நகரங்களுக்குத் தேவைப்படும் (தேவையில்லாத!) பொருட்களுக்கு அடிப்படையான மூலப்பொருட்களை கிராமங்கள் தொடர்ந்து உற்பத்தி செய்ய அவற்றை எடுத்துச் செல்வதற்கே இரயில்வே என்று அந்நாவலில் டால்ஸ்டாய் விவாதிக்கிறார். காந்தியின் பார்வையும் அதுவே. கிராமங்களை நகரங்களோடு இடையறாது பிணைத்திருப்பதோடு, கிராம வாழ்வை நகரத்திற்கு அடிமையாக்கும் கருவியே இரயில் என்றார். இரயில் இல்லாது போனால்கூட கவலைப்பட மாட்டேன் என்றவர். காந்தி தன் வாழ்நாள் முழுக்க இலண்டன், நைனிடால், அஹமதாபாத் போன்ற நகரங்களில் வாழ்ந்தவர். இந்தியா திரும்பிய பிறகும் கிராமத்தில் தன்னுடைய ஆசிரமத்தை அமைத்தவர் அல்ல என்பதோடு, நாடு முழுக்கப் பயணிப்பதற்கு அவரளவிற்கு இரயிலைப் பயன்படுத்தியவர்களும் யாரும் இல்லை.

அஹமதாபாத்தில் கொட்டிக் கிடக்கும் செல்வத்தைக் கொண்டு அந்த நகரையே அழகாக மாற்றிவிட முடியும் என்று சொன்னவர். மார்க்ஸ் இயந்திரங்களை மனிதர்களின் உழைப்புப் பதிலிகளாக மாற்றும் ஓர் அமைப்பை முன்மொழிந்தார். காந்தி இயந்திரங்களை குள்ளர்களாக (Minions) மாற்றும் ஒரு மாற்றுப் பொருளாதார முறையை முன்வைத்தார். இருவருக்கும் நன்றாகத் தெரியும் மனிதர்கள் எவற்றை உருவாக்குகிறார்களோ விரைவில் அதன் அடிமைகளாகவும் மாறிவிடுவார்கள் என. கிராம உற்பத்தி, உள்ளூர் நுகர்வை மையமாகக் கொண்ட கைத்தொழில் பொருளாதாரத்திற்குப் பொருந்திப் போகக்கூடிய ஒரு வீட்டின் முன்னறையில் அடங்கிவிடக் கூடிய இயந்திரங்களையே அவர் வரவேற்றார். சிங்கர் வடிவமைத்த தையல் இயந்திரத்தை அவர் அன்பினால் உருவான இயந்திரம் என்றே அழைக்கிறார். . எளிமையாகப் புரிந்துகொள்ள விரும்பினால், மனித உழைப்பில் இருக்கும் கடினத்தன்மையைக் குறைப்பதற்காகவும், நேரத்தை சேமிப்பதற்காகவும் உருவாக்கப்படும் இயந்திரங்களை ஆதரிப்பதும், எல்லையற்ற இலாபத்தை மட்டுமே குவிப்பதற்காக உருவாக்கப்படும் இயந்திரங்களை எதிர்ப்பதுமே இயந்திரமயமாதல் நெருக்கடிக்குத் தீர்வாக அவர் முன்வைத்தவை.

காந்தியப் போராட்ட முறைகளான ஒத்துழையாமை, வன்முறையற்ற எதிர்ப்பு இவற்றை உலகெங்கிலும் ஏற்றுமதி

செய்துவிட முடியும். ஆனால் அவர் முன்வைத்த கதர், கிராமக் கைத்தொழில் பொருளாதார முறைமையை மொத்த உலகிற்கும் விரித்துவிட முடியாது. மேற்சொன்ன மாற்றுப் பொருளாதார முறையை, ஏகாதிபத்திய எதிர்ப்போடு மட்டுமல்ல மேற்கின் இயந்திரமைய நாகரிகத்திற்கான எதிர்ப்பாகவே அவர் முன்னெடுத்தார். கதர், கிராமக் கைத்தொழில் என அவர் பேசிய காலத்திலேயே நவீன உலகம் தொழில்நுட்பத்தின் எழுச்சியினால் நிகழ்ந்த இரு உலகப்போர்களைக் கண்டுவிட்டது. மாபெரும் பொருளாதார மந்தநிலை (1929) மூலதனவாதத்தின் முக்கால் நூற்றாண்டு கால ஏற்றத்தின் தலையில் தட்டி அதை ஒடுக்கவும், அதுவரை வெளிப்பட்டிராத வேலைவாய்ப்பின்மை, நிதி நெருக்கடி போன்ற மூலதனவாதத்தின் தனித்துவமான சிக்கல்கள் வெளிச்சத்திற்கு வந்தன. 1871-1945 ஆண்டுகளுக்கு உள்ளாக, காந்தியின் வாழ்நாளில் மூலதனவாதத்தின் வளர்ச்சி, நெருக்கடி, பேரழிவுக்கு இட்டுச்செல்லும் மாபெரும் போரையும் நடத்தக்கூடிய திறனுள்ள தொழில்நுட்ப வளர்ச்சியையும் அதன் சிகரம் போன்ற அணுகுண்டு வீச்சையும் பார்த்தவர் அவர். இரண்டாம் உலகப்போரே மானுட வரலாற்றில் நிகழ்ந்த ஒரு முழுமையான தொழில்நுட்ப-மூலதனப் போர்.

பொருளியலைப் பொறுத்தவரை காந்தி இந்தியாவிற்காகச் சிந்தித்தவர். இங்கேதான் கிராமங்கள் நிரம்பியிருந்தன. இயந்திரமயமாதல் மிகக்குறைவாகவும் இருந்தது. கைத்தொழில்கள் (இன்னும் கூட) அழிந்துவிடவில்லை. இம்மூன்று எதார்த்தங்களையும் இணைத்து அவரால் இயந்திரமயமாக்கலுக்கு எதிராக ஒரு பொருளியல் கொள்கையை முன்வைக்க முடிந்தது. இதைப்போன்ற ஒரு கோட்பாடு அணுகுண்டுகளைத் தயாரித்து விட்டிருந்த அமெரிக்காவிற்குக் பொருந்தியிருக்குமா?. அங்கே இப்படியொரு மாற்றைக் கற்பனை செய்வதற்கான கட்டுமானங்களே இல்லாதிருந்தன. உட்புறம், வெளிப்புறம் மாற்றிப் போடத்தக்க வகையில் தைக்கப்பட்ட ஒரு சட்டையைப் போல இயந்திரமயமான நாடுகளுக்கு மூலதனவாதம், கம்யூனிசம் என இரண்டு வாய்ப்புகளே இருந்தன. ஆனால் ஆசியாவில், குறிப்பாக இந்தியாவில் இவை இரண்டும் அல்லாத மாற்றுப் பொருளியல் ஒன்றை நிறுவிவிடுவதற்கான சாத்தியக்கூறுகள் கொண்ட பழைய கட்டமைப்பு ஒன்று இருந்தது.

இதுவரை நாம் பேசியவற்றில் இருந்து தெரியவருவது ஒன்றுதான், இயந்திரங்களை தனது கருவறையில் சூழல்கொண்டிருக்கும் பெருந்திரள் உற்பத்திக்கான தொழிற்சாலைகளை மையமாகக் கொண்ட உற்பத்தி முறையை காந்தி எதிர்த்தவர். மூலதனவாதி, தொழிலாளர் (உழைப்பாளர் அல்ல) எனும் எதிர் இணைகளால் கட்டமைக்கப்பட்ட உற்பத்தி முறைமை, கூடவே கண்ணுக்குத் தெரியாத வாடிக்கையாளரும். இயந்திர மயமாக்கலின் மற்றொரு சிறகே போர் என்கிற எண்ணமும் காந்திக்கு இருந்தது. மேற்கைப் போல போரின் மூலமாக அல்ல, தொழிற்சாலை விபத்துக்கள், நோய்கள் மூலமாகவே நாம் மூலதனவாதத்தின் தீமைகளை அறிய நேர்ந்திருக்கிறது. காலனியச் சுரண்டலை பஞ்சத்தின் வழியாக அறிந்தோம்.

ஆனால் காந்தி இறந்த பிறகான அடுத்த முப்பதாண்டுகள் (1945–1973) மூலதனவாதத்தின் பொற்காலம் என்றே அழைக்கப்பட்டது. எண்ணெ, சந்தை, மின்னணுவியல், தானியங்கிகள், கார்கள், மைய வங்கிகள், சர்வதேச நிதி மூலதனம் என பொருளுற்பத்தி முறை முற்றிலும் வேறு கட்டத்திற்கு நகர்ந்திருக்க, நுகர்வோர் என்பவர் புதிதாகப் பிறந்தார். உற்பத்தியாளர், தொழிலாளர் என்கின்ற நிலைமை மாறி, உற்பத்தி, நுகர்வு என்று புரிந்துகொள்வதற்கு மேலும் கடினமான முறையில் பொருளியல் மாற்றி அமைக்கப்பட்டுவிட்டது. நுகர்வின் சிக்கலே பொருளாதாரத்தின் மையச்சிக்கல் என ஆனதோடு, இயந்திர மயமாக்கல், போர் என்ற இரு சிறகுகள் மறைந்து நுகர்வு, சூழல் அழிவு என்ற இரு புதிய சிறகுகள் அருவப் (Abstract) பறவைக்கு முளைத்தன. காந்தி காலத்தைய அரசியல்–பொருளாதாரம் முற்றிலும் பின்னுக்குத் தள்ளபட்டு இரண்டும் நிரந்தர விவாகரத்துப் பெற, பொருளியல் அரசியலிடமிருந்து தனியாகப் பிரிந்துவாழத் தலைப்பட்டது என்றாலும் நெருக்கடி நிலையில் அது அரசின் அலுவலகங்களுக்குள் குறிப்பாக மைய வங்கிகளில் கள்ளத்தனமாகவேனும் நுழைந்து அதற்குத் தேவையானவற்றைப் பெற்றுவிடக் கூடியதாக உள்ளது.

காந்தி சமூக வாழ்வில் அரசின் பங்கை ஏறக்குறைய வெளியே நிறுத்த விரும்பியவர். நவதாராள வாதிகளும் அதையே விரும்புகிறார்கள். சந்தையில் அரசின் குறுக்கீடு இருக்கவே கூடாது என்பது தாராளவாதப் பள்ளிகளில் ஒன்றின் வாதம்.

நுகர்வோர் தாராளமயமாக்கலின் குழந்தை என்பதால் இதன் சிக்கல்களுக்குத் தீர்வை காந்தியிடம் பெறமுடியுமா என்பதையே மேலும் தொடரும் இக்கட்டுரை பேசுகிறது.

நுகர்வின் சிக்கல் என்பது என்ன? பண்டங்களின் மிகுதியான பிதா, பலவீனமான உடலாற்றலுடைய சுதன், ஈர்ப்புக் குறையாத பணம் பரிசுத்த ஆவியாகவும் நுகர்வின் முக்கூட்டில் (Tirinity) இணைந்திருக்க, இதில் நுகர்வோர் சுதனைப் போன்றவர். அவரால் பரிசுத்த ஆவியின் துணையோடு பிதாவை அடையும் ஒவ்வொரு முயற்சியும் முடிவடையாததாக இருக்கிறது. ஒரு பொருள் அடையப்பட்டு விட்டதும் அதன் மதிப்பை இழந்துவிடுகிறது எனும் உணர்வு கைக்கொள்ளுதல், இல்லாதிருத்தல், ஏக்கம் என இவை உண்டாக்கும் உளநிலைகளோடு தொடர்புடையது. மனித வாழ்வை பொருட்களிடமிருந்து பிரிக்கவே முடியாது என்பது எவ்வளவு உண்மையோ அதே அளவு பொருட்களின் மதிப்பை மனிதர்களின் வாழ்விலிருந்து பிரிக்க முடியாது. மதிப்பு எவ்வாறு உருவாகிறது என்பதை நாம் *மார்க்ஸ், கியார்க் சிம்மெல்* உட்பட இன்ன பலரும் விளக்கக் கேட்டிருக்கிறோம். நவீன காலகட்டத்திற்கு முந்தைய பொருளுற்பத்திமுறை பற்றாக்குறையை கவனத்தில் கொண்டதல்ல, மாறாக பொருட்களின் நீண்டகால ஆயுளை கவனத்தில் கொண்ட ஒன்று. ஒரு பொருள் தலைமுறைகளுக்கும் கைமாற்றிவிடப்படக் கூடியதாக இருந்தது. இவ்வாறு பல தலைமுறைகளைக் கடக்கும் ஒரு பொருள் பழம்பொருளின் மதிப்பை மட்டுமல்ல, பாரம்பரியத்தின் மதிப்பையும் பெற்றுவிடுகிறது. இதுவே கலாச்சாரத்தின் தொடர்ச்சி.

மாறாக, நுகர்வியம் பொருட்களுக்கு ஈசலை ஒப்ப ஒரு வாழ்வை அளிக்க விரும்புகிறது. ஒரு தனிமனிதரின் வாழ்நாளில் தோன்றி, துய்ப்பிற்கு உள்ளாகி, மறைந்துவிடக் கூடிய பல பொருட்களை நம் காலம் போலன்றி வேறு எப்போதும் கண்டவர்கள் இருந்ததில்லை. கிட்டத்தட்ட காணொளி விளையாட்டுகளில் நாம் செய்யும் கொலைகளுக்கு ஒப்பானது நுகர்வியத்தின் உளப்பான்மை. மகிழ்ச்சி என்பது பெரும்பாலும் மெய்நிகரான ஒன்றாக மாறியிருக்க, நுகர்வோ காணொளி விளையாட்டும் அதன் சவால்களும் படிநிலைகளுமாகவே தோற்றம் பெறுகிறது.

காணொளி விளையாட்டின் கிளர்ச்சியும், பரிதவிப்பும், வேகமும் பண்ட நுகர்வில் ஏறக்குறைய பாலுறவின் நிலையை உண்டாக்கி இருக்கின்றன. நமது உள்ளார்ந்த வேட்கைப் பண்டங்களை வல்லுறவு செய்யத் தூண்ட, நமது பையில் இருக்கும் பணமோ சட்டங்களைப் போல நம்மைக் கட்டுப்படுத்துகிறது. பரிசுத்த ஆவி கணந்தோறும் கைநழுவிச் சென்றுவிடக் கூடியது. நாம் நம்மையே விளம்பரம் செய்துகொள்பவராக இருக்கும் காலகட்டத்தில் காங்கிரஸ் கட்சியினர் வெளிநாட்டுப் பத்திரிக்கைகளில் செய்த விளம்பரங்களுக்கான செலவு தேவையற்றது என்ற சொன்ன காந்தியுடன் எவ்வாறு உரையாடல் ஒன்றை நிகழ்த்துவது!.

பணம் என்பது ஓர் உரிமையளிப்பு (Empowerment), உலகின் எந்த மூலையிலும் எந்த அரசியல், மத அமைப்பிலும் செல்லுபடியாகக் கூடிய உரிமம். நுகர்வை மையமாகக் கொண்ட உற்பத்தி முறை கையிருப்பை கவனத்தில் கொள்வதில்லை. அது கடனை கவனத்தில் வைத்து செயாலாற்றுவது. கடன் என்பது ஓர் உரிமையளிப்பாக இயங்குவதே நம் காலத்தின் பொருளாதாரம். சிந்த் மாகாணத்தில் கட்டப்பட்ட சுக்கார் குறுக்கணையைப் பற்றிக் குறிப்பிடும் லூயி ஃபிஷரிடம், மொத்த மாகாணத்தையும் அத்திட்டம் கடனில் ஆழ்த்திவிட்டது என்று கவலைப்படுகிறார் காந்தி. கடன் பெறுவதின் மீதான தயக்கத்தை நீக்கியது தாராளவாதத்தின் மற்றொரு பாய்ச்சல். கடனன்றி நுகர்வு பெருகுவதற்கான சாத்தியம் இல்லை. காந்தியக் கோட்பாடுகள் உலகிற்கு மனிதர்கள் கடமைப்பட்டவர்கள் அல்லது கடன்பட்டவர்கள் என்கிற பொருளில் செயலூக்கம் பெறுபவை. தாராளவாதப் பொருளாதாரம் எவ்வாறு அரசியல் குறுக்கீட்டைத் தேவையற்றது என்று புறந்தள்ளுகிறதோ அதைப்போன்றே நுகர்வின் மீதும், சூழல் அழிவின் மீது தனிமனிதர்கள் பொறுப்பேற்கத் தேவையில்லை என்கின்ற ஒரு நிலையையும் உருவாக்கி இருக்கிறது. எனக்கு வழங்கப்பட்ட அனைத்திற்கும் கடன்பட்டவனைப் போல நான் திருப்பியளிக்கத் தேவையில்லை. மாறாக இந்த உலகு திருப்பியளிக்கத் தேவையில்லாத கடனாகவே எனக்குக் கிடைக்கிறது. பிச்சையெடுத்து உண்பதற்கு மிக அருகிலேயே அமர்ந்திருப்பதே கடனட்டையில் உணவருந்துவதும். கடன் பெறும் தகுதியை அடைவதென்பதுதான் எவ்வளவு பெருமிதமிக்க நிலையாக மாறியிருக்கிறது!

ஆனந்த்ஜி கல்யாண்ஜி *பெதி* எனும் அமைப்பு பின்னாளில் பிரித்தானிய சட்டங்களுக்கு ஏற்ப அதனை ஓர் அறக்கட்டளையாகப் பதிவு செய்துகொள்வதற்கு முன்பிருந்தே இரண்டு, மூன்று நூற்றாண்டுகளாக இயங்கி வந்திருக்கிறது. *'உலகின் எந்த நிறுவனத்தைக் காட்டிலும் பெரியதென்று சொல்லிவிடக் கூடிய மாபெரும் ஜெய்ன் நிறுவனமான ஆனந்த்ஜி கல்யாண்ஜி நிறுவனத்தை ஒரு மத அமைப்பு என்றும் சொல்லி விடலாம்'* என்கிறார் காந்தி. இந்த நிறுவனம் பிந்தை 1600களில் ஜைன கோயில்களைப் பராமரிக்க நிறுவப்பட்டு இன்றளவும் தொடர்வது.

காந்தியின் 'அறங்காவலர்' முறை அவருடைய அஹமதாபாத் அனுபவங்களோடு, பிரித்தனின் பொதுச்சட்டம் உலகிற்கு அளித்த 'அறக்கட்டளை' முறையை இணைத்துப் பார்க்கச் செய்ததின் விளைவே, *பகவத் கீதையையும்* எட்மண்ட் ஹெச் ஸ்னெல்லின் *'பங்கு (Equity)'* எனும் நூலையும் ஒரே சேர அவர் பேசியது (காண்க - *ஜெய்தீர்த் ராவ்* எழுதிய *'எகனாமிஸ்ட் காந்தி'*).

காந்திய அடிப்படைகள், தன்னலமறுப்பு, ஒத்துழையாமை அனைத்திலும் நன்மையை காணுதல், பொறுமை, எளிமை, அறங்காவலர் முறை இவற்றின் அடிப்படையில் உருவானவை. அவருடைய எந்த மதிப்பீடுகளும் நம் காலத்தின் பொருளியல் தர்க்கங்களுக்கும், நுகர்வியப் பண்பிற்கும் பொருந்திப் போகக்கூடியவையாக இல்லை என்பதோடு நாம் அவரிடமிருந்து வெகுதூரம் விலகி வந்துவிட்டோம். *எட்வர்டோ காலியானோ* கால்பந்தைப் பற்றிய எழுதிய *'வெயிலிலும் நிழலிலும் கால்பந்து'* எனும் நூலில் கால்பந்து அணிகளின் மேலாளர்களை, *'அவர்கள் காந்தியைப் போன்ற உள்ளுரம் (Stamina) உடையவர்களாக இருக்க வேண்டும் என்று எதிர்பார்க்கப்படுகிறார்கள்'* என்று எழுதுகிறார். நுகர்வோரின் உளநிலை திடீர் எழுச்சிக்கு (Impulses) தம்மை கட்டுப்பாடின்றி ஒப்படைத்து விடுவதின் பக்கவிளைவுகளான பொருள் இழப்பு, ஏமாற்றம், சலிப்பு இவற்றால் அலைக்கழிப்பிற்கு உள்ளாவது.

ICD என உளவியல் அழைக்கும் திடீர் எழுச்சியைக் கட்டுப்படுத்த இயலாமை எப்போது ஓர் உளவியல் குறைபாடாகக் அடையாளங் காணப்பட்டு சிகிச்சை முறைகளோடு இணைக்கப்பட்டது என்று பாருங்கள். இரண்டாயிரங்களுக்கு பிறகே, அதாவது தாராளவாதம்

உலகம் முழுக்க ஏற்றுக்கொள்ளப்பட்டு சந்தைப் பொருளாதாரமே ஒற்றை வழிபாடாக மாறிவிட்ட அமைப்பின் பக்கவிளைவுகளில் ஒன்றே அது. மனித சுதந்திரத்தின் பொருளியல் நீட்சியாகப் பார்க்கப்படும் தாராளவாதம் உருவாக்கியிருக்கும் உளப்பான்மை, வரம்பற்று இருப்பதே சுதந்திரம் என்று நம்மைக் கருதச் செய்யும் இடத்திற்கு தள்ளியிருக்கிறது. பண்டங்களின், பொருட்களின், ஊடகங்களின், கேளிக்கையின் இவ்வளவு பெருக்கத்திற்கு பிறகும் அன்றாடம் எவ்வளவு சலிப்பு மிக்கதாகவும் மாறியிருக்கிறது. 1960களுக்குப் பின்னான நிலைமையை லியோடார்ட் பாலுணர்ச்சி உந்துதல் பொருளாதாரம் (Libidinal Economy) என்று வரையறுத்தார். இணையத்திற்குப் பின்னான பொருளாதார நிலையை அதனோடு சேர்த்து திடீர் எழுச்சிப் பொருளாதாரம் என வரையறுக்கலாம். எந்த ஒரு முடிவும் நிரந்தரமானதல்ல, எந்தவொரு நிலையும் நிச்சயமானதல்ல.

பொருள் என்ற ஒற்றைச் சொல்லே அர்த்தத்தையும் செல்வத்தையும் குறிக்கப் பயன்படுகிறது என்பதே மிக நுட்பமான ஒரு பிணைப்பாகத் தோன்றுகிறது. பொருள் அன்றி மனிதர்களால் ஓர் அர்த்தத்தை தோற்றுவிக்க முடியுமா! இங்கே பொருள் என்பது புலனாகக் கூடியது, தொட்டுணரக் கூடியது மட்டுமல்ல இவற்றிற்கு எதிர் நிலையில் இருப்பவையும் கூட.

நுகர்வியத்தின் பெரும் பாதிப்புகள் தனிமனித உளவியல், அதனால் எழும் உறவுக் குளறுபடிகள், குழப்பங்கள், பிடிப்பற்று உணர்தல் ஆகியவற்றோடு சுற்றுச்சூழலையும் பெருமளவில் பாதிப்பிற்கு உள்ளாக்குகிறது. காந்தியின் புகழ்பெற்ற வாசகமான, '*அனைவரின் தேவைகளுக்கும் இந்த உலகம் போதுமானதாக இருக்கிறது. ஆனால் அனைவரின் பேராசைக்குப் போதுமானதில்லை*' என்பதிலிருந்து காந்தியத்தை மறுவாசிப்புச் செய்யலாம். மேலும் ஒரு மனிதரின் உணவு என்பது மற்றொருவரின் நஞ்சு என்று அவர் மேற்கின் உற்பத்தி முறையை, கலாச்சாரத்தைப் பற்றிக் குறிப்பிடுகிறார். இதைச் சற்றே நீட்டி, ஒரு மனிதரின் தேவை என்பது மற்றொரு மனிதரின் பேராசை எனச் சொல்லலாம்.

இரண்டாயிரத்து எட்டு-ஒன்பது ஆண்டுகளில் நிலவிய பொருளாதார மந்தநிலைக்குப் பிறகு மார்க்ஸ் மறுவாசிப்பிற்கு உள்ளானார் என்கிறார் *எரிக் ஹாப்ஸ்வாம்*. தீர்வின் பொருட்டு

அல்ல, மாறாக மூலதனவாதம் எவ்வாறு இயங்குகிறது என்று இன்னும் தெளிவாகப் புரிந்துகொள்வதற்காக அவர் மறுவாசிப்பிற்கு உள்ளானார். சுற்றுச்சூழல் அழிவைத் தொடர்ந்து அதன் மறுக்கவியலா எதார்த்தத்தை உணர்ந்த பிறகு காந்தியின் பொருளியல் கோட்பாடுகள் மறுவாசிப்பிற்கு உள்ளாகும் சூழல் எழுந்திருக்கிறது. அதோடு மட்டுமல்ல, ஏகாதிபத்திய அரசை அமைதியான வழியில் வீழ்த்திய அவரிடமிருந்து தொழில்நுட்ப வல்லமை மிக்க நம்கால அரசுகளின் வல்லாதிக்கத்தை எதிர்க்கும் வழிமுறைகளையும் தேடத் துவங்கியிருக்கிறார்கள்.

தனி மனிதர்களின் உளமாற்றத்திலிருந்தே எதையும் துவங்குவது எனும் காந்தியப் பார்வை நம்முடைய நுகர்வுச் சூழலின் கலாச்சார, ஆத்மீக, பொருளியல் வீழ்ச்சிக்குப் பொருத்தமாக இருக்கும் அதே வேளையில் தொழிற்சாலை மயமாக்கல், நிதிப் பரவலாக்கம் போல ஒரு சமூகம் முழுவதையும் உள்ளடக்கிவிடக் கூடிய ஒரு காந்திய முறைமையை எவ்வாறு கட்டியெழுப்புவது என்கிற சிக்கலும் தவிர்க்க முடியாமல் ஆழ்ந்த சிந்தனையை, செயலை எதிர்நோக்கியுள்ளது.

'அவருடைய காலத்தின் மனிதராக அவரால் பதில் சொல்ல முடியாத போதிலும், ஆழமான கேள்விகளை எழுப்பியதாலேயே அவர் எல்லாக் காலத்திற்கும் எல்லா இடங்களுக்கும் உரியவராகிறார்', என்கிறார் பிரித்தானிய வரலாற்றாளர் ஜூடித் பிரௌன்.

தவறோ சரியோ தான் நம்பியவற்றை செயல்படுத்த முனைந்தவர் காந்தி. செயலில் இருந்து அவரைப் பிரிக்க முடியாது. அவருடைய கேள்விகளை மட்டும் எடுத்துக்கொண்டு எந்தவிதமான செயல்களை நாம் செய்வது என்பதைத் தீர்மானிப்பதில் இருக்கிறது காந்திய மறுவாசிப்பின் புதிய அர்த்த உருவாக்கம்.

காலச்சுவடு